રહસ્યમય હનીમૂન

અપરંપરાગત રીત

Translated to Gujarati from the English version of Mystical Honeymoon

અરવિંદ ઘોષ

Ukiyoto Publishing

બધા વૈશ્વિક પ્રકાશન અધિકારો ધરાવે છે

Ukiyoto Publishing

2025 માં પ્રકાશિત

સામગ્રી કોપિરાઇટ © અરવિંદ ઘોષ

ISBN 9789370090477

ISNI 0000000526483845

બધા હકો અમારી પાસે રાખેલા છે.

આ પ્રકાશનના કોઈપણ ભાગને પ્રકાશકની પૂર્વ પરવાનગી વિના, કોઈપણ સ્વરૂપમાં, ઇલેક્ટ્રોનિક, યાંત્રિક, ફોટોકોપી, રેકોર્ડિંગ અથવા અન્ય કોઈપણ રીતે, પુનઃઉત્પાદન, પ્રસારિત અથવા પુનઃપ્રાપ્તિ પ્રણાલીમાં સંગ્રહિત કરી શકાશે નહીં.

લેખકના નૈતિક અધિકારોનો દાવો કરવામાં આવ્યો છે.

આ એક કાલ્પનિક કૃતિ છે. નામો, પાત્રો, વ્યવસાયો, સ્થળો, ઘટનાઓ, સ્થાનો અને ઘટનાઓ કાં તો લેખકની કલ્પનાના ઉત્પાદનો છે અથવા કાલ્પનિક રીતે ઉપયોગમાં લેવાય છે. વાસ્તવિક વ્યક્તિઓ, જીવંત કે મૃત, અથવા વાસ્તવિક ઘટનાઓ સાથે કોઈપણ સામ્યતા કેવળ સંયોગ છે.

આ પુસ્તક એ શરતને આધીન વેચવામાં આવે છે કે તે પ્રકાશકની પૂર્વ સંમતિ વિના, જે સ્વરૂપમાં પ્રકાશિત થયું છે તે સિવાયના કોઈપણ બંધન અથવા કવરમાં વેપાર અથવા અન્યથા ઉધાર, ફરીથી વેચ, ભાડે અથવા અન્યથા પ્રસારિત કરવામાં આવશે નહીં.

www.ukiyoto.com

"હું આ પુસ્તક મારા પિતા મહાશય રવિન્દ્રનાથ ઘોષ, મારી માતા શ્રીમતી વિધુત મોયી ઘોષને સમર્પિત કરું છું. વિધુત મોયી ઘોષ અને મારા સાસુ શ્રીમતી દ્વારકાબાઈ કૌંડન્ય, જેઓ મારા જીવનને ઘડવામાં જવાબદાર છે. મારા બધા લખાણોને યોગ્ય રીતે સંપાદિત કરવા માટે મારા પત્ની ડૉ. શારદા ઘોષે જે અથાક અને અવિરત સમર્પણ કર્યું તે બદલ હું તેમનો ઋણી છું. તેણી પોતાના ખૂબ જ વ્યસ્ત સમયપત્રકમાંથી સમય કાઢીને હસ્તપ્રતને ઘણી વખત વાંચતી અને પછી તે મને પ્રકાશનની વધુ પ્રક્રિયા માટે પાછી આપતી. મારા લેખન પ્રોજેક્ટ્સ સમયસર પૂર્ણ કરવા માટે પ્રોત્સાહિત કરવા બદલ હું ઉકિયોટો પબ્લિશિંગનો આભારી છું."

હું મારા પ્રેમાળ મિત્રો શ્રી ચિરાગભાઈ પટેલ અને શ્રી સાગર માવાવાળાના પ્રતિ ઋણસ્નાત છું, જેમણે મારી આ કલાત્મક રચનામાં અમૂલ્ય યોગદાન આપ્યું.

પ્રસ્તાવના

થાણેના બિબેકાનંદ બાસુના ડેસ્ક પરથી

ડૉ. અરવિંદો ઘોષ દ્વારા લખાયેલ 'રહસ્યમય હનીમૂન' એક સામાન્ય ગુજરાતી પરિવાર વિશે ખૂબ જ મીઠી અને મોહક વાર્તા છે. તે એક જવાબદાર પિતા અને 'મામાજી' દ્વારા તેમના બાળકોને ભારતીય સંસ્કૃતિમાં લગ્નની પરંપરા અપનાવવા માટે સમજાવવાનો એક અનોખો વિચાર રજૂ કરે છે. ભારતના વિવિધ રાજ્યોમાં અનેક પરિવારોમાં આવી ઘટનાઓ બને છે. આ વાર્તામાં નવદંપતી અને તેમના પરિવારો દ્વારા ગંગા કિનારે આવેલા પવિત્ર સ્થળો, જેમાં કોલકાતા, બોધગયા અને બનારસનો સમાવેશ થાય છે, લગ્ન પછીના પ્રવાસનું પણ સુંદર વર્ણન કરવામાં આવ્યું છે. 'રહસ્યમય હનીમૂન' શીર્ષક યોગ્ય રીતે પસંદ કરવામાં આવ્યું છે, કારણ કે તે ભારતીય સંસ્કૃતિના પૌરાણિક કથા અને વારસાને સમાવિષ્ટ કરે છે. ટૂંકમાં, તે ડૉ. અરવિંદ ઘોષ દ્વારા લખાયેલ એક સુંદર, વાર્તા પુસ્તક છે.

શ્રી અરવિંદો ઘોષ દાદા મને 20 વર્ષથી વધુ સમયથી ઓળખે છે, જ્યારે અમે સિલ્વાસામાં હતા. હું તેમને પહેલી વાર એક સ્થાનિક કોલેજના પ્રિન્સિપાલ તરીકે મળ્યો હતો અને તેમના મોહક વ્યક્તિત્વ અને અભિવ્યક્ત રીતભાતથી તેમનું ગહન જ્ઞાન તરત જ

છતું થઇ ગયું. આપણા ખૂબ જ આદરણીય અરવિંદ ઘોષ દાદા પાસે ગણિત આંકડાશાસ્ત્ર અને અર્થશાસ્ત્રમાં બેવડી પીએચડી છે. ૧૯૪૭માં ભાગલપુર (બિહાર)માં જન્મેલા, તેમની પાસે સમૃદ્ધ સાંસ્કૃતિક અને શૈક્ષણિક પૃષ્ઠભૂમિ છે. સાહિત્યમાં તેમનું યોગદાન બંગાળી, હિન્દી, મરાઠી અને ગુજરાતી સહિત અનેક ભાષાઓમાં ફેલાયેલું છે, અને તેઓ ચારેય ભાષાઓ તેમજ અંગ્રેજી પર અસ્ખલિત પ્રભુત્વ ધરાવે છે. તેમના પત્ની ડૉ. શારદા ઘોષ પણ એક સિદ્ધહસ્ત વ્યક્તિ છે, જેમણે સોલિડ સ્ટેટ ફિઝિક્સમાં પીએચડીની ડિગ્રી મેળવી છે અને યુનિવર્સિટી-સ્તરના સંશોધન માર્ગદર્શક તરીકે સેવા આપી છે. ઘોષ દાદા માત્ર એક વિદ્વાન જ નહીં પણ એક પ્રખ્યાત કલાકાર પણ છે. સુરતમાં તેમના ઘરને એક કલા સંગ્રહાલયમાં પરિવર્તિત કરવામાં આવ્યું છે, જ્યાં કેનવાસ પરના તેમના ચિત્રો, પોટ્રેટ અને હસ્તકલા પ્રદર્શિત કરવામાં આવ્યા છે. પ્રિય ઘોષ દાદા, અમે બધા કલા અને સાહિત્યમાં તમારા સતત યોગદાન માટે આદર, પ્રેમ અને પ્રાર્થના કરીએ છીએ. ભારતને આવા પ્રતિભાશાળી અને સાંસ્કૃતિક રીતે સમૃદ્ધ ધરતીના પુત્ર પર ગર્વ થવા દો.

જય હિન્દ.

બિબેકાનંદ બાસુ

સામગ્રી

લેખકનું હૃદય બહાર	1
પૃષ્ઠભૂમિ	4
પ્રસ્તાવના	7
પ્રકરણ એક	10
પ્રકરણ બે	20
પ્રકરણ ત્રણ	38
પ્રકરણ ચાર	45
પ્રથમ ક્રિયાપ્રતિક્રિયા	72
પ્રકરણ પાંચ	88
પ્રકરણ છ	120
સાતમો પ્રકરણ	234
ઉપસંહાર	239
લેખક વિશે	242

અરવિંદ ઘોષ

લેખકનું હૃદય બહાર

એક ધમધમતા ભારતીય ઘરના હૃદયમાં, જ્યાં વર્ષો જૂની પરંપરાઓના પડઘા કોરિડોરમાં ગુંજતા રહે છે, ત્યાં એક શાંત છતાં નિર્વિવાદ પરિવર્તન થઈ રહ્યું છે. આ પરિવાર, સમૃદ્ધ અને પોતાના સાંસ્કૃતિક વારસામાં ઊંડે સુધી મૂળ ધરાવતો, બદલાતી દુનિયાના વળાંક પર આવીને ઉભો છે. પરંપરા, જે એક સમયે પરિવારને એકતામાં રાખતી હતી, હવે યુવા પેઢીની મહત્વાકાંક્ષાઓને કારણે સતત ધોવાણનો સામનો કરી રહી છે.

આ યુવા પેઢી, તીક્ષ્ણ અને મહત્વાકાંક્ષી, એવા વાતાવરણમાં ઉછરી છે જ્યાં શિક્ષણને બીજા બધા કરતા ઉપર માન આપવામાં આવે છે. નાનપણથી જ, તેમને શીખવવામાં આવે છે કે સફળતા તેમનો જન્મસિદ્ધ અધિકાર છે, પરંતુ જો તેઓ તેના માટે અવિરત નિશ્ચય સાથે કામ કરે તો જ. તેઓ સખત અભ્યાસ કરે છે, ભારતની સૌથી પ્રતિષ્ઠિત સંસ્થાઓમાં સ્થાન મેળવવા માટે ઉગ્ર સ્પર્ધા કરે છે. તેમના પ્રયત્નોને એવી ડિગ્રીઓથી પુરસ્કૃત કરવામાં આવે છે જે તેમના વતનથી ઘણી દૂરની દુનિયા, તક, સમૃદ્ધિ અને આશાસ્પદ દુનિયાના દ્વાર ખોલે છે.

આ પ્રશંસા સાથે, તેઓ વિદેશમાં સાહસ કરે છે, ઘણીવાર વિકસિત દેશોમાં પહોંચે છે જે એવી તકો આપે

છે જે ભારત આપી શકતું નથી. ત્યાં, તેઓ માત્ર વ્યાવસાયિક સફળતા જ નહીં, પણ સાંસ્કૃતિક સીમાઓ પાર કરતા વ્યક્તિગત સંબંધો પણ શોધે છે. તેઓ વિવિધ પૃષ્ઠભૂમિના વ્યક્તિઓને મળે છે, જે તેમને વિચારવાની, રહેવાની અને પ્રેમ કરવાની નવી રીતોનો પરિચય કરાવે છે. અનિવાર્યપણે, કેટલાક લોકો વિદેશી મૂળના કોઈના પ્રેમમાં પડી જાય છે, અને આવા સંબંધો ઘણીવાર જે સ્વતંત્રતા અને સ્વતંત્રતાનું પ્રતિનિધિત્વ કરે છે તેના પ્રત્યે આકર્ષાય છે.

ઘરે પાછા ફર્યા પછી, તેમના પરિવારો આ ઘટનાઓને ગર્વ અને ચિંતાના મિશ્રણથી જુએ છે. એક સમયે પોતાના બાળકોની સિદ્ધિઓની ઉજવણી કરતા માતાપિતા હવે તે સફળતાઓના પરિણામોનો સામનો કરી રહ્યા છે. એક સમયે તાકાત અને સુરક્ષાનો સ્રોત રહેતો સંયુક્ત પરિવાર, હવે તણાવના સંકેતો બતાવવાનું શરૂ કરે છે. પરંપરાઓનું પાલન કરવામાં પોતાનું જીવન વિતાવનારા વડીલો, તેમના બાળકો જે પસંદગીઓ કરી રહ્યા છે તેની સાથે તેમના મૂલ્યોનું સમાધાન કરવા માટે સંઘર્ષ કરે છે.

આ નાજુક સંતુલનમાં, ભારતીય સંસ્કૃતિનો પાયો, સંયુક્ત પરિવારનો ખ્યાલ ક્ષીણ થવા લાગે છે. આધુનિકતા અપનાવી ચૂકેલા બાળકો માટે તેમના વડીલોની અપેક્ષાઓનું પાલન કરવું વધુને વધુ મુશ્કેલ બની રહ્યું છે. તેઓ પોતાનું ભવિષ્ય તેમણે અપનાવેલી ભૂમિમાં જુએ છે, જ્યાં વ્યક્તિગત આકાંક્ષાઓને સામૂહિક પરંપરાથી ઉપર રાખવામાં આવે છે. પારિવારિક જવાબદારીઓ દ્વારા નિર્ધારિત જીવનમાં પાછા ફરવાનો વિચાર એક

ડગલું પાછળ હટવા જેવો લાગે છે, તેમની મહેનતથી મેળવેલી સ્વતંત્રતાનું બલિદાન.

છતાં, આ ધીમા બગાડ વચ્ચે, કેટલાક પરિવારો તેમની પરંપરાઓને વળગી રહેવાનું સંચાલન કરે છે, પરંતુ મોટી મુશ્કેલી વિના નહીં. તેના માટે સતત સમજાવટ, ખુલ્લા મનનો સંવાદ અને બંને પક્ષે અનુકૂલન સાધવાની તૈયારીની જરૂર છે. વડીલોએ એ સ્વીકારવાનું શીખવું જોઈએ કે તેમના બાળકોની પસંદગીઓ તેમના મૂલ્યોનો અસ્વીકાર નથી કરતી, પરંતુ તેમના ઉત્ક્રાંતિનો સંકેત આપે છે. યુવા પેઢીએ, બદલામાં, તેમના સાંસ્કૃતિક મૂળના મહત્ત્વને ઓળખવું જોઈએ અને તેમની આકાંક્ષાઓ અને તેમની જવાબદારીઓ વચ્ચે સંતુલન શોધવાનો પ્રયાસ કરવો જોઈએ.

પરંતુ આ સફળતાઓ દુર્લભ છે. મોટાભાગે, વિદેશમાં સફળતાની શોધ એક મૃગજળ બની જાય છે; એક સ્વપ્ન જે પરિપૂર્ણતાનું વચન આપે છે પરંતુ તે પારિવારિક બંધનોની કિંમતે જે એક સમયે સાચી ખુશી આપતા હતા. એક સમયે ભારતીય સ્થિતિસ્થાપકતા અને એકતાનું પ્રતીક રહેલું સંયુક્ત કુટુંબ ધીમે ધીમે પણ સતત વિખેરાઈ રહ્યું છે, અને એક એવી પરંપરાના ઝાંખા પડઘા પાછળ છોડી રહ્યું છે જે એક જ સમયે નહીં, પરંતુ પ્રગતિના નામે ટુકડા કરીને ખોવાઈ ગઈ હતી.

અરવિંદ ઘોષ
સુરત: ૦૧/૦૭/૨૦૨૪

પૃષ્ઠભૂમિ

પાર્થના માતા-પિતા, ઘણી રીતે પ્રગતિશીલ હોવા છતાં, લગ્નની વાત આવે ત્યારે પરંપરામાં મૂળ ધરાવે છે. તેઓએ હંમેશા સ્વપ્ન જોયું છે કે તેમના લગ્ન એક એવી છોકરી સાથે થાય જે તેમની સંસ્કૃતિ, મૂલ્યો અને સૌથી અગત્યનું, તેમના વારસાને શેર કરે. તેમના દીકરાનો લગ્ન એક વિદેશી સાથે થાય, જે કદાચ તેમના રિવાજોની ગૂંચવણો સમજી શકતો નથી, જે કદાચ પોતાની ભાષા પણ બોલી શકતો નથી, તે વિચાર તેમને અસ્વસ્થતાથી ભરી દે છે. તેમના માટે, તે ફક્ત લગ્ન વિશે નથી; તે એક વંશ, પેઢી દર પેઢી ચાલતી આવતી જીવનશૈલીને જાળવવા વિશે છે.

પરિવારના વડા, પાર્થના દાદીની હાજરીથી પરિસ્થિતિ વધુ જટિલ બની જાય છે. તે પરંપરાનું મૂર્ત સ્વરૂપ છે, જેણે સમાજમાં ધીમે ધીમે થતા ફેરફારો જોયા છે પરંતુ તેના સમયની માન્યતાઓને અડગપણે વળગી રહી છે. તેમના માટે, પૌત્ર-પૌત્રીઓ ફક્ત પરિવારના સભ્યો નથી; તેઓ પરિવારના વારસાના વાહક છે. પોતાના પ્રિય પૌત્રનો પોતાની સંસ્કૃતિની બહારની કોઇ વ્યક્તિ સાથે લગ્ન કરવાનો વિચાર પણ અગમ્ય છે. તેણીને ડર છે કે તે તેમની ઓળખના સારને પાતળું કરી દેશે.

જેમ જેમ પરિવાર આ મૂંઝવણનો સામનો કરે છે, તેમ તેમ તણાવ વધે છે. પોતાના જીવનસાથી પ્રત્યેના પ્રેમ

અને પરિવાર પ્રત્યેના ઊંડા આદર વચ્ચે ફસાયેલો પાર્થ, પોતાના જીવનનો સૌથી પડકારજનક નિર્ણય લેવાનો સામનો કરે છે. તેના માતાપિતા તેને સમજાવવાનો પ્રયાસ કરે છે, સમજાવે છે કે તેઓ તેની લાગણીઓ સમજે છે, પરંતુ તેઓ એવા લગ્નને માફ કરી શકતા નથી જે તેમણે તેને શીખવેલી દરેક બાબતની વિરુદ્ધ જાય. તે તેને સામાજિક અપેક્ષાઓ, વિસ્તૃત પરિવારના અભિપ્રાય અને તેના કારણે તેની દાદી પર પડેલા ભાવનાત્મક પ્રભાવની યાદ અપાવે છે.

દાદી, તેમના શાંત પણ મક્કમ સ્વભાવમાં, તેમની નિરાશા વ્યક્ત કરે છે, અને સ્પષ્ટ કરે છે કે તેમની ખુશી પાર્થને તેમની જ સંસ્કૃતિની સ્ત્રી સાથે લગ્ન કરતા જોવામાં રહેલી છે. તે પોતાની ઇચ્છા લાદતી નથી, પરંતુ તેનું મૌન દર્દ ઘણું બધું કહી જાય છે, જે પાર્થના હૃદય પર ભારે પડે છે.

આજ્ઞાપાલનના દુર્લભ પ્રદર્શનમાં, શું પાર્થ તેના પરિવારની ઇચ્છાઓને પ્રાથમિકતા આપવાનું નક્કી કરશે? શું તે પોતાના સંબંધો તોડી નાખશે, ભારત પાછો આવીને પોતાની પાસેથી અપેક્ષિત ભૂમિકા ભજવશે? જ્યારે તેનું હૃદય દુખે છે, ત્યારે શું તેને એ જાણીને સાંત્વના મળશે કે તે તેના પરિવારને પ્રિય લાગે છે તે મૂલ્યોનું પાલન કરે છે. શું ગેરસમજ દૂર થશે અને ઘરમાં શાંતિ પાછી આવશે, પણ કિંમત ચૂકવીને?

આ વાર્તા ઘણા ભારતીય પરિવારો દ્વારા સામનો કરવામાં આવતી પરંપરાગત મૂંઝવણને પ્રતિબિંબિત કરે છે; પ્રેમ અને ફરજ વચ્ચે, જૂના અને નવા વચ્ચે અને

વ્યક્તિગત ખુશી અને સામૂહિક અપેક્ષાઓ વચ્ચેનો ખેંચતાણ. તે દાદા-દાદી અને પૌત્ર-પૌત્રીઓ વચ્ચેના અનોખા બંધનને પણ પ્રકાશિત કરે છે, જ્યાં દાદા-દાદીનો પ્રભાવ જીવન બદલનારા નિર્ણયોને આકાર આપી શકે છે. અંતે, તે સમાધાન, સ્વીકૃતિ અને આગામી પેઢીના જીવનને આકાર આપવામાં પરંપરાની અદમ્ય શક્તિની વાર્તા છે.

અરવિંદ ઘોષ

પ્રસ્તાવના

એવી દુનિયામાં જ્યાં પરંપરાઓ ઘણીવાર આધુનિક આકાંક્ષાઓ સાથે અથડાય છે, "રહસ્યમય હનીમૂન" પારિવારિક પ્રેમ, સાંસ્કૃતિક મૂલ્યો અને સમયના અનિવાર્ય પસાર થવાની હૃદયસ્પર્શી વાર્તા રજૂ કરે છે. આ મનોહર વાર્તાના લેખક તરીકે, મને મારા વાચકો સાથે એક એવી વાર્તા શેર કરવામાં આનંદ થાય છે જે નવી શરૂઆતના આનંદ અને વિદાયના કડવા-મીઠા સારનું મિશ્રણ કરે છે.

આ પુસ્તક ત્રણ ગુજરાતી પરિવારો પર કેન્દ્રિત છે, જે ફક્ત લોહીના સંબંધથી જ નહીં પરંતુ એકતાની ગહન ભાવનાથી બંધાયેલા છે. તેના હૃદયમાં દાદી અને તેમના પ્રિય પૌત્ર વચ્ચેનો કરુણ સંબંધ રહેલો છે. જ્યારે તે તેની દુલ્હન સાથે નવા જીવનની અણી પર ઉભો છે, ત્યારે દાદીને એ અનુભૂતિ થાય છે કે તેમનો સાથે વિતાવેલો સમય ક્ષણિક છે. તેનો પૌત્ર તેની નવી પત્ની સાથે ટૂંક સમયમાં યુનાઇટેડ સ્ટેટ્સ જવા રવાના થવાનો છે, તે ભવિષ્યની આશા અને વિદાયના દુઃખ બંનેનું પ્રતીક છે. પોતાના પૌત્રને હનીમૂન પર જવા દેવાની માતાની અનિચ્છા માત્ર એક ભાવનાત્મક વિનંતી કરતાં વધુ છે; તે તેના ઊંડા પ્રેમ અને તેના પોતાના મૃત્યુની કઠોર સ્વીકૃતિનો પુરાવો છે. તેણીને ખાતરી છે કે આ તેણીના પૌત્ર અને તેની દુલ્હન સાથે ક્ષણો શેર કરવાની છેલ્લી

તક હશે, એક વાસ્તવિકતા જે તેના હૃદય પર ભારે ભાર મૂકે છે.

અમદાવાદના હૃદયમાં, જ્યાં ભારતીય શાસ્ત્રીય સંગીતનો લય હવામાં ગુંજી ઉઠે છે, ત્યાં બે યુવતીઓ તેમના સપનાના આરે ઉભી છે. સ્વરાંજલિ અને સંગીતા, પાકા મિત્રો, માત્ર સંગીત પ્રત્યે પ્રેમ જ નહીં પરંતુ એક ઊંડો, અતૂટ બંધન ધરાવે છે. જોકે, ગુજરાત યુનિવર્સિટીમાંથી ભારતીય શાસ્ત્રીય સંગીતમાં માસ્ટર્સ પૂર્ણ થવાના સમયે તેમના રસ્તા અલગ થઇ જાય છે. સ્વરાંજલિ, પોતાની શાંત હાજરી અને અડગ નિશ્ચય સાથે, સંગીતની દુનિયામાં વધુ ઊંડા ઉતરવાનું સ્વપ્ન જુએ છે. તેણીની મહત્વાકાંક્ષા ભારતીય શાસ્ત્રીય સંગીતમાં પીએચ.ડી. કરવાની છે, એક એવી યાત્રા જે તેણીએ લગ્નનો વિચાર કરતા પહેલા જ પૂર્ણ કરવાનું નક્કી કર્યું છે. તેમના મામાજી, જે તેમના જીવનભર આધારસ્તંભ રહ્યા, તેમણે તેમને ખાતરી આપી છે કે તેમના સ્વપ્ન સાથે કોઇ સમાધાન કરવામાં આવશે નહીં. તેમના મજબૂત ટેકાથી, સ્વરાંજલિ પોતાના જીવનના નિશ્ચિત ધ્યેય વિશે આત્મવિશ્વાસ અને તણાવમુક્ત થઇને આગળ વધે છે.

તેનાથી વિપરીત, તેની મિત્ર સંગીતા, તેના અસીમ જુસ્સા અને ઉર્જા સાથે, વિદેશમાં જીવનનું સ્વપ્ન જુએ છે. તે એક NRI સાથે લગ્ન કરીને વિદેશમાં સ્થાયી થવા માંગે છે, આ સ્વપ્ન તેના માતાપિતા દ્વારા પાળવામાં આવે છે જેઓ યોગ્ય જીવનસાથીની શોધમાં છે. સંગીતાની આકાંક્ષાઓ નવી ક્ષિતિજો શોધવાની અને અજાણ્યાને સ્વીકારવાની ઇચ્છામાં મૂળ ધરાવે છે.

અરવિંદ ઘોષ

વિશ્વભરમાં, કેલિફોર્નિયાના ધમધમતા શહેરમાં, એક ખૂબ જ પ્રતિભાશાળી, ઉર્જાવાન અને સુંદર યુવાન પાર્થ દવે એક મોટી અમેરિકન બેંક માટે નાણાકીય સલાહકાર તરીકે સફળ કારકિર્દી બનાવી છે. અમદાવાદના એક પ્રખ્યાત ગુજરાતી વેપારી પરિવાર દેવાંગભાઇ અને ફાલ્ગુની દવેનો પુત્ર પાર્થ, આધુનિક અમેરિકન જીવનશૈલી હોવા છતાં, ભારતીય મૂળમાં જ સ્થિર છે. તેમના પરિવાર, ખાસ કરીને તેમના દાદી, જેમને તેઓ 'બા' કહીને સંબોધે છે, તેમના પૌત્ર પાર્થના લગ્ન જોવાની તીવ્ર ઇચ્છા ધરાવે છે. તે પાર્થને એક ભારતીય છોકરી સાથે સેટલ થાય અને સાથે મળીને તેમનું ભવિષ્ય નક્કી કરે તે જોવા માંગે છે. શું બા ની ઈચ્છા ક્યારેય પૂરી થશે? કે પછી તે નિરાશ થશે? ચાલો, માનવીય વર્તણૂકની જટિલતાઓના કિસ્સામાં પરિવારના સભ્યો વચ્ચે ભાવનાત્મક પારિવારિક બંધન કેવી રીતે પ્રગટ થાય છે તેનું અન્વેષણ કરીએ.

પ્રકરણ એક
જીગ્નેશભાઈનો વારસો:
ગુજરાતી પરિવારની વાર્તા.

જીગ્નેશભાઈ દેસાઈ મજબૂત સિદ્ધાંતો અને સમર્પણના માણસ હતા. ગુજરાતના અમદાવાદમાં જન્મેલા અને ઉછરેલા, તેમણે સખત મહેનત અને ખંતથી પોતાનો વ્યવસાય પાયાથી ઊભો કર્યો. તેમની ઉધોગસાહસિક ભાવનાએ તેમને માત્ર સફળતા જ નહીં પરંતુ સમુદાયમાં આદર પણ અપાવ્યો. જીગ્નેશભાઈ એક સમર્પિત પારિવારિક માણસ હતા, જેમણે તેમની પ્રેમાળ પત્ની કિરણબેન સાથે ખુશીથી લગ્ન કર્યા. તેમને બે બાળકોનો આશીર્વાદ મળ્યો: હિરેન નામનો પુત્ર અને માલતી નામની પુત્રી. હિરેનભાઈ માલતીબેન કરતા દસ વર્ષ મોટા હતા. નાનપણથી જ, તેમણે જવાબદારીની ભાવના દર્શાવી જે તેમના વર્ષોને ખોટી લાગતી હતી. મોટા ભાઈ તરીકે, તેમણે પોતાની બહેન માલતીનું રક્ષણ અને માર્ગદર્શન હંમેશા માટે કરવાનું પોતાના પર લીધું. ભાઈ-બહેનો વચ્ચેનો સંબંધ મજબૂત હતો, જે તેમના માતાપિતા અને તેમના ઘર પ્રત્યેના સહિયારા પ્રેમથી વધુ મજબૂત બન્યો. માલતી આનંદ અને સર્જનાત્મકતાનો સમૂહ હતી. બાળપણમાં જ સંગીત પ્રત્યેનો તેમનો પ્રેમ સ્પષ્ટ થઈ ગયો હતો. તે ઘણીવાર ગીતો ગાતી અને

સાંજની પ્રાર્થના દરમિયાન તેની માતા દ્વારા ગવાયેલા પરંપરાગત ભારતીય ગીતોથી મોહિત થતી. તેમની પ્રતિભાને ઓળખીને, જીગ્નેશભાઈ અને કિરણબેને તેમને ભારતીય શાસ્ત્રીય સંગીત પ્રત્યેના તેમના જુસ્સાને આગળ વધારવા માટે પ્રોત્સાહિત કર્યા. આ ઉછેરતા વાતાવરણે માલતીને એક પ્રતિભાશાળી ગાયિકા બનવામાં મદદ કરી, જે તેના સાંસ્કૃતિક મૂળ સાથે ઊંડે સુધી જોડાયેલી હતી.

વળાંક

દેસાઈ પરિવાર માટે જીવન વ્યવસાય અને સંગીતનું મિશ્રણ હતું, અમદાવાદના ધમધમતા બજારોમાં જીગ્નેશભાઈની દુકાન પરિવાર માટે સ્થિર અને ઉચ્ચ આવક પૂરી પાડતી હતી. તેમના પુત્ર હિરેનભાઈએ ઉચ્ચતર માધ્યમિક શાળાની પરીક્ષા પાસ કર્યા પછી, કોલેજમાં ભણતી વખતે તેમના પિતાને દુકાનમાં મદદ કરવાનું શરૂ કર્યું. તેમણે પોતાના શિક્ષણ અને દુકાનમાં વ્યવસાયિક જવાબદારીઓનું સંતુલન નોંધપાત્ર રીતે સરળતાથી કર્યું, જેનાથી તેમના પિતા ગર્વ અનુભવતા હતા.

જોકે, જીવનમાં એક દુઃખદ વળાંક આવ્યો જ્યારે જિગ્નેશભાઈ અને તેમના પત્ની કિરણબેન બંને મુંબઈથી લગ્ન સમારોહમાં હાજરી આપીને પાછા ફરતી વખતે એક જીવલેણ કાર અકસ્માતનો ભોગ બન્યા. બંનેનું ઘટનાસ્થળે જ મોત નીપજ્યું. હિરેનભાઈ ઘટનાસ્થળે દોડી ગયા પરંતુ તેમને મૃત હાલતમાં જોયા. પરિવારની દુનિયા બરબાદ થઈ ગઈ. હિરેનભાઈ હજુ

કિશોરાવસ્થાના અંતમાં હતા, તેમને પરિવારના વડાની ભૂમિકા સોંપવામાં આવી. જવાબદારીનું વજન ઘણું હતું, પરંતુ હિરેનભાઇએ દૃઢ નિશ્ચય અને પરિપક્વતા સાથે આ પ્રસંગનો સામનો કર્યો. તેમણે કોલેજ છોડી દેવાનો અને પરિવારના વ્યવસાયને ચલાવવા માટે પોતાને સંપૂર્ણપણે સમર્પિત કરવાનો મુશ્કેલ નિર્ણય લીધો. તેમનો મુખ્ય ધ્યેય એ હતો કે માલતી તેમના માતાપિતાની ગેરહાજરીમાં પડેલો ખાલીપો અનુભવે નહીં. હિરેનભાઈનું પોતાના પરિવાર પ્રત્યેનું સમર્પણ અતૂટ હતું. તે માલતી માટે પિતા સમાન વ્યક્તિ બન્યો, અને આવા મુશ્કેલ સમયમાં તેને જરૂરી ટેકો અને પ્રેમ પૂરો પાડ્યો.

નવી શરૂઆત

હિરેનભાઇએ વ્યવસાય અને પરિવાર બંનેની કમાન સંભાળી લેતા, તેમણે ટૂંક સમયમાં જ પોતાને એક સક્ષમ અને ચતુર ઉદ્યોગપતિ તરીકે સાબિત કરી દીધા. તેમના પ્રયત્નોથી ખાતરી થઈ કે તેમના પરિવારની આર્થિક સ્થિરતા અકબંધ રહે. પણ તેનું ધ્યાન ફક્ત દુકાન પર જ નહોતું. તેમણે માલતીના શિક્ષણ અને સંગીત પ્રત્યેના તેના જુસ્સા પર પણ ખૂબ ધ્યાન આપ્યું. હિરેનભાઈ નિયમિતપણે નવરાત્રના કાર્યક્રમોમાં અથવા તેમના સમાજના કાર્યક્રમોમાં તેમના પ્રદર્શનમાં હાજરી આપતા; હંમેશા તેમને પ્રેક્ટિસ માટે પ્રોત્સાહિત કરતા અને ખાતરી કરતા કે તેમની પાસે શ્રેષ્ઠ સંગીત ગુરુઓ હોય.

જ્યારે માલતી એકવીસ વર્ષની થઈ, ત્યારે તે સામાજિક મેળાવડામાં એક સામાન્ય મિત્ર દ્વારા ધર્મેશભાઈ નામના

યુવાન અને સમૃદ્ધ ઉદ્યોગપતિને મળી. તેઓ એકબીજાને ગમતા હતા. પરંતુ તેણીએ આ બાબત તેના મોટા ભાઈને જણાવવાનું નક્કી કર્યું. જ્યારે હિરેનભાઈને ખબર પડી કે તેણી ધર્મેશભાઈ પ્રત્યે પ્રેમ કરે છે, ત્યારે સમય બગાડ્યા વિના તેઓ છોકરાની આર્થિક સ્થિતિ જોવા માટે તેના ઘરે ગયા. તેને આનંદથી આશ્ચર્ય થયું કે તેણે પોતાનો પરિવાર ખૂબ જ નમ્ર જોયો. પરિવારનો વ્યવસાય સફળ રહ્યો અને તેને ખાતરી હતી કે તેની બહેને તેના જીવનસાથી તરીકે એક સંપૂર્ણ પુરુષ પસંદ કર્યો છે. જોડાણ નક્કી થયું અને લગ્નની તારીખ જાહેર કરવામાં આવી. તેમના લગ્ન એક આનંદદાયક પ્રસંગ હતો, જે પરંપરાગત ઉત્સાહ અને સમગ્ર સમુદાયના આશીર્વાદ સાથે ઉજવવામાં આવ્યો હતો. બહેનને તેના જીવનના એક નવા અધ્યાયમાં પ્રવેશતા જોઈને હિરેનભાઈનું હૃદય ગર્વથી ફૂલી ગયું. માલતીની ખુશી તેમના માટે સર્વોપરી હતી, અને તેને ધર્મેશભાઈ સાથે સ્થાયી થતી જોઈને તેમને અપાર આનંદ અને ખુશી મળી.

નવદંપતીએ સાથે સુખી જીવન વિતાવ્યું અને ટૂંક સમયમાં માલતીએ એક સુંદર બાળકીને જન્મ આપ્યો. પરિવાર તેને સંગીત સાથે સંબંધિત નામ આપવા માંગતો હતો. ઘણી વિચાર-વિમર્શ પછી, તેમણે સ્વરાંજલિ નામ અંતિમ સ્વરૂપ આપ્યું, જેનો અર્થ ભગવાનને મધુર અવાજ અર્પણ કરવો થાય છે. હિરેનભાઈએ એવું પણ સૂચન કર્યું કે ઘરે બાળકને સ્વરા તરીકે સંબોધવું જોઈએ, બીજું કંઈ નહીં. સદનસીબે સ્વરાને તેની માતાનો સંગીત પ્રેમ વારસામાં મળ્યો હતો અને ખૂબ જ નાની ઉંમરથી તેણે નોંધપાત્ર પ્રતિભા દર્શાવી હતી. તે ઘણીવાર માલતી

સાથે ગાતી, તેનો મધુર અવાજ આખા ઘરમાં ગુંજી ઉઠતો, જેનાથી તેના પરિવારને ખૂબ આનંદ થતો.

સ્વરાંજલિની યાત્રા

સ્વરાંજલિનું તેના મામાજી હિરેનભાઈ સાથેનું બંધન અસાધારણ હતું. માતા-પિતા તરફથી પ્રેમ અને સંભાળ હોવા છતાં, હિરેનભાઈ જ તેમના હૃદયમાં ખાસ સ્થાન ધરાવતા હતા. તે તેનો આત્મવિશ્વાસ, માર્ગદર્શક અને સૌથી મોટો સમર્થક હતો. બદલામાં, હિરેનભાઈ તેમની ભત્રીજીને ખૂબ પ્રેમ કરતા હતા અને તેમનામાં સંગીત પ્રત્યેનો એ જ જુસ્સો જોતા હતા જેણે તેમની બહેનના શરૂઆતના વર્ષોને વ્યાખ્યાયિત કર્યા હતા. સ્વરાની સંગીત યાત્રાને તેની માતાએ ખૂબ જ કાળજીપૂર્વક પોષી હતી અને હિરેનભાઈએ તેને ટેકો આપ્યો હતો. કિશોરાવસ્થામાં પહોંચ્યા ત્યાં સુધીમાં, તે વિવિધ સ્થાનિક કાર્યક્રમોમાં પ્રદર્શન કરી રહી હતી અને તેની અસાધારણ પ્રતિભા માટે તેને ઓળખ મળી હતી. હિરેનભાઈએ ખાતરી કરી કે સ્વરાને શ્રેષ્ઠ સંગીત શિક્ષકો અને સંસાધનો મળે, અને તેણીને સફળ થતી જોવા માટે તેઓ કટિબદ્ધ હતા. જેમ જેમ સ્વરા મોટી થતી ગઈ, તેમ તેમ ભારતીય શાસ્ત્રીય સંગીત પ્રત્યેનું તેનું સમર્પણ વધુ ગાઢ બનતું ગયું. તેણીએ સંગીતમાં પોતાની કારકિર્દી બનાવવાનું નક્કી કર્યું. પરિવારના ટેકાથી તેમણે ભારતીય શાસ્ત્રીય સંગીતનો અભ્યાસ કરવા માટે ગુજરાત યુનિવર્સિટીમાં પ્રવેશ મેળવ્યો. તેણીની વર્ષોની કઠોર તાલીમ અને નિષ્ઠા રંગ લાવી અને તેણીએ અભ્યાસમાં ઉત્કૃષ્ટ દેખાવ કર્યો અને માર્ગમાં પ્રશંસા અને પુરસ્કારો મેળવ્યા.

એકવીસ વર્ષની ઉંમરે, સ્વરા ગુજરાત યુનિવર્સિટીમાંથી સંગીતમાં માસ્ટર ડિગ્રી મેળવવાની નજીક હતી. સ્વરાના થિયરી પેપરની પરીક્ષા પૂરી થઇ ગઈ હતી. હવે તે તેની અંતિમ પ્રેક્ટિકલ પરીક્ષાની રાહ જોશે. યુનિવર્સિટીના ઓડિટોરિયમમાં આયોજિત થનારી એક ખુલ્લી મજલિશ અથવા સંગીત સમારોહ હશે. વિવિધ વિષયોના સમગ્ર પ્રોફેસર અને વિધાર્થી સમુદાયને આમંત્રિત કરવામાં આવશે અને સ્વરા પ્રેક્ષકો સમક્ષ પોતાનું પ્રદર્શન રજૂ કરશે. બાહ્ય પરીક્ષક ગુણ આપતા પહેલા તેના પ્રદર્શનનું મૂલ્યાંકન કરશે. નિર્ણાયક પ્રકિયા દરમિયાન પ્રેક્ષકોની પ્રતિક્રિયા પણ ગણવામાં આવશે. ઉપરાંત, સમગ્ર કાર્યક્રમનું આયોજન પરીક્ષાર્થીઓ દ્વારા તેમની આયોજન ક્ષમતાનું મૂલ્યાંકન કરવા માટે કરવામાં આવશે. હિરેનભાઇને જે ગર્વ અને આનંદ થયો તે શબ્દોની બહાર હતો. પોતાની પ્રિય સ્વરા એક સફળ ગાયિકા તરીકે મોટી થઇ છે અને ટૂંક સમયમાં પોસ્ટ ગ્રેજ્યુએટની પરીક્ષા પાસ કરશે તે જોઇને તેને ખૂબ જ આનંદ થયો.

મામાજીનું સ્વરાને આપેલું વચન

ભારતીય પરિવારોમાં, જો કોઇ છોકરી વીસીની ઉંમરે પહોંચે છે, તો પરિવાર, સંબંધીઓ અને સમુદાય પણ છોકરીના લગ્ન યોજના વિશે જિજ્ઞાસાશીલ બને છે. સ્વરાના કિસ્સામાં પણ તેનો અપવાદ નહોતો. પરંતુ સ્વરાએ પોતાના માટે એક અલગ જ ધ્યેય રાખ્યો હતો. તેણીએ ભારતીય શાસ્ત્રીય સંગીતમાં સંશોધન કરવા અને 'તાનસેન ઘરાના'માં પીએચડી પૂર્ણ કરવાનું નક્કી કરી લીધું હતું. તેણી જાણતી હતી કે તેના પરિવારના

સભ્યો હવે તેના પર લગ્ન કરવા અને સમાધાન કરવા દબાણ કરશે. તેથી એક દિવસ તેણી તેના મિત્ર, ફિલોસોફર અને માર્ગદર્શક સાથે બંધ થઇ ગઇ, જે તેના મામાજી સિવાય બીજું કોઇ નહોતું.

તેણીએ તેને કહ્યું, "મામાજી, તમે જાણો છો કે હું તમારા પર કેટલો નિર્ભર છું. મારા આખા જીવનમાં મેં ક્યારેય તમારી આજ્ઞાનું ઉલ્લંઘન કર્યું નથી. તમે જે કંઇ કહ્યું, મેં તેનું પાલન કર્યું અને ઊલટું પણ. હવે મારી પાસે તમારી પાસેથી એક વિનંતી અથવા માંગ છે. મને ખબર છે કે તમે બધા મારા લગ્ન વિશે વાત કરવા લાગ્યા છો. પણ તમને ખબર છે ને કે હું સંગીતમાં મારી કારકિર્દી બનાવવા માંગુ છું. મારા અનુસ્નાતક થયા પછી, હું યુનિવર્સિટીમાં પીએચ.ડી. સ્કોલર તરીકે નોંધણી કરાવીશ. મેં અમારા સંગીત વિભાગના વડા સાથે વાત કરી લીધી છે. તે મને માર્ગદર્શન આપવા તૈયાર છે. ગુજરાત યુનિવર્સિટીમાં પીએચ.ડી. સુધીના સંશોધનનો લઘુત્તમ સમયગાળો ત્રણ વર્ષનો છે. તો આજે તમારે મને વચન આપવું પડશે કે ગમે તે થાય, મારા પરિવારના કોઇ સભ્ય મારા લગ્ન વિશે વાત કરશે ત્યારે તમે કોઇની સાથે સહમત થશો નહીં.

મામાજીએ એક ક્ષણ માટે વિચાર્યું. સ્વરાએ ક્યારેય આટલી તીવ્રતાથી કંઇ પૂછ્યું નહોતું. તેણે હસીને પોતાનો જમણો હાથ તેના માથા પર રાખ્યો અને કહ્યું, "ઠીક છે, હું તને વચન આપું છું કે આગામી ત્રણ વર્ષ સુધી કોઇ તને લગ્ન માટે દબાણ નહીં કરે જ્યાં સુધી તું બીજું કોઇ નક્કી ન કરે. ખાતરી રાખો. પણ ત્રણ વર્ષ પછી, તમારું પીએચ.ડી. પૂર્ણ થાય કે ન થાય, તમારે મારી વાત

સાંભળવી પડશે. જો મને તમારા માટે યોગ્ય જીવનસાથી મળે, તો તમારે લગ્ન માટે સંમતિ આપવી પડશે. મને વાત આપો". સ્વરા ખૂબ ખુશ હતી. તેણીએ સહેલાઈથી પોતાનો શબ્દ આપ્યો. આ અડગ સમર્થનથી સ્વરા સંપૂર્ણપણે તેના સંગીત અભ્યાસ પર ધ્યાન કેન્દ્રિત કરી શકી.

મામાજીનો પરિવાર

માલતીબેનના ધર્મેશભાઈ સાથે લગ્ન થયા પછી અને તેમના નવા જીવનની શરૂઆત કરવા ગયા પછી, હિરેનભાઈને આ દુનિયામાં એકલાપણું લાગ્યું. માલતી જ તેના ભાઈના લગ્નની જવાબદારી લેવા આગળ આવી. ટૂંક સમયમાં જ તેને એક વેપારી ઘરમાંથી યોગ્ય છોકરી મળી ગઈ. ખૂબ જ ધામધૂમથી તેમના લગ્ન થયા.

હિરેનભાઈ દેસાઈ ગુજરાતના અમદાવાદમાં એક જાણીતા વ્યક્તિ હતા. તેઓ દેસાઈ સમુદાયના વડા હતા. હિરેનભાઈની સકારાત્મક સંડોવણી વિના લગભગ બધા જ સામાજિક મેળાવડા અધૂરા રહેતા. તેઓ એક પરોપકારી પણ હતા. તેઓ પોતાના નફાનો એક ભાગ પોતાના સમાજનું ઋણ ચૂકવવા માટે અલગ રાખતા હતા, જેના કારણે તેમને નામ, ખ્યાતિ અને આદરણીય સ્થાન મળ્યું છે. આર્થિક રીતે નબળા પિતાની દીકરીના લગ્ન હોય કે મંદિરનું નવીનીકરણ હોય, હિરેનભાઈ હંમેશા મદદગાર રહ્યા. તેમને ખૂબ જ નાની ઉંમરે તેમના પિતા જીજ્ઞેશભાઈની ઉધ્યોગસાહસિક ભાવના અને કૌટુંબિક વ્યવસાય ચલાવવાની જવાબદારી વારસામાં મળી હતી, પરંતુ તેમણે વ્યવસાયિક જવાબદારીઓનો

ભાર તેમના સક્ષમ પુત્ર ભાવિકને સોંપ્યો હતો. હિરેનભાઈને બે બાળકો હતા; પુત્ર ભાવિક અને પુત્રી કાવ્યા.

ભાવિકે કૌટુંબિક વ્યવસાયમાં સરળતાથી પ્રવેશ કર્યો, અને તેમના સમૃદ્ધ સાહસમાં મહત્વપૂર્ણ ભાગીદાર બન્યો. હિરેનભાઈ ગુજરાત માટે ગોવિંદ મિલના કાપડ ઉત્પાદનોના એકમાત્ર વિતરક હતા. ભાવિકે તેનો વિસ્તાર રાજસ્થાન સુધી પણ વિસ્તાર્યો હતો. હિરેનભાઈ અને તેમના પુત્ર ભાવિકે પરંપરાગત મૂલ્યોને સમકાલીન પ્રથાઓ સાથે જોડીને વ્યવસાયનો વિસ્તાર અને આધુનિકીકરણ કર્યું હતું.

ભાવિક માત્ર એક ઉદ્યોગપતિ નથી પણ એક સ્વપ્નદ્રષ્ટા છે, જે હંમેશા ઉદ્યોગસાહસિકતાને વિકસાવવા માટે નવીન રીતો શોધે છે. તેમના ગતિશીલ અભિગમ અને તીક્ષ્ણ વ્યવસાયિક કુશળતાએ તેમને આટલી નાની ઉંમરે ઉદ્યોગમાં માન આપ્યું છે. વ્યાવસાયિક જવાબદારીઓ હોવા છતાં, ભાવિક તેના પરિવાર સાથે ઊંડે સુધી જોડાયેલો રહે છે, જેથી તેમનું બંધન મજબૂત અને અતૂટ રહે. હિરેનભાઈ પાસે હવે પરોપકારી પ્રવૃત્તિઓ માટે અને માલતીના પરિવાર, ખાસ કરીને સ્વરાની સંભાળ રાખવા માટે પૂરતો સમય છે.

હિરેનભાઈની દીકરી કાવ્યા તેના ભાઈ ભાવિક અને પિતરાઈ બહેન સ્વરા બંને કરતાં નાની છે. તેણી સ્વરા સાથે ખાસ બંધન ધરાવે છે. આ બંને ફક્ત પિતરાઈ બહેનો જ નહીં પણ બેસ્ટ ફ્રેન્ડ્સ પણ છે. કાવ્યા તેના આકર્ષક વ્યક્તિત્વ અને દયાળુ હૃદયથી સ્વરાના વધુ

ચિંતનશીલ અને કલાત્મક સ્વભાવને પૂરક બનાવે છે. સાથે મળીને તેઓ પરસ્પર વિશ્વાસ અને સમજણ બનાવે છે. સ્વરા અને કાવ્યાની મિત્રતા પરિવારના સુમેળનો એક પાયો છે. તેઓ રહસ્યો, સપના અને આકાંક્ષાઓ શેર કરે છે, એક સુરક્ષિત જગ્યા બનાવે છે જ્યાં તેઓ પોતાનું સાચું સ્વરૂપ બની શકે. તેમનો બંધન પરસ્પર વિશ્વાસ અને સમજણમાંથી આવતી શક્તિનું સુંદર ઉદાહરણ છે.

પ્રકરણ બે
અમદાવાદનો દવે પરિવાર

અમદાવાદનો દવે પરિવાર એક આદરણીય અને સમૃદ્ધ પરિવાર છે, જે આધુનિકતાની આકાંક્ષાઓને સ્વીકારતી વખતે ગુજરાતી પરંપરાઓમાં ઊંડા મૂળ ધરાવે છે. શ્રી દેવાંગભાઈ અને શ્રીમતી ફાલ્ગુની દવેએ મારુતિ કાર વેચાણના વ્યવસાયમાં પોતાનું એક આગવું સ્થાન બનાવ્યું છે, ગુજરાતના લગભગ દરેક શહેરમાં ચાલીસથી વધુ શોરૂમ ધરાવે છે. તેમની કુશળતા ફક્ત મારુટી વાહનોની વિશાળ શ્રેણીના તમામ સેગમેન્ટના ટેકનિકલ સ્પષ્ટીકરણ સુધી મર્યાદિત નથી, પરંતુ તેમના ગ્રાહકોની વિકસતી જરૂરિયાતોને સમજવા સુધી વિસ્તરે છે. આ કુશળતાએ તેમને વર્ષોથી તેમના કરોડો રૂપિયાના વ્યવસાયને નોંધપાત્ર રીતે વિસ્તૃત કરવાની મંજૂરી આપી છે. તેમનો વ્યવસાયિક દર્શન એ માન્યતામાં મૂળ ધરાવે છે કે ગ્રાહક સંતોષ સર્વોપરી છે, આ સિદ્ધાંત તેમણે તેમની વિશાળ ટીમના દરેક સભ્યમાં સ્થાપિત કર્યો છે. લોકોની માંગ પર, તેમણે તાજેતરમાં ગુજરાત રાજ્યની રાજધાની ગાંધીનગરમાં તેમનો પિસ્તાળીસમો શોરૂમ ખોલ્યો.

શક્તિ અને કૃપાના સ્તંભ, શ્રીમતી ફાલ્ગુની દવે, તેમના પતિના વ્યવસાયિક કૌશલ્યને તેમના તીક્ષ્ણ નાણાકીય

મન અને અસાધારણ સંગઠનાત્મક કૌશલ્યથી પૂરક બનાવે છે. તે વ્યવસાયના નાણાકીય પાસાઓનું સંચાલન કરવામાં મુખ્ય ભૂમિકા ભજવે છે, જેથી કંપનીના કાર્યો સરળતાથી અને કાર્યક્ષમ રીતે ચાલે તે સુનિશ્ચિત થાય. બુકકીપિંગ અને નાણાકીય આયોજન પ્રત્યેનો તેમનો ઝીણવટભર્યો અભિગમ વ્યવસાયના વિકાસ અને સ્થિરતામાં મહત્વપૂર્ણ રહ્યો છે. તે સંસ્થાના એકાઉન્ટ્સ વિભાગના વડા છે. ડેવ વિવિધ સામુદાયિક પ્રવૃત્તિઓમાં પણ ઊંડાણપૂર્વક સંકળાયેલા છે, ઘણીવાર તેમના રોટારી ક્લબ દ્વારા સખાવતી કાર્યક્રમોનું આયોજન કરે છે, જેના દ્વારા તેઓ તાજેતરમાં ઉત્તર ગુજરાત વિસ્તારના નેતા તરીકે ચૂંટાયા છે. તેઓ સ્થાનિક સાંસ્કૃતિક કાર્યક્રમોમાં પણ ભાગ લે છે, હંમેશા મુખ્ય પ્રાયોજક હોય છે, જે સ્થાનિક જવાબદારી પ્રત્યેની તેમની ઊંડી પ્રતિબદ્ધતા દર્શાવે છે.

ડેવ પરિવાર આરામદાયક અને સંતોષકારક જીવનશૈલીનો આનંદ માણે છે, જે તેમની સખત મહેનતના ફળ સૂચવે છે. અમદાવાદમાં તેમનું ઘર આધુનિક સુવિધાઓ અને પરંપરાગત સૌંદર્ય શાસ્ત્રનું મિશ્રણ છે, જે વારસા પ્રત્યેના તેમના આદર અને સમકાલીન સુવિધાઓના તેમના સ્વીકારનું પ્રતીક છે. પરિવારના સૌથી વરિષ્ઠ સભ્ય, દેવાંગભાઈના માતા 'બા', પરિવારના દરેક સભ્ય દ્વારા આદરણીય છે. ત્યાં એક સુંદર પૂજાધર છે જેમાં તેમના પરિવારના દેવતા રાધા-કૃષ્ણ સુંદર વળાંકવાળા આરસપહાણના શિલા પર સ્થાપિત છે. એક વિધિ છે કે બહાર નીકળતા પહેલા, દરેક વ્યક્તિ પહેલા પોતાના કુળદેવતા પાસેથી

આશીર્વાદ લે છે અને પછી બાના ચરણ સ્પર્શ કરીને તેમના આશીર્વાદ લે છે. ડેવ પરિવાર તેમના સમુદાયમાં સારી રીતે માનવામાં આવે છે, જે તેમના આતિથ્ય, ઉદારતા અને પરોપકારી માનસિકતા માટે જાણીતા છે.

તેમનો એકમાત્ર પુત્ર પાર્થ અમેરિકામાં છે. તેણે IIT મુંબઈમાંથી કોમ્પ્યુટર એન્જિનિયરિંગ અને IIM અમદાવાદમાંથી MBA કર્યું છે અને ફાઇનાન્સમાં વિશેષતા ધરાવે છે. ખૂબ જ નાની ઉંમરે, તે યુ.એસ.ની સૌથી મોટી બેંક, જેપી મોર્ગન ચેઝ માટે નેટવર્કિંગમાં સોફ્ટવેર વિકસાવી શક્યો જેણે બેંકને નોંધપાત્ર નાણાકીય લાભ મેળવવામાં મદદ કરી. ત્યારબાદ બેંકે તેમને એશિયા પેસિફિક ક્ષેત્ર માટે નાણાકીય સલાહકારનું પદ ઓફર કર્યું. તે એક ઉચ્ચ મૂલ્યવાન પદ હતું જેમાં ઘણા બધા લાભો હતા. પાર્થને તેના પરિવાર સાથે ખાસ કરીને બા સાથે ખૂબ જ લગાવ હતો. તે વર્ષમાં ઓછામાં ઓછા બે વાર પોતાના પરિવાર સાથે રહેવા માટે ભારત આવતો. પણ તાજેતરમાં પાર્થ લગભગ એક વર્ષથી ઘરે આવ્યો નથી. વળી, તે પહેલાની જેમ તેના પિતા સાથે વાતચીત પણ નથી કરી રહ્યો. શું તે તેમનાથી કંઈક છુપાવી રહ્યો છે? એક દિવસ બાએ તેના દીકરાને પૂછ્યું કે તે તેના પૌત્રને જોવા માંગે છે. જ્યારે દેવાંગભાઈએ અમેરિકામાં તેમના પુત્ર પાર્થને ફોન કર્યો, ત્યારે તેણે વ્યસ્ત હોવાનું કારણ આપીને લાંબી વાત કરવાનું ટાળ્યું. દેવાંગભાઈ ગભરાઈ ગયા. તેણે પોતાની માતા બા અને પત્ની ફાલ્ગુની બંનેને ફોન કરીને પોતાની તકલીફ વર્ણવી. પરિવારનો એકમાત્ર દીકરો હોવાથી, પાર્થ ત્રણેયનો આત્મા હતો. તેમને ખબર નહોતી કે પાર્થ

પહેલેથી જ પ્રેમના કાવતરાના જાળમાં ફસાઇ ગયો હતો. પાર્થ કઈ પરિસ્થિતિમાંથી પસાર થઇ રહ્યો છે તેનું ટૂંકું વર્ણન અહીં છે.

લૌરાનો સ્વત્વબોધક પ્રેમ

ઉનાળાની એક સાંજે, પાર્થ એક ખૂબ જ ધનિક ઉધોગપતિ શ્રી રિચાર્ડ વ્હિટમેન દ્વારા આયોજિત એક ભવ્ય પાર્ટીમાં હાજરી આપી. તે પાર્થની બેંકમાં સૌથી મોટા રોકાણકારોમાંનો એક છે. આ કાર્યક્રમ નાણાકીય જગતના જાણીતા લોકો, ઉધોગસાહસિકો, રોકાણકારો અને પ્રભાવશાળી વ્યક્તિઓથી ખૂબ જ ઉત્સાહિત હતો. પાર્થ ભીડમાંથી પસાર થઇને નમ્ર વાતચીત કરી રહ્યો હતો, ત્યારે તેણે રૂમની સામે એક આકર્ષક સ્ત્રી જોઇ. તેણે તેણીને ઓળખી લીધી; તે ઘણી વખત તેની બેંકમાં આવી હતી. તેનું નામ લૌરા હતું. તે પોતાના પરિવારની પરોપકારી પ્રવૃત્તિઓ માટે એક NGO ચલાવતી હતી. પાર્થે તેમના પાંચ વૃદ્ધાશ્રમ ચલાવવા માટે તેણીની આર્થિક સહાય કરી હતી. તે હંમેશા તેની પ્રશંસા કરતો. ક્યારેક તે તેણી સાથે વધુ પરિચિત થવા માંગતો હતો પણ ક્યારેય તેણીને તે માટે પૂછતો નહીં. આજે લૌરા ખૂબ જ સુંદર દેખાતી હતી. તે તેની નજર તેના પરથી હટાવી શક્યો નહીં. લૌરા પોતાની છઠ્ઠી ઇન્દ્રિયથી પાર્થની પોતાના પ્રત્યેની લાગણીનો અંદાજ લગાવી શકતી હતી. તેણીએ પહેલ કરી અને પાર્થ પાસે આવી. ભલે તેઓ એકબીજાને ઓળખતા હતા, પણ પહેલા તેઓ બહુ વાત કરતા નહોતા. લૌરામાં એક સરળ આકર્ષણ હતું, તેના ખભા પર સોનેરી વાળ લહેરાતા હતા અને એક સ્મિત જે રૂમને રોશન કરી શકતું હતું. તેણીમાં

આત્મવિશ્વાસ અને કૃપા દેખાતી હતી. જ્યારે તેણે લૌરાને પોતાની સામે જોઈ, ત્યારે તે થોડો મૂંઝાઈ ગયો. તે તેણીને 'હેલો' કહેવાનું પણ ભૂલી ગયો. હસતાં હસતાં લૌરાએ પાર્થ તરફ હાથ લંબાવ્યો. પાર્થે લગભગ કોઈ હિપ્નોટાઇઝ્ડ પુરુષની જેમ તેનો હાથ મિલાવ્યો અને કંઈ કહ્યું નહીં. લૌરા તેની ગભરાટ સમજી શકતી હતી. તેણીએ હસીને કહ્યું, "હાય, હું લૌરા છું. હું તમારી બેંકમાં પહેલા પણ આવ્યો છું. અમે બંને એકબીજાને ઓળખીએ છીએ. શું આપણે ક્યાંક બેસીને સાથે કોફી પી શકીએ?"

"અરે હા. ચોક્કસ, કૃપા કરીને આવો. પાર્થે તેને ખૂણાના ખાલી ટેબલ તરફ દોરી.

તેઓ સોફા પર સાથે બેઠા, અને બંને માટે કોફીનો ઓર્ડર આપ્યો. તેઓ એક પણ શબ્દ બોલ્યા નહીં. બંને એકબીજાના શરૂ થવાની રાહ જોઈ રહ્યા હતા. વેઇટર આવ્યો અને કોફી પીરસ્યો. લૌરાએ પાર્થ માટે કોફી તૈયાર કરી અને દૂધ અને ખાંડ માંગી. પાર્થે કહ્યું, "દૂધ નહીં, ખાંડ નહીં". આકસ્મિક રીતે, લૌરાને પણ દૂધ કે ખાંડ વગરની કોફી પસંદ હતી.

"જો હું ખોટો ન હોઉં, તો તું ઘણા સમયથી મારી સામે જોઈ રહ્યો હતો. મિસ્ટર પાર્થ, તમે કંઈક કહેવા માંગો છો?"

રંગે હાથે પકડાયો, લાલ ચહેરાવાળો પાર્થે છુપાવવાનું નહીં પણ કબૂલાત કરવાનું નક્કી કર્યું.

તેણે કહ્યું, "હા લૌરા, તું આજે રાત્રે એટલી સુંદર લાગી રહી છે કે હું તારા પરથી મારી નજર હટાવી શક્યો નહીં.

પણ તમે આ કેવી રીતે અનુમાન લગાવી શકો? શું તમે પણ મારી પાછળ આવ્યા છો?" લૌરાએ હા પાડી. પાર્થ ખૂબ ખુશ હતો. અચાનક, તે સોફા પરથી ઊભો થયો, લૌરા તરફ ઝૂકીને હાથ લંબાવ્યો અને કહ્યું, "ચાલો હવે આપણે ઔપચારિક રીતે પોતાનો પરિચય આપીએ. હું પાર્થ અમદાવાદ, ભારતનો છું અને જેપી મોર્ગન ચેઝ સાથે નાણાકીય સલાહકાર તરીકે સંકળાયેલો છું. હું પાંચ વર્ષથી અમેરિકામાં છું અને અહીં સ્થાયી થવા માંગુ છું. લૌરાએ પાર્થનો હાથ પકડ્યો, જોરથી હલાવ્યો અને કહ્યું, "હાય, હું લૌરા વ્હિટમેન છું. હું મારા પિતા રિચાર્ડ વ્હિટમેનના વ્યવસાયિક સામ્રાજ્યનો એકમાત્ર વારસદાર છું. હું એક NGO ચલાવું છું જે વૃદ્ધોની સંભાળ રાખે છે. તમને મળીને મને ખૂબ આનંદ થયો. હું તમારી તેજસ્વીતાથી ખરેખર પ્રભાવિત થયો છું. નાણાકીય વર્તુળમાં લોકો તમારા વિશે વાત કરે છે. મારા પિતા પણ તમારા વિશે વાત કરી રહ્યા હતા. તે પણ તમને મળવા માંગે છે. જો આપણે તેની પાસે જઈને "હેલો" કહીએ તો તે ખૂબ ખુશ થશે. જો તમને કોઈ વાંધો ન હોય તો શું આપણે હવે જઈ શકીએ?"

"કેમ નહિ, ચોક્કસ, શ્રી વ્હિટમેનને મળવું મારા માટે એક લહાવો હશે. ચાલો જઈએ." પાર્થે લૌરાને જવાબ આપ્યો.

બંને રૂમની મધ્યમાં ચાલવા લાગ્યા જ્યાં શ્રી વ્હિટમેન જેપી મોર્ગન ચેઝના વાઇસ ચેરમેન સાથે વાત કરી રહ્યા હતા. કદાચ શ્રી વ્હિટમેન તેમની પુત્રી પર નજર રાખી રહ્યા હતા. જેવી તેને ખબર પડી કે લૌરા તેની તરફ આવી રહી છે, તે તેના સાથી પાસેથી વિદાય લઈને લૌરા અને પાર્થ તરફ આવ્યો. પાર્થે લૌરાના પિતા સાથે હાથ

મિલાવવાને બદલે, ભારતીય શૈલીમાં શ્રી વ્હિટમેનનું સ્વાગત કર્યું, બંને હથેળીઓ છાતી પાસે જોડીને કહ્યું, "નમસ્તે".

પાર્થના આ વર્તનથી શ્રી વ્હિટમેન ખુશ થઈ ગયા. તેણે પણ પાર્થની જેમ જ બદલો આપ્યો. પાર્થે વાતચીત શરૂ કરી. તેમણે કહ્યું, "ભારતમાં, જ્યારે પણ આપણે કોઈ વૃધ્ધ વ્યક્તિને પહેલી વાર મળીએ છીએ, ત્યારે આપણે તેમના પગ સ્પર્શ કરીએ છીએ અથવા હાથ જોડીને તેમનું સ્વાગત કરીએ છીએ. હવે અમેરિકાની જેમ, ચાલો પણ હાથ મિલાવીએ. પાર્થે હાથ લંબાવ્યો અને કહ્યું, "હું ભારતનો પાર્થ છું." શ્રી વ્હિટમેને પાર્થ સાથે હાથ મિલાવ્યા એટલું જ નહીં, પણ તેને પોતાના હૃદયની નજીક લઈ ગયા અને ગળે લગાવીને કહ્યું, "લૌરાએ તારા વિશે વાત કરી છે, તે તને પસંદ કરે છે. મને પણ તું ગમે છે. તમે એક સારા વ્યક્તિ છો જે જૂની પારિવારિક પરંપરાનું ધ્યાન રાખે છે. હું ખૂબ પ્રભાવિત છું.

રિચાર્ડ લૌરા તરફ જોયું અને કહ્યું, "હું તમારા નવા મિત્રથી પ્રભાવિત છું. કોઈ દિવસ તેને અમારા હવેલીમાં આમંત્રણ આપો. ઓકે મિસ્ટર પાર્થ, મારે બીજા મહેમાનો સાથે વાત કરવા જવું પડશે. આશા છે કે જલ્દી મળીશું. બાય, તું ધ્યાન રાખજે." શ્રી વ્હિટમેન તે સ્થળ છોડીને બીજા મહેમાનોને મળવા ગયા.

દૃશ્યમાન નિકટતા

આગામી થોડા અઠવાડિયામાં, પાર્થ અને લૌરા એકબીજાને વધુ વારંવાર મળવા લાગ્યા. એક સાંજે

લૌરાએ પાર્થને તેના ઘરે જમવા માટે આમંત્રણ આપ્યું. જ્યારે પાર્થ ત્યાં પહોંચ્યો, ત્યારે તે રિચાર્ડ વ્હિટમેનના વિશાળ અને અદભુત હવેલીને જોઇને આશ્ચર્યચકિત થઇ ગયો. લૌરા તેને લેવા માટે બહાર રાહ જોઈ રહી હતી. તેઓ સુરક્ષાકર્મીઓની વચ્ચેથી પસાર થઇને અંદર આવ્યા. રિચાર્ડ વ્હિટમેન લિવિંગ રૂમમાં રાહ જોઈ રહ્યો હતો. વિશાળ લિવિંગ રૂમની ઝગમગતી લાઇટિંગ અને સજાવટ પાર્થને પ્રભાવિત કરવા માટે પૂરતી હતી. શ્રી રિચાર્ડે તેને પીણું આપ્યું. પાર્થે હાર્ડ ડ્રિંકનો ઇનકાર કર્યો; તેના બદલે તેણે નારંગીનો રસ પસંદ કર્યો. પાર્થ સાથે વાતચીત કર્યા પછી અને તેના પરિવાર અને તેમના વ્યવસાય વિશે માહિતી એકત્રિત કર્યા પછી, રિચાર્ડ તેમને ત્યાં જ મૂકીને રૂમમાંથી બહાર નીકળી ગયો.

પાર્થની નમ્રતાથી લૌરા ખૂબ પ્રભાવિત થઇ. તે તેની નજીક આવી અને સોફા પર તેની બાજુમાં બેઠી. તેણીએ તેનો હાથ પકડીને કહ્યું,

"પાર્થ, મને ખબર નથી પડતી કે તને કેવી રીતે કહેવું. તું પહેલો વ્યક્તિ છે જે મને આટલો બધો ગમે છે. અમેરિકા એક ખુલ્લો સમાજ છે. અહીં કોઇને પરવા નથી કે કોણ કોને મળી રહ્યું છે. મારા શિક્ષણ અને વ્યવસાય દરમિયાન હું ઘણા યુવાનોને મળ્યો છું, પણ મને ક્યારેય કોઈ માટે આટલી લાગણી નહોતી થઇ જેટલી મને તમારા માટે છે. હું મારા પિતાથી કંઇ છુપાવતો નથી. મારી માતા હવે આ દુનિયામાં નથી. મારા પિતા મારા માટે બધું જ છે. તે ફંક્શનમાં તમને મળતા પહેલા મેં તેમને તમારા વિશે કહ્યું હતું. મારા વ્યાવસાયિક કામ માટે હું તમને પહેલા પણ ઘણી વાર મળ્યો હતો. મેં તમને

તમારી પાસે આવનાર દરેકને મદદ કરતા જોયા છે. તમારા સૌહાર્દપૂર્ણ સ્વભાવથી હું પ્રભાવિત થયો છું. મારા પિતાએ મને પરવાનગી આપે તે પહેલાં, તેમણે તમારી સંસ્થામાં તમારા વિશે પૂછપરછ કરી. તે બેંકમાં અમારું મોટું રોકાણ છે. તેઓ તમારા વિશે માહિતી શેર કરવામાં ખુશ થયા. તેઓએ તમારા એકંદર વ્યક્તિત્વ અને તમારા વ્યવસાય પ્રત્યેના સમર્પણ માટે તમારી પ્રશંસા કરી. તો પછી મારા પિતાએ મને તમને મળવાની પરવાનગી આપી છે. પાર્થ, હું કબૂલ કરું છું, કદાચ હું તને ગમવા લાગ્યો છું. કદાચ હું તને પ્રેમ કરું છું. કદાચ હું હંમેશા તમારી સાથે રહેવા માંગુ છું. મને ખબર નથી કે તમને મારા વિશે કેવું લાગે છે, તેથી હું થોડો મૂંઝવણમાં છું. કૃપા કરીને મને મારા વિશેની તમારી લાગણીઓ જણાવો. મને તમારી વાત સાંભળવા ખૂબ જ ઉત્સુકતા છે."

લૌરાએ પોતાની લાંબી વાત પૂરી કરી અને પાર્થના જવાબની રાહ જોઈ.

પાર્થ થોડીવાર લૌરા તરફ જોતો રહ્યો, તેનો હાથ મજબૂતીથી પકડી રાખ્યો અને કહ્યું, "તને ખબર છે લૌરા, હું કોઈ બહિર્મુખી વ્યક્તિ નથી. હું તમને મારી લાગણી કહેવા માંગતો હતો, પણ હિંમત ભેગી કરી શક્યો નહીં. હવે જ્યારે તમે મને તમારી લાગણી વિશે કહ્યું, તો હું પણ મારા હૃદયના વિચારો તમને વ્યક્ત કરવા માંગુ છું, હું તમને પ્રેમ કરું છું લૌરા. હું તમારી સાથે રહેવા માંગુ છું. શું આપણે લગ્ન કરીને કાયમ પતિ-પત્ની તરીકે રહી શકીએ છીએ?"

અરવિંદ ઘોષ

પાર્થે કોઇ પણ જાતનો સંકોચ રાખ્યા વિના પોતાની લાગણીઓ વ્યક્ત કરી. અચાનક, પાર્થ ચૂપ થઇ ગયો. તે લૌરાના હાથ તરફ જોવા લાગ્યો અને થોડીવાર ચૂપ રહ્યો. લૌરાએ પાર્થના વર્તનમાં અચાનક ફેરફાર જોયો. તેણીએ પાર્થને તેની પાછળનું કારણ પૂછ્યું. પાર્થે એકાદ મિનિટ રાહ જોઇ અને કહ્યું,

"લૌરા, તું ભાગ્યશાળી છે કે તું તારા પિતા સાથે રહે છે જે તને ખૂબ પ્રેમ કરે છે. હું એટલો ભાગ્યશાળી નથી. મારા માતા-પિતા ખરેખર રત્નો છે. તેઓ મને ખૂબ પ્રેમ કરે છે. વધુમાં, મારા દાદી, જેમને આપણે બા કહીએ છીએ, તે ખૂબ જ પ્રેમાળ છે કે હું તેમના પ્રત્યેના અનુભવનું વર્ણન કરી શકતો નથી. હું મૂર્ખ છું. મેં તેમને અમારા વિશે કંઇ કહ્યું નથી. અમે એક રૂઢિચુસ્ત પરિવાર છીએ. જ્યારે તેઓ અમારા વિશે સાંભળશે ત્યારે તેમની પ્રતિક્રિયા શું હશે તે મને ખબર નથી. સૌ પ્રથમ મારે તેમને તમારા વિશે જાણ કરવી પડશે અને પછી જ હું તમને મારી અંતિમ સંમતિ આપી શકીશ. મને ખાતરી છે કે, મારા માતા-પિતા અને બા તરફથી લીલી ઝંડી ન મળે ત્યાં સુધી તમને મારા અંતિમ જવાબની રાહ જોવામાં કોઇ વાંધો નહીં આવે."

પાર્થે પોતાના વર્તન બદલ માફી માંગી. લૌરાએ હસીને કહ્યું, "મારા માટે ઠીક છે પ્રિય. તમારા માતા-પિતાને પૂછો કે અમે પ્રેમમાં છીએ અને લગ્ન કરીને અહીં સ્થાયી થવા માંગીએ છીએ. તેમને એ પણ જણાવો કે હું મારા પિતાના અબજો ડોલરના સામ્રાજ્યનો એકમાત્ર વારસદાર છું. તે તમારું પણ હશે. તે તેમને પ્રભાવિત કરી શકે છે.

રાત્રિભોજન પછી, પાર્થ રિચાર્ડ મેન્શનથી નીકળી ગયો. પાછા ફરતી વખતે, તે લૌરાના છેલ્લા વાક્ય વિશે વિચારી રહ્યો હતો. તેના પિતાની સંપત્તિ તેના માતાપિતાને પ્રભાવિત કરવા માટે તેમને જણાવવાનો તેણીનો આગ્રહ તેને ગમ્યો નહીં. તે બેચેન અને મૂંઝવણમાં મુકાઈ ગયો. તે ન તો તેના માતાપિતા સાથે વાત કરી શકતો હતો કે ન તો લૌરા સાથે મુક્તપણે વાત કરી શકતો હતો. તે સમયે જ્યારે તેને તેના પિતાનો ફોન આવ્યો ત્યારે તેણે માફી માંગી. તે પોતાના પરિવાર સાથે વાત કરવાનું ટાળતો હતો.

એક દિવસ, લૌરાના પિતા રિચાર્ડ વ્હિટમેને પાર્થને ખાનગી વાતચીત માટે આમંત્રણ આપ્યું. તેઓ રિચાર્ડના અભ્યાસ ખંડમાં મળ્યા, જે ચામડાથી બાંધેલા પુસ્તકો અને પ્રાચીન ફર્નિચરથી ભરેલો ભવ્ય ઓરડો હતો. શ્રી રિચાર્ડ સીધા મુદ્દા પર આવ્યા.

તેણે પાર્થને કહ્યું, "પાર્થ, મેં જોયું છે કે મારી દીકરી લૌરા તારાથી કેટલી ખુશ છે. અમારા પરિવારનો ઘણો પ્રભાવ અને સંસાધનો છે. જો તમે અને લૌરા લગ્ન કરવાનું નક્કી કરો છો, તો અમે ખાતરી કરીશું કે તમને એવી તકો મળે જે તમારી સંપત્તિને અબજ ડોલરથી વધુ બનાવી શકે.

પાર્થ આ ઓફરથી ચોંકી ગયો. તે હંમેશા મહત્વાકાંક્ષી રહ્યો હતો, પણ પોતાની દૃષ્ટિએ. આટલી મોટી સંપત્તિની સંભાવના લલચાવતી હતી, પણ તેનાથી તે બેચેન પણ થતો હતો. તેમણે શ્રી રિચાર્ડનો તેમની ઓફર બદલ આભાર માન્યો પણ સમજાવ્યું કે તેમના નિર્ણયો ફક્ત

પૈસાથી પ્રેરિત નથી. રિચાર્ડ ફરી એકવાર પાર્થથી પ્રભાવિત થયો.

આઘાતજનક આશ્ચર્ય

પાર્થના પિતા દેવાંગભાઈ મૂંઝાયેલા છતાં ગભરાયેલા હતા. આ પહેલી વાર હતું જ્યારે પાર્થ તેની સાથે નિખાલસ નહોતો. તે ક્યારેય પોતાના પરિવારથી કંઈ છુપાવતો નથી. પરિવારના બીજા સભ્યો, જેમ કે ફાલ્ગુનીબેન અને બા, પણ મૂંઝવણમાં હતા. પાર્થને શું થયું હશે? શું તે ઠીક છે? કોઈ છોકરી છે? હે ભગવાન! બાએ તરત જ તેમના દીકરા દેવાંગભાઈને કહ્યું કે તે અમેરિકામાં કોઈને પૂછીને સત્ય શોધે. દેવાંગભાઈએ સમય બગાડ્યો નહીં. તેણે અમેરિકામાં રહેતા તેના પિતરાઈ ભાઈ મયંકભાઈને ફોન કર્યો અને પાર્થની વિગતો આપી. તેમણે સત્ય શોધવા વિનંતી કરી. મયંકભાઈ પાર્થને બાળપણથી ઓળખતા હતા. પાર્થ અમેરિકામાં તેના ઘરે નિયમિત મુલાકાતી હતો. તાજેતરમાં તે તેના ઘરે આવ્યો ન હતો. તે પણ જિજ્ઞાસુ બન્યો. તેમણે તેમના પુત્ર જીગરને તપાસ કરવા અને સત્ય શોધવા કહ્યું. જ્યારે જીગરે જાણ કરી કે તે જાણતો હતો કે પાર્થ ઘણી જાહેર સ્થળોએ એક અમેરિકન છોકરી સાથે જોવા મળે છે, ત્યારે મયંકભાઈએ તેમના પુત્રને આ બાબત અગાઉ ન જણાવવા બદલ ઠપકો આપ્યો. જીગર તેના પિતા સાથે દલીલ કરતો ન હતો કારણ કે તે યુએસમાં ખૂબ જ સામાન્ય હતું. ગમે તે હોય, તેણે તેના પિતાને ખાતરી આપી કે તે ટૂંક સમયમાં છોકરીની વિગતો શોધી કાઢશે. એક અઠવાડિયામાં જ તક મળી

ગઈ. ભારતના સ્વતંત્રતા દિવસની ઉજવણી માટે ભારતીય સમુદાયનો એક મેળાવડો યોજાયો હતો. બીજાઓ વચ્ચે પાર્થ લૌરા સાથે આવ્યો. લૌરાને ફંકશનમાં જોડાતી જોઈને બધા ખૂબ ખુશ થયા. લોકોની માંગ પર, પાર્થે લૌરાનો પરિચય કરાવ્યો અને તેના કૌટુંબિક પૃષ્ઠભૂમિ વિશે જણાવ્યું. રિચાર્ડ વ્હિટમેન એક મોટું નામ છે. તેથી જ્યારે તેમને ખબર પડી કે પાર્થ બિઝનેસ ટાયફૂનની પુત્રીને ડેટ કરી રહ્યો છે ત્યારે તેઓ આશ્ચર્યચકિત થઈ ગયા. જીગર પાર્થ અને લૌરા પાસે આવ્યો. પાર્થે તેના પિતરાઈ ભાઈનો પરિચય કરાવ્યો. તેઓએ એક ગ્રુપ ફોટો લીધો. પાર્થને ખબર નહોતી કે આ ફોટો ટૂંક સમયમાં ભારતમાં તેના પિતા સુધી પહોંચશે.

જ્યારે દેવાંગભાઈએ પાર્થનો અમેરિકન છોકરી સાથેનો ફોટો જોયો, ત્યારે તેમના પગ ધ્રુજવા લાગ્યા. તે લગભગ સોફા પર ઢળી પડ્યો. થોડા સમય પછી તે ભાનમાં આવ્યો અને સામાન્ય થઈ ગયો. પરિવારના બધા સભ્યોએ પાર્થને એ વાતનો અહેસાસ ન થવા દેવાનું નક્કી કર્યું કે ભારતમાં રહેતો તેનો પરિવાર તેના અને લૌરા વિશે બધું જ જાણે છે. રૂઢિચુસ્ત કૌટુંબિક પૃષ્ઠભૂમિ હોવાથી, તેઓ તેમના એકમાત્ર પુત્રના વિદેશી સાથે સંબંધ હોવાની ચિંતા કરતા હતા. તેઓ તેમના સાંસ્કૃતિક તફાવતો અને તેમના પરિવારની પરંપરાઓ પરની અસર વિશે ચિંતિત હતા. ઘણી ચર્ચા-વિચારણા પછી, તેમણે દરમિયાનગીરી કરવાનું નક્કી કર્યું. પાર્થને જાણ કર્યા વિના, તેના માતા-પિતા પાર્થને મળવા અને આ બાબતે ચર્ચા કરવા માટે અમેરિકા ગયા. તેમણે પાર્થને એરપોર્ટ

પર તેમને લેવા આવવાનું પણ કહ્યું નહીં. તેઓ સીધા તેના ઘરે પહોંચ્યા. પાર્થ તેની ઓફિસ જવાની તૈયારી કરી રહ્યો હતો. તે જવાનો જ હતો કે ઘંટડી વાગી. પાર્થને પોતાની આંખો પર વિશ્વાસ ન આવ્યો જ્યારે તેણે અચાનક જોયું કે તેના માતા-પિતા દરવાજા પર ઉભા છે.

પાર્થે કહ્યું, "વાહ!! કેવું આશ્ચર્ય! મને જાણ કર્યા વિના તમે અહીં કેવી રીતે આવ્યા? બધું બરાબર છે ને?"

દેવાંગભાઇ અને ફાલ્ગુનીબેને તેમના દીકરાના ચરણ સ્પર્શ કરતાં તેમને આશીર્વાદ આપ્યા. તેઓએ કંઈ કહ્યું નહીં. દેવાંગભાઇએ તેમના દીકરાને કહ્યું, "તારે ઓફિસ માટે મોડું ન થવું જોઇએ. તું પાછો આવીશ ત્યારે આપણે વાત કરીશું."

પાર્થ પોતાની ગાડી લેવા બહાર ગયો. તે ઓફિસ ગયો. બપોરના ભોજન દરમિયાન તેણે તેના પિતાને ફોન કરીને પૂછ્યું કે શું તેમણે અગાઉ ઓર્ડર કરેલું ભોજન લીધું છે. તેમને તેમના વર્તનમાં કંઈ અસામાન્ય લાગ્યું નહીં. તેણે લૌરાને પણ ફોન કરીને તેના માતા-પિતાના આગમનની જાણ કરી. લૌરા ઉત્સાહિત થઇ ગઇ અને તેને તેના પરિવારની તેની સાથે મુલાકાત ગોઠવવાનું કહ્યું. સાંજે પાર્થ પાછો આવ્યો ત્યારે તેની માતાએ તેને એક કપ કોફી આપી. તેઓ સાથે બેઠા અને વાતચીત શરૂ કરી.

ફાલ્ગુનીબેને તેમના દીકરાને પૂછ્યું, "ગયા જૂનમાં તું પહેલી વાર બાને મળવા આવવાનું ચૂકી ગયો. તે તમને ખૂબ જ યાદ કરી રહી હતી. શું તમે એટલા વ્યસ્ત હતા કે તમારી નિયમિત મુલાકાત છોડી દીધી?" પાર્થ પાસે જવાબ નહોતો. તે લૌરાને છોડીને બે અઠવાડિયા માટે

પણ ભારત જઈ શક્યો નહીં. તે ચૂપ રહ્યો. દેવાંગભાઈએ મૌન તોડ્યું અને પાર્થને પૂછ્યું, "શું તારે અમને કંઈ કહેવું છે કે ખુલાસો કરવો છે દીકરા?"

પાર્થ હજુ પણ ચૂપ રહ્યો. તે લૌરા વિશે સત્ય કહેવાની હિંમત એકઠી કરી શક્યો નહીં. હવે માતાનો વારો છે કે તેઓ દરમિયાનગીરી કરે. તેણે એક ફોટો કાઢ્યો અને પાર્થને આપ્યો અને પૂછ્યું, "તારી સાથે આ છોકરી કોણ છે?"

આ સ્વતંત્રતા દિવસનો ફોટો તેમના પિતરાઈ ભાઈ જીગરભાઈએ લીધો હતો. પાર્થ તે ફોટોગ્રાફ જોઈને ચોંકી ગયો. આ ફોટો તેના માતાપિતા સાથે કેવી રીતે છે! તેમણે જીગરભાઈને આ વિશ્વાસધાત બદલ શાપ આપ્યો. પાર્થને તેના માતાપિતા સાથે વાત કરવાની શક્તિ મળી.

તેણે શરૂઆત કરી, "જુઓ પપ્પા અને મમ્મી, હું શું કહું છું તે ધ્યાનથી સાંભળો. ફોટામાં દેખાતી છોકરીનું નામ લૌરા છે. તે એક NGO ચલાવે છે જે વૃદ્ધોની સંભાળ રાખે છે. તે કરોડપતિ બિઝનેસ ટાયકૂન શ્રી રિચાર્ડ વ્હિટમેનની પુત્રી છે. અમારી બેંકમાં તેમનો નોંધપાત્ર હિસ્સો છે. આ રીતે હું તેણીને મળ્યો. તે મારી ખૂબ સારી મિત્ર છે અને અમે બંને એકબીજાને પસંદ કરીએ છીએ. જો તમે સંમત થાઓ તો આપણે આ જોડાણને અંતિમ સ્વરૂપ આપી શકીએ છીએ.

દેવાંગભાઈ લગભગ ભાંગી પડ્યા અને તેમણે પોતાના દીકરાને કંઈ કહ્યું નહીં. એવું લાગે છે કે બધું જ નક્કી થઈ ગયું છે. તેમના દીકરાએ તેમની લાગણીઓની પરવા કરી

ન હતી. બા વિશે શું? તેણી કેવી પ્રતિક્રિયા આપશે? બા પોતાના પૌત્રને પોતાના કરતાં પણ વધુ પ્રેમ કરે છે. તે તેનો આત્મા છે. જો તે આ સાંભળશે, તો તે અકાળે મૃત્યુ પામશે. ના. ના. આ ન થઈ શકે. આ ગઠબંધન સાકાર ન થવું જોઈએ. લૌરાને આ સંબંધમાંથી બહાર આવવા માટે સમજાવવા માટે તેમને યોગ્ય પગલાં લેવા પડશે. બંને માતાપિતાએ આ પરિસ્થિતિનો કુશળતાપૂર્વક સામનો કરવાનું નક્કી કર્યું. તેમણે પાર્થને વ્હિટમેન પરિવાર સાથે મુલાકાત નક્કી કરવા કહ્યું.

આખરે રાહત મળી

બે દિવસ પછી, ડેવ પરિવારના બધા સભ્યો વાતચીત માટે વ્હિટમેન એસ્ટેટ પહોંચ્યા. તેઓ લૌરાની દુનિયાની ભવ્યતાથી આશ્ચર્યચકિત થઈ ગયા. બંને પરિવારોની પૃષ્ઠભૂમિમાં ઘણો તફાવત હતો. જો તેનો દીકરો આ પ્રકારના પરિવારનો જમાઈ બને તો કોઈ પણ તેને ભાગ્યશાળી માનશે, પણ ડેવ્સ નહીં. શુભેચ્છા પાઠવીને સભાની શરૂઆત થઈ. તે એક ઔપચારિક ઘટના હતી. પાર્થના માતા-પિતાએ સૌપ્રથમ લૌરાના દેખાવ અને વૃદ્ધ લોકોની સંભાળ રાખવા માટેના તેના સામાજિક કાર્યની પ્રશંસા કરી. પછી તેઓએ તેમની વચ્ચેના સાંસ્કૃતિક તફાવત વિશે ચિંતા વ્યક્ત કરી. બંને સંસ્કૃતિઓ વચ્ચે બહુ ઓછી સામાન્ય બાબતો છે. તેઓએ શ્રી વ્હિટમેનને સમજાવવાનો પ્રયાસ કર્યો કે તેમના આંતરસાંસ્કૃતિક લગ્નને કારણે ઘણા સંભવિત પડકારો હશે. બીજી તરફ, લૌરાના પિતાએ પાર્થ પ્રત્યેના તેમના આદર અને દંપતીને ટેકો આપવાની તેમની ઇચ્છા

પર પ્રકાશ પાડ્યો. તેમણે સમજાવવાનો પ્રયાસ કર્યો કે આ દુનિયામાં બહુ ઓછા લોકો પોતાની કારકિર્દીની શરૂઆત અબજ ડોલરની સંપત્તિથી કરશે. આટલી ચર્ચા પછી, એ સ્પષ્ટ થઈ ગયું કે પાર્થના માતા-પિતા પોતાના વલણ પર અડગ છે. તેઓ માનતા હતા કે પાર્થ એવી વ્યક્તિ સાથે વધુ ખુશ રહેશે જેની સાંસ્કૃતિક પૃષ્ઠભૂમિ અને મૂલ્યો સમાન હશે. પાર્થ જાદુમાં બંધાયેલો હતો. તે લૌરાને પ્રેમ કરતો હતો પણ તે તેના પરિવારને બીજા કોઈ પણ વસ્તુ કરતાં વધુ પ્રેમ કરતો હતો. તે હંમેશા તેના માતાપિતાની ઇચ્છાઓનો આદર કરતો. તેણે પોતાને એક દ્વિધામાં જોયો, નિર્ણય લેવામાં મુશ્કેલી પડી રહી હતી. ફરી એકવાર સાથે બેસવાના નિર્ણય સાથે બેઠક અનિર્ણાયક સમાપ્ત થઈ. લૌરા અને પાર્થ વચ્ચે અનેક રાઉન્ડની વાતચીત અને મુલાકાતો પછી, જ્યારે લૌરાને લાગ્યું કે પાર્થ માટે પરિવારની ઇચ્છા વધુ મહત્ત્વપૂર્ણ છે, ત્યારે તેણે તેના નિર્ણયનો આદર કરવાનું નક્કી કર્યું અને અલગ થઈ ગઈ.

તેમની છેલ્લી મુલાકાત પર, લૌરાએ પાર્થને કહ્યું, "પાર્થ, હું તને ખૂબ પ્રેમ કરું છું. હું ઇચ્છું છું કે તું ખુશ રહે, ભલે ગમે તે થાય. તમારા માતા-પિતા ખૂબ સારા છે. જો મારી સાથે રહેવાનો અર્થ એ થાય કે તમે તમારા પરિવાર અને અમારી વચ્ચે ફાટી જશો, તો કદાચ આપણે આપણા સંબંધો પર ફરીથી વિચાર કરવો જોઈએ."

તે બંને એ શબ્દોમાં રહેલી સત્યતા જાણતા હતા. ભારે હૃદય અને આંખોમાં આંસુ સાથે, તેઓએ અલગ થવાનું નક્કી કર્યું, તેઓ સમજી ગયા કે ક્યારેક પ્રેમનો અર્થ છોડી દેવાનો થાય છે. પાર્થના માતા-પિતાને રાહત થઈ જ્યારે

તેમનો દીકરો લૌરા સાથેના સંબંધનો અંત લાવવા માટે સંમત થયો.

દેવાંગભાઇ અને ફાલ્ગુનીબેન બંને પાર્થ સાથે બેઠા અને તેને સમજાવ્યું કે લૌરાનો ફોટો જોયા પછી બાની તબિયત બગડી ગઈ છે, એટલે જ તેમને તાત્કાલિક ત્યાં આવવું પડ્યું. હવે તે શક્ય તેટલી વહેલી તકે તેની પૌત્રીને જોવા માંગે છે. પાર્થ પાસે સંમત થવા સિવાય કોઇ વિકલ્પ નહોતો. તેણે કહ્યું, "ઠીક છે, તું પાછો જા, મારા માટે છોકરી ઠીક કર, હું એક મહિનો ભારતમાં રહીશ, હું તે છોકરી સાથે લગ્ન કરીશ અને તેની સાથે પાછો આવીશ. શું તે તમારા માટે ઠીક છે?" ડેવ્સ ખૂબ ખુશ હતા, તેઓ સંમત થયા અને કહ્યું, "આપણે એક કામ કરી શકીએ છીએ. અમે ન્યૂઝપેપરમાં જાહેરાત આપીશું, કેટલીક છોકરીઓને મળીશું, અને પછી અમે તમને તેમને જોવા માટે શોર્ટલિસ્ટ કરીશું. તમે પણ શોર્ટલિસ્ટેડ છોકરીઓ જુઓ અને તેમાંથી એકને ફાઇનલ કરો. લગ્ન વિધિ વૈદિક વિધિઓ અનુસાર કરવામાં આવશે, અને પછી તમે જે ઇચ્છો તે કરવા માટે સ્વતંત્ર છો.

પાર્થ તેમના પ્રસ્તાવ સાથે સંમત થયો. બીજા દિવસે પાર્થ તેના માતાપિતાને વિદાય આપવા એરપોર્ટ ગયો. ભારે મનથી તે પોતાના એપાર્ટમેન્ટમાં પાછો આવ્યો.

પ્રકરણ ત્રણ
મણિનગરનો ભટ્ટ પરિવાર

અમદાવાદના મણિનગરના ધમધમતા ઉપનગરમાં, પરંપરા અને આધુનિકતાના સંપૂર્ણ મિશ્રણનું ઉદાહરણ આપતો એક પરિવાર રહેતો હતો - ભટ્ટ પરિવાર. પરિવારના વડા ક્યુરભાઇ ભટ્ટ એક પ્રામાણિક અને પ્રેમાળ માણસ હતા. તેમના પત્ની, હેતલબેન, કૃપા અને શાણપણના પ્રતિક હતા. સાથે મળીને, તેમણે પ્રેમ, આદર અને પરસ્પર સહાયતા પર આધારિત જીવનનું નિર્માણ કર્યું હતું. તેઓ છવીસ વર્ષથી ખુશીથી લગ્નજીવનમાં રહ્યા હતા, એક એવી સફર જે સહિયારા સપનાઓ અને ગાઢ સાથીદારીથી ભરેલી હતી.

ક્યુરભાઇ એક સફળ ઉધોગપતિ હતા, જે કૃષિ સાધનોનું કામકાજ કરતા મધ્યમ કદના ઉધોગ ચલાવતા હતા. તેમની કંપની સમગ્ર ગુજરાતમાં સારી રીતે જાણીતી હતી, જે તેના ગુણવત્તાયુક્ત ઉત્પાદનો અને વિશ્વસનીય સેવા માટે જાણીતી હતી. વ્યવસાય ચલાવવાની માંગ હોવા છતાં, ક્યુરભાઇ હંમેશા તેમના પરિવાર માટે સમય બચાવતા હતા જેથી તેઓ ક્યારેય ઉપેક્ષાનો અનુભવ ન કરે. બીજી બાજુ, હેતલબેન ઘરના મુખ્ય સંચાલક હતા. તેમણે ખૂબ કાળજી રાખીને ઘરનું સંચાલન કર્યું, તેમની એકમાત્ર પુત્રી સંગીતા માટે ગરમ અને ઉછેરવાળું

વાતાવરણ બનાવ્યું. હેતલબેનને સંગીતમાં ખૂબ જ રસ હતો અને તેમણે આ જુસ્સો સંગીતાને આપ્યો, જે હવે સંગીતમાં માસ્ટર ડિગ્રી મેળવી રહી હતી. સંગીતાનો સંગીત પ્રત્યેનો પ્રેમ તેની માતાના પ્રેમાળ માર્ગદર્શન હેઠળ ખીલ્યો હતો અને તે પોતે જ એક કુશળ સંગીતકાર બની ગઈ હતી. ભટ્ટની ઊંચી અને સુંદર પુત્રી સંગીતાનો ઉછેર ખૂબ જ પ્રેમ અને સ્નેહથી થયો હતો. બાવીસ વર્ષની ઉંમરે તે એક આકર્ષક યુવતી હતી, જીવન અને મહત્વાકાંક્ષાથી ભરેલી. તેણીની ઉંચાઇ ગર્વનો વિષય હતી અને તેણીની ઓળખનો એક ભાગ બની ગઈ હતી. તેના માતાપિતાએ તેનામાં સખત મહેનત, નમ્રતા અને કરુણાના મૂલ્યો સીંચ્યા હતા. સંગીતાને તેના પિતાનો દૃઢ નિશ્ચય અને તેની માતાની સર્જનાત્મકતા વારસામાં મળી હતી, જેના કારણે તે એક સુસંસ્કૃત વ્યક્તિ બની હતી. સંગીતાનું જીવન તેની શ્રેષ્ઠ મિત્ર સ્વરાંજલિ સાથે ખૂબ જ ગહન રીતે જોડાયેલું હતું. તેઓ બાળપણથી જ અવિભાજ્ય હતા, દરેક આનંદ અને દુઃખ, દરેક રહસ્ય અને સ્વપ્ન શેર કરતા હતા. સ્વરાંજલિ ફક્ત એક મિત્ર જ નહોતી; તે ભાવનાથી એક બહેન હતી. તેમનું બંધન અતૂટ હતું, જે વર્ષોના વિશ્વાસ અને સહિયારા અનુભવો પર બંધાયેલું હતું. સાથે મળીને તેઓએ જીવનના ઉતાર-ચઢાવનો સામનો કર્યો, હંમેશા એકબીજામાં શક્તિ શોધતા રહ્યા. સ્વરાંજલિ પણ ગુજરાત યુનિવર્સિટીમાં ભારતીય શાસ્ત્રીય સંગીતના એમએના અંતિમ વર્ષમાં સંગીતાના જ વર્ગમાં અભ્યાસ કરતી હતી.

મણિનગરમાં ભટ્ટનું ઘર ખુશીઓનું આશ્રયસ્થાન હતું. આ ઘર પરંપરાગત ગુજરાતી સ્થાપત્ય અને આધુનિક

સુવિધાઓનું સુંદર મિશ્રણ હતું. તે એવી જગ્યા હતી જ્યાં હોલમાં હાસ્ય ગુંજતું હતું, અને હેતલબેનની સ્વાદિષ્ટ રસોઈની સુગંધ હવામાં છવાઈ જતી હતી. બીજા સમયે મા-દીકરીની જોડીના સંગીતમય સૂર ઘરમાં ગુંજી ઉઠતા. પરિવારે ખૂબ જ ઉત્સાહથી તહેવારોની ઉજવણી કરી, મિત્રો અને સંબંધીઓને પણ આ ઉત્સવમાં જોડાવા આમંત્રણ આપ્યું. તે પ્રસંગોમાં સ્વરાંજલિની હાજરી અનિવાર્ય હતી. દિવાળી ખાસ કરીને ભવ્ય પ્રસંગ હતો, જેમાં ઘરને તેજસ્વી રંગોળીઓ અને ઝગમગતી રોશનીથી શણગારવામાં આવ્યું હતું.

તેમની ખુશી હોવા છતાં, સંગીતાના હૃદયનો એક ભાગ કંઈક વધુ માટે ઝંખતો હતો. તેના ઘણા પિતરાઈ ભાઈ-બહેનો વિદેશમાં સ્થાયી થયા હતા, પોતાની કારકિર્દી બનાવી રહ્યા હતા અને વિદેશમાં જીવન નિર્માણ કરી રહ્યા હતા. ભારતની મુલાકાત દરમિયાન તેમણે જે વાર્તાઓ શેર કરી તેનાથી સંગીતામાં ગુજરાતની બહારની દુનિયા શોધવાની ઝંખના જાગી. તેણીને પણ વિદેશમાં સ્થાયી થવાની, ત્યાં રાહ જોતી તકો અને સાહસોનો અનુભવ કરવાની ઇચ્છા હતી. સંગીતાનું વિદેશ જવાનું સ્વપ્ન સ્વરાંજલિ સાથે મોડી રાત સુધી થયેલી ઘણી વાતચીતનો વિષય હતો. તેઓ તારાઓ ભરેલા આકાશ નીચે ટેરેસ પર બેસીને પોતાની આકાંક્ષાઓ વિશે વાત કરતા. સ્વરાંજલિ સતત પ્રોત્સાહનનો સ્રોત રહી, જે હંમેશા સંગીતાને તેની ક્ષમતા અને ભવિષ્યમાં રહેલી શક્યતાઓની યાદ અપાવતી. સ્વરાંજલિએ પોતાના મજબૂત અને વ્યવહારુ સ્વભાવથી સંગીતાના વધુ સ્વપ્નશીલ અને આદર્શવાદી

દૃષ્ટિકોણને સંતુલિત કર્યો. બીજા શબ્દોમાં કહીએ તો, સ્વરાંજલિ એક કારકિર્દીલક્ષી મહિલા હતી જેનું સ્વપ્ન ભારતીય શાસ્ત્રીય સંગીતમાં પીએચ.ડી. કરવાનું હતું અને તે માટે તે તેના લગ્ન પૂર્ણ ન થાય ત્યાં સુધી મુલતવી રાખવા તૈયાર હતી; બીજી તરફ, સંગીતા ભારતીય શાસ્ત્રીય સંગીતમાં માસ્ટર્સ પૂર્ણ કરવા માટે ઉત્સુક હતી જેથી ખાતરી કરી શકાય કે તેણીને એક NRI પુરુષ તેના પતિ તરીકે મળે જેથી તે વિદેશ જઈ શકે અને ત્યાં સ્થાયી થઈ શકે. ક્યુરભાઈ અને હેતલબેને સંગીતાની મહત્વાકાંક્ષાને પૂરા દિલથી ટેકો આપ્યો. તેઓએ હંમેશા તેણીને તેના સપનાઓને અનુસરવા માટે પ્રોત્સાહિત કર્યા હતા, તેણીની ક્ષમતાઓમાં વિશ્વાસ રાખ્યો હતો. સ્વરાંજલિ અને સંગીતા બંને પોતપોતાના સપના પૂરા કરવા માટે સંગીત યાત્રા શરૂ કરવા માટે તૈયાર છે.

એક લગ્ન જાહેરાત

સ્વરાંજલીના પિતા ધર્મેશભાઈએ એક દિવસ આકસ્મિક રીતે ટાઈમ્સ ઓફ ઇન્ડિયાના મેટ્રિમોનિયલ કોલમમાં એક જાહેરાત જોઈ. ધર્મેશભાઈ તે કાગળ તેની પત્ની પાસે લઈ ગયા અને તેને બતાવ્યો.

જાહેરાત નીચે મુજબ હતી:

"અમે અમારા પુત્ર માટે કન્યા શોધી રહ્યા છીએ, જે IIM અમદાવાદથી કમ્પ્યુટર એન્જિનિયર અને MBA કરે છે, અને અમેરિકાની એક પ્રતિષ્ઠિત બેંકમાં ઉચ્ચ પગાર મેળવે છે. અમારું કુટુંબ

અમદાવાદમાં સારી રીતે સ્થાપિત અને પ્રતિષ્ઠિત છે અને મોટા પાયે વ્યવસાયિક સાહસોમાં સામેલ છે. અમારો દીકરો લગ્ન કરીને દુલ્હન સાથે અમેરિકા પાછા ફરવાના ઇરાદા સાથે ચાર અઠવાડિયા માટે ભારતની મુલાકાતે છે.

પ્રારંભિક ચર્ચાઓ અમે, તેના માતા-પિતા દ્વારા હાથ ધરવામાં આવશે, અને શોર્ટલિસ્ટ થયેલા ઉમેદવારો અંતિમ પસંદગી માટે તેને મળશે. અંતિમ પસંદગીના એક અઠવાડિયામાં લગ્ન વિધિવત રીતે પૂર્ણ થશે, અને ત્યારબાદ ટૂંક સમયમાં નવદંપતી અમેરિકા જવા રવાના થશે.

સંગીતનું જ્ઞાન ધરાવતી, ઉંચી, સુંદર દુલ્હનોને પ્રાધાન્ય આપવામાં આવશે. આદરણીય પરિવારોમાંથી આવનારી ભાવિ દુલ્હનોને +91-xxxxx-xxxxx પર તાત્કાલિક અમારો સંપર્ક કરવા પ્રોત્સાહિત કરવામાં આવે છે.

તેઓ બંને રોમાંચિત હતા. તેમની એકમાત્ર પુત્રી સ્વરાંજલિ, માત્ર બાવીસ વર્ષની છે, અને આવતા મહિને ગુજરાત યુનિવર્સિટી, અમદાવાદમાંથી સંગીતમાં એમએના તેના છેલ્લા સેમેસ્ટરમાં પરીક્ષા આપશે. તે ઉંચી અને દેખાવડી બંને છે.

'શું આપણે સ્વરાંજલિની જાણ વગર આગળ વધીએ?' ધર્મેશભાઈએ તેમની પત્નીને પૂછ્યું.

'જો સ્વરાંજલિને ખબર પડશે કે તેના માતાપિતા તેના લગ્ન વિશે વિચારી રહ્યા છે તો તે આપણને મારી નાખશે.' સ્વરાંજલિની માતાએ જવાબ

આપ્યો.

સ્વરાંજલિ તરફથી કડક ચેતવણી હતી કે તે પચીસ વર્ષની થાય તે પહેલાં, એક પણ વ્યક્તિ તેના લગ્ન વિશે વાત કરશે નહીં. સ્વરાંજલિ મામાજીની સૌથી પ્રિય ભત્રીજી હતી. તેણે ખાતરી આપી છે કે જ્યાં સુધી તે સંમત ન થાય ત્યાં સુધી કોઇ તેને ખલેલ પહોંચાડશે નહીં.

સ્વરાંજલીની માતાએ તેના ભાઈને ફોન કર્યો.

'હેલો,' તે સ્વરાંજલિના મામા હિરેનભાઈ હતા.

'મોટાભાઈ, આ તાત્કાલિક અને કટોકટી બંને છે.' સ્વરાંજલીની માતાએ તેના મોટા ભાઈને કહ્યું. તેના પિતાનું વહેલું અવસાન થયું. હિરેનભા તેની બહેનની સંભાળ રાખતા હતા. તે તેણીને ખૂબ પ્રેમ કરે છે.

'શું થયું બહેન?' ઘરમાં કંઇ ખોટું થયું છે?' મામાજીને જિજ્ઞાસા થઇ.

'મોટાભાઇ, કૃપા કરીને TOI માં આજની લગ્નની જાહેરાત જુઓ.' "સ્વરાંજલિ માટે પ્રયાસ કરવાની આ ખૂબ જ સારી તક છે." સ્વરાંજલિની માતાએ વિનંતી કરી.

'શું?' તમારો મતલબ સ્વરાંજલિ માટે છે? શું તમે જાણો છો, મેં તેણીને વચન આપ્યું છે કે આગામી ત્રણ વર્ષ સુધી કોઈ તેને ખલેલ પહોંચાડશે નહીં? 'હું મારું વચન કેવી રીતે તોડી શકું?' મામાજીએ પોતાની સ્થિતિ વ્યક્ત કરી. પરંતુ સ્વરાંજલિની

માતા મક્કમ હતી અને મામાજી તેમની બહેનની વિનંતીને નકારી શકતા ન હતા. તેણે કહ્યું કે તે પાછો ફરશે.

અરવિંદ ઘોષ

પ્રકરણ ચાર
ગુપ્ત બેઠક

અડધા કલાક પછી, મામાજી પોતે સ્વરાંજલિના ઘરે આવ્યા. બધા ખૂબ ખુશ હતા.

મામાજીએ કહ્યું, 'આપણે પ્રયત્ન કરવો જોઈએ.' આપણે સ્વરાંજલિઅત હાજર લોકોને કંઈ કહેવાની જરૂર નથી. જાહેરાતમાં જેનો ટેલિફોન નંબર છાપેલ છે તેને અમે ફોન કરીશું.

શ્રી અને શ્રીમતી ધર્મેશભાઈ એ જોઈને ખુશ થયા કે મામાજી સ્વરાંજલિને આપેલો શબ્દ ભૂલી ગયા હતા. એવું નક્કી થયું કે બધી વાતચીત મામાજીના ઘરેથી જ થવી જોઈએ, જેથી સ્વરાંજલિને સહેજ પણ શંકા ન રહે.

મામાજી પોતાના ઘરે જવા નીકળી ગયા. યોજના મુજબ, મામાજીએ તે જ સાંજે નંબર ડાયલ કર્યો. ફોન વણાયેલો હતો. થોડી વાર પછી, તેણે ફરીથી ફોન કર્યો, ફરીથી ફોન વણાયેલો હતો. એનો અર્થ એ થયો કે ઘણી બધી દુલ્હનના માતા-પિતાએ જાહેરાત જોઈ હશે. રાત્રે લગભગ આઠ વાગ્યે, તે બીજા છેડેથી તે વ્યક્તિને પકડી શક્યો.

શુભેચ્છા પાઠવ્યા પછી, મામાજીએ જાહેરાત વિશે પૂછ્યું.

જાહેરાત આપનાર પાર્થના પિતા દેવાંગભાઈએ કહ્યું કે ફોન સતત વાગી રહ્યો હતો. તેને ખબર નહોતી કે પરિસ્થિતિનો સામનો કેવી રીતે કરવો. મામાજીએ પૂછ્યું કે શું પાર્થે દુલ્હન વિશે કોઈ પસંદગી આપી છે.

'બહુ નહીં, ફક્ત છોકરી ઊંચી હોવી જોઈએ અને જો શક્ય હોય તો ગાઈ શકે.' દેવાંગભાઈએ વાસ્તવિકતાથી જવાબ આપ્યો.

મામાજીએ લગભગ 'હુરે' બૂમ પાડી. મામાજી પોતાની લાગણીઓને કાબૂમાં રાખી શક્યા નહીં.

તેમણે કહ્યું, 'સ્વરાંજલિ ઘણી ઊંચી છે અને ટૂંક સમયમાં સંગીતમાં માસ્ટર બનશે.'

દેવાંગભાઈને જિજ્ઞાસા થઈ. 'શું એવું છે?' "તેણીની ઉંમર કેટલી છે?" તેણે પૂછ્યું.

'બાવીસ' મામાજીએ જવાબ આપ્યો.

'અદ્ભુત.' તેણે આગળ કહ્યું, 'જુઓ હિરેનભાઈ, હું તમારી માહિતીથી ખરેખર પ્રભાવિત થયો છું.' પાર્થ ફાઇનલ સિલેક્શન માટે આવે તે પહેલાં હું છોકરીને જોવા માંગુ છું. હિરેનભાઈ, આજકાલ માતા-પિતા ફક્ત મદદ કરે છે. તેઓ દીકરા કે દીકરી માટે મેચ નક્કી કરતા નથી. જો તમને વાંધો ન હોય તો, શું હું સ્વરાંજલિને વહેલી તકે મળી શકું?' મામાજી ગભરાઈ ગયા.

મામાજીએ દેવાંગભાઈને રહસ્ય કહ્યું, 'સ્વરાંજલિને ખબર નથી કે તે સ્ત્રી તેના માટે વરરાજા શોધી રહી

છે.' તેથી જો આપણે મીટિંગ ગોઠવીએ તો પણ તે પરોક્ષ હોવી જોઈએ. તેણીને એવો સંકેત ન મળવો જોઈએ કે કોઈ તેના પર નજર રાખી રહ્યું છે. "જો તમે સંમત થાઓ, તો આપણે જલ્દી જ કંઈક ગોઠવી શકીએ છીએ." દેવાંગભાઈ સિદ્ધાંત પર સંમત થયા.

હાલ પૂરતું, વાતચીત પૂરી થઈ ગઈ હતી.

મામાજીએ તરત જ તેમની બહેનને ફોન કર્યો અને પ્રગતિ જણાવી. તેઓ ખૂબ ખુશ હતા. નક્કી થયું કે તેઓ એક મંદિરમાં જશે અને શ્રી અને શ્રીમતી દેવાંગભાઈ પણ પૂજા કરવા માટે તે જ મંદિરમાં આવશે.

શ્રેષ્ઠ મિત્રનો ઇન્ટરવ્યૂ:

જેમ પહેલા કહ્યું તેમ, સ્વરાંજલીની સહાધ્યાયી અને તેની શ્રેષ્ઠ મિત્ર, સંગીતા પણ ખૂબ જ સુંદર અને ઊંચી હતી. તેના ઘરમાં કંઈપણ ગુપ્ત રાખવામાં આવતું ન હતું. તેણી જાણતી હતી કે તેના માતાપિતા તેના માટે વર શોધી રહ્યા છે. તેણીને એ પણ ખબર હતી કે, તાજેતરમાં, એક જાહેરાત આવી હતી અને તેના માતાપિતા બીજા પક્ષ સાથે વાત કરી રહ્યા હતા. સ્વરાંજલિ તેની ખાસ મિત્ર હતી. તેથી, તેનાથી કંઈપણ છુપાવવાનો કોઈ અર્થ નહોતો. તે સ્વરાંજલિને જોડાણ વિશે જાણ કરશે.

ક્લાસ પૂરો થયા પછી સંગીતાએ સ્વરાંજલિને કહ્યું, 'મારી પાસે તમારા માટે સમાચાર છે.'

'અરે! શું તમે કોઈના પ્રેમમાં પડ્યા છો કે શું?' સ્વરાંજલિએ પૂછ્યું.

'ના યાર, હું એટલો ભાગ્યશાળી નથી.' શ્રી અને શ્રીમતી દેવાંગભાઈ નામનું એક દંપતી આજે સાંજે તેમના દીકરા માટે મને મળવા મારા ઘરે આવી રહ્યું છે.

'વાહ!' "આ તો ખુબ સારા સમાચાર છે.' સ્વરાંજલિ લગભગ કૂદી પડી.

'તેમનો દીકરો અમેરિકાથી લગ્ન કરવા આવી રહ્યો છે.' લગ્ન પછી, તે તેની કન્યા સાથે પાછો જશે.' તેણીએ કહ્યું.

તેણીએ એમ પણ કહ્યું, 'માતાપિતા ઘણી બધી છોકરીઓને જોશે અને એક શોર્ટલિસ્ટ તૈયાર કરશે.' જ્યારે તેમનો દીકરો અમેરિકાથી આવશે, ત્યારે તે બધી શોર્ટલિસ્ટેડ છોકરીઓને મળશે અને નક્કી કરશે કે તે કોની સાથે લગ્ન કરશે. લગ્ન પછી, ત્રણ અઠવાડિયામાં, બંને અમેરિકા પાછા જશે.

'વાહ!' તે તો અદ્ભુત હશે. શરૂઆતમાં તમને પસંદ ન કરવાનું કોઈ કારણ નથી. તમારું હંમેશા સ્વપ્ન હોય છે કે તમે કોઈ વિદેશી દેશમાં જાઓ અને ત્યાં સ્થાયી થાઓ. લાગે છે કે તમારા સપના જલ્દી પૂરા થશે. "અમેરિકા ગયા પછી અમને ભૂલશો નહીં.' સ્વરાંજલિએ સંગીતાને કહ્યું. બંને હસતા હતા. તેઓ ફરીથી વર્ગખંડમાં ગયા.

સંગીતાની માતાએ તેને છેલ્લી ઘડીની કેટલીક

સૂચનાઓ આપી. તેણીએ સંગીતાને કહ્યું, "ભગવાનએ તને તારા સ્વપ્નને પૂર્ણ કરવાની સૌથી મોટી તક આપી છે. તમારે તે ચૂકવું જોઈએ નહીં. કૃપા કરીને મારી સૂચનાઓનું પાલન કરો. પહેલા તમારે બંનેના ચરણ સ્પર્શ કરવા માટે નમન કરવું જોઈએ. પછી તેમને બેસવા માટે કહો. ભલે તેઓ તમને બેસવાનું કહે, તરત જ બેસો નહીં. નજીક ઊભા રહો અને તેમની સૂચનાઓની રાહ જુઓ. સમગ્ર મીટિંગ દરમિયાન નમ્ર રહો. તેમના પ્રશ્નોના જવાબ ધીમે ધીમે અને યોગ્ય રીતે આપો. શુભકામનાઓ, ભગવાન તમને આશીર્વાદ આપે." સંગીતા ફક્ત મૌન રહી, સ્મિત કર્યું અને હામાં માથું હલાવ્યું.

સાંજે સંગીતાના ઘરે કન્યા દર્શનનો કાર્યક્રમ યોજાયો હતો. સંગીતાના માતા-પિતાએ તેમનું સ્વાગત કર્યું અને તેઓ સંગીતા વિશે પૂછપરછ કરવા લાગ્યા. વરરાજા ઊંચો હોવાથી, તેમણે સંગીતાની ઊંચાઈ પુષ્ટિ કરી. સંગીતા ગાઈ શકે છે અને સંગીતમાં પોસ્ટ ગ્રેજ્યુએશન કરી રહી છે તે જાણીને તેઓ ખુશ થયા. તે એક પ્લસ પોઇન્ટ હતો. સંગીતા મહેમાનો માટે ચા લાવી. આશ્ચર્યચકિત થઈને તેણી મહેમાનો સમક્ષ નમી ગઈ. મુલાકાતીઓએ ઘણા પ્રશ્નો પૂછ્યા જેના સંગીતાએ સરસ જવાબ આપ્યા. છેલ્લો પ્રશ્ન મનોરંજક હતો.

દેવાંગભાઈએ સંગીતાને પૂછ્યું, 'શું તમે સંયુક્ત કુટુંબ વ્યવસ્થા વિશે તમારો દ્રષ્ટિકોણ આપી શકો છો?'

સંગીતાને મજા આવી. ભગવાન જાણે કેટલા વર્ષો સુધી તેમનો દીકરો અમેરિકામાં રહેશે તે સારી રીતે જાણતા હોવા છતાં, માતાપિતા હજુ પણ સંયુક્ત કુટુંબ વ્યવસ્થા વિશે ચર્ચા કરી રહ્યા છે. પરંતુ સંગીતા ખૂબ જ હોશિયાર હતી અને તેણે સંયુક્ત પરિવારના ફાયદાઓ પર વાર્તા કહી. પાર્થના માતા-પિતા ખૂબ પ્રભાવિત થયા. તેઓ જતા પહેલા દેવાંગભાઈએ કહ્યું, 'અમને રમકડાની વાત કરીને ખૂબ આનંદ થાય છે.' પાર્થ નક્કી કરે તે માટે અમે તમને શોર્ટલિસ્ટ કરીશું.

સંગીતા ખૂબ ખુશ હતી. તે આ સમાચાર તેની ખાસ મિત્ર સ્વરાંજલિ સાથે શેર કરવા માંગતી હતી.

પહેલી મુલાકાત

આવતા રવિવારે, વહેલી સવારે, મામાજી તેમના પરિવાર સાથે સ્વરાંજલિના ઘરે આવ્યા. બધા તેમને જોઇને ખુશ થયા. પણ મામાજીને આટલા વહેલા આવતા જોઇને સ્વરાંજલિને થોડું આશ્ચર્ય થયું. સ્વરાંજલિનો ચહેરો વાંચીને, મામાજી સ્વરાંજલિની માનસિકતાનો ખ્યાલ મેળવી શક્યા.

મામાજીએ બધાને કહ્યું, 'બધા જુઓ; આજે ભગવાન કૃષ્ણનો ખૂબ જ શુભ દિવસ છે.' ચાલો આપણે સૌ તમારા સ્વરાંજલિ સહિત અક્ષરધામ ગાંધીનગર જઈએ.' સ્વરાંજલિ સિવાય બધા સંમત થયા.

સ્વરાંજલિને પરિવાર સાથે જવા માટે મનાવવા માટે મામાજીએ તેમની પુત્રી કાવ્યાની મદદ લીધી. મંગળવારે તેમની યુનિવર્સિટીમાં એક પ્રોજેક્ટ પ્રેઝન્ટેશન હોવાથી સ્વરાંજલિ અનિચ્છાએ સંમત થઈ ગઈ. સંગીત વિભાગના બધા શિક્ષકો અને વિધાર્થીઓને આમંત્રણ આપીને એક નાની મહેફિલનું આયોજન કરવામાં આવ્યું હતું, જેમાં સ્વરાંજલિ અને તેની મિત્ર સંગીતા તેમના નંબરો રજૂ કરશે.

મામાજી પોતાની ઇનોવા એસયુવી લઈને આવ્યા, સ્વરાંજલિના માતા-પિતા વચ્ચેની હરોળમાં બેઠા, મામા અને મામી આગળ બેઠા અને સ્વરાંજલિ, કાવ્યા અને ભાવિક પાછળ બેઠા. એક કલાકમાં તેઓ અક્ષરધામ મંદિર પહોંચી ગયા. મામાજી પ્રસાદ માટે કૂપન મેળવવા માટે ખૂબ જ સક્રિય હતા અને અન્ય ઔપચારિકતાઓ પૂર્ણ થઈ ગઈ. તેઓ બધા મંદિરમાં પ્રવેશ્યા અને મુખ્ય સભાખંડના વોર્ડમાં ગયા.

મામાજીએ પોતાની બહેનને ઈશારો કર્યો અને ચાલ્યા ગયા. બધા પ્રાર્થનામાં વ્યસ્ત હતા અને પછી થોડીવાર ધ્યાન માટે બેઠા. સ્વરાંજલિને ખબર નહોતી કે પાર્થના માતા-પિતા દૂરથી તેને જોઈ રહ્યા હતા. મામાજી પણ તેમની સાથે હતા. મામાજી અનુમાન કરી શકતા હતા કે દેવાંગભાઈ સ્વરાંજલિથી પ્રભાવિત હતા. બહુ કંઈ કર્યા વિના, તેમણે જાહેર કર્યું કે સ્વરાંજલિ શોર્ટલિસ્ટ થયેલ છે અને પાર્થ આ બાબતને અંતિમ સ્વરૂપ આપશે.

તેમના ગયા પછી, મામાજી જૂથમાં જોડાયા અને તેમની બહેનને શોર્ટલિસ્ટિંગની પુષ્ટિ વિશે ફરીથી સંકેત આપ્યો. સ્વરાંજલિ પાસે પ્રોજેકટ હતો અને તેને જવાની ઉતાવળ હતી, તેથી બધા પ્રસાદ લીધા પછી પાછા જવા માટે સંમત થયા. હાલ પૂરતું આ મામલો બંધ કરી દેવામાં આવ્યો હતો. હંમેશની જેમ સ્વરાંજલિએ સંગીતાને અક્ષરધામ મંદિર, ગાંધીનગરની તેમની સફર વિશે માહિતી આપી. બીજા દિવસે, સંગીતાએ સ્વરાંજલિને લગ્નના ઇન્ટરવ્યૂનો પોતાનો અનુભવ જણાવ્યો. વાસ્તવમાં, સ્વરાંજલિએ સંગીતાને કેટલાક અજાણ્યા વ્યક્તિઓ સામે તેનું પ્રદર્શન કરવા બદલ ઠપકો આપ્યો હતો. પરંતુ તેમને શોર્ટ લિસ્ટનો ખ્યાલ ગમ્યો. ગમે તે હોય, સ્વરાંજલિએ અંતિમ ઇન્ટરવ્યૂ દરમિયાન સંગીતા સાથે રહેવાનું નક્કી કર્યું. ત્યાર પછી તેઓ પોતાના પ્રોજેકટમાં વ્યસ્ત થઇ ગયા.

તે દિવસે, પાર્થ અમદાવાદ એરપોર્ટ પર ઉતર્યો. તેના માતા-પિતા તેને આવકારવા માટે ત્યાં હતા. મામાજી દૂરથી જોઇ રહ્યા હતા. એક ઊંચા અને સુંદર સજ્જન દેવાંગભાઇ અને તેમના પત્નીના ચરણ સ્પર્શ કરી રહ્યા હતા. પિતા અને માતા બંનેએ તેમના દીકરાને ગળે લગાવ્યો. મામાજી શાંતિથી એરપોર્ટ છોડી ગયા. સીધો તેની બહેન પાસે આવ્યો અને પાર્થનો ફોટો બતાવ્યો જે તેણે તેના આઇ-ફોનમાં કેદ કર્યો હતો. પાર્થનો ફોટો જોઇને બધા ખૂબ ખુશ થયા. મામાજીએ પ્રાર્થના કરી, 'ભગવાન સ્વરાંજલિ પર તેમના આશીર્વાદ વરસાવે.'

બે દિવસ પછી, સંગીતાના માતા-પિતાને અંતિમ બેઠક માટે ફોન આવ્યો. પરસ્પર સંમતિથી સમય નક્કી કરવામાં આવ્યો અને પાર્થ અને તેના માતા-પિતા સંગીતાના ઘરે આવ્યા. સંગીતા ફરી એકવાર વાળ સેટ કરવા અને મેકઅપ કરવા બ્યુટી પાર્લરમાં ગઈ હતી. તેની માતાએ તેને એક સાડી આપી જે તેણે બીજા દિવસે આ પ્રસંગ માટે ખરીદી હતી. સંગીતાને યાદ છે કે પોતાના શણગાર માટે સાડી પસંદ કરવી કેટલી મુશ્કેલ હતી. પછી તેણીને તેના બ્લાઉઝનું માપ લેવા માટે એક દરજી પાસે જવું પડ્યું, જે કમનસીબે એક સજ્જન હતા. તે ખૂબ જ શરમજનક હતું.

ગમે તે હોય, ગમે તેટલી મુશ્કેલી હોય, તેની દુર્દશા સમજવાવાળું કોઈ નથી. થોડા મહિના પછી, તે માસ્ટર ડિગ્રી મેળવવા જઈ રહી છે. તેણીને લાગ્યું કે તે સર્કસમાં એક પ્રાણી છે જે ત્રણ પ્રેક્ષકો સમક્ષ એક ખાસ શો આપવા જઈ રહી છે. રિંગ માસ્ટર તેની માતા હતી અને સર્કસના મેનેજર તેના પિતા હતા, તેથી પ્રાણી પાસે તાલીમ પામેલા આદેશોનું પાલન કરવા સિવાય કોઈ રસ્તો નહોતો. આંતરિક બળવો તેણીને વિરોધ કરવા માટે પૂરતા મજબૂત બનવા માટે કહી રહ્યો હતો. પરંતુ, તેણી બે કારણોસર મૌન રહેવાનું પસંદ કરતી હતી. પહેલું, બાળપણથી જ તેનું સ્વપ્ન હતું કે તે વિદેશ જઈને ત્યાં સ્થાયી થાય અને બીજું, જો આકસ્મિક રીતે આ લગ્ન નક્કી થાય, તો તેને ખૂબ જ સારો પતિ અને સાસરિયા મળશે. નાણાકીય

સ્વતંત્રતા પણ મળશે. તેથી, જો આટલી બધી સારી વસ્તુઓથી સન્માનિત થવાની શક્યતા હોય તો વધુ એક પ્રદર્શન આપવું એ પ્રયાસ કરવા યોગ્ય છે. તેણીએ વધુ સારું પ્રદર્શન કરવા માટે વધારાનો ઉત્સાહ એકઠો કર્યો. તેણીએ કદાચ ગાવાનું કહ્યું હશે. તેણીએ એક ગીત ફાઇનલ કર્યું, ખૂણામાં હાર્મોનિયમ તૈયાર રાખ્યું.

સાંજે પાંચ વાગ્યે, સમયપત્રક મુજબ મુલાકાતીઓ સંગીતાના ઘરે પહોંચ્યા.

દેવાંગભાઇ અને બેનનું સ્વાગત છે. હાય પાર્થ, કેમ છો? કૃપા કરીને આવો. સંગીતાના માતા-પિતાએ મહેમાનોનું સ્વાગત કર્યું. સંગીતાના પરિવારને પાર્થની આર્થિક સ્થિતિ જાણવામાં રસ હતો.

સંગીતાના પિતાએ પાર્થને પૂછ્યું, 'પાર્થભાઇ, અમેરિકામાં જીવન કેવું છે?' પાર્થ આ પ્રશ્ન પાછળનો હેતુ જાણતો હતો.

તેણે જવાબ આપ્યો, 'કાકા, જો કોઈ વ્યક્તિ પાસે ઉચ્ચ પગારવાળી નોકરી હોય અને રહેવા માટે તેનો પોતાનો વ્યક્તિગત વિલા હોય, તો ત્યાંનું જીવન વિશ્વના કોઈપણ દેશ કરતાં ઘણું શ્રેષ્ઠ છે.'

પછી તેઓ હળવી વાતચીતમાં મગ્ન થઇ ગયા. ક્યારેક ક્યારેક, સંગીતા જ્યાં સિગ્નલની રાહ જોઇ રહી હતી તે રૂમમાંથી તેમનું હાસ્ય સંભળાતું. માતા પોતે તબક્કાવાર અંતિમ સૂચનાઓ આપવા માટે ઘટનાસ્થળે હાજર થયા. સંગીતાએ દરેક શબ્દ ખૂબ ધ્યાનથી સાંભળ્યો. તેની બોલી અને દરેક વાક્ય

અરવિંદ ઘોષ

પૂરું થતાં માથું હલાવ્યું. પછી તેઓ બધા માટે ચા અને નાસ્તાની ટ્રે લેવા રસોડામાં ગયા. સંગીતાએ તેની માતાની સૂચનાઓનું પગલું-દર-પગલે પાલન કર્યું.

પગલું ૧: તે ગોકળગાયની ગતિએ ધીમે ધીમે રૂમમાં આવી અને ટ્રે ટેબલ પર રાખી.

પગલું 2: રિંગ માસ્ટરે તેણીનો પરિચય ગ્રુપ સાથે કરાવ્યો, ત્યારબાદ તેણીએ બીજી વાર બંને માતાપિતાને નમન કર્યું અને પાર્થનું હાથ જોડીને સ્વાગત કર્યું.

પગલું ૩: તે નજીકના ખૂણામાં ગઈ અને પોતાના પગ જોવા માટે આંખો નીચી રાખીને સ્થિર ઊભી રહી. બંને પગના અંગૂઠા એકબીજાને મળ્યા.

પગલું ૪: તેણીએ સોફા પર પોતાનું સ્થાન લેવા માટે ભીડ તરફથી આગામી આદેશની રાહ જોઈ.

પગલું ૫: વરરાજાના પિતા તરફથી ઓર્ડર આવ્યો અને તે પાર્થ પાસે અનામત સીટ પર બેઠી. (અત્યાર સુધી તેને પાર્થને યોગ્ય રીતે જોવા માટે કહેવામાં આવ્યું ન હતું).

ઇન્ટરવ્યૂ શરૂ થાય છે: શરૂઆત ખૂબ જ મૂર્ખામીભર્યા પ્રશ્નો અને પાછલા ઇન્ટરવ્યૂના સંપૂર્ણ પુનરાવર્તન સાથે.

પ્રશ્ન ૧: પાર્થના પિતા: તમારું નામ સંગીતા છે. ખરું ને?

જવાબ ૧: હા.

પ્રશ્ન ૨: પાર્થના પિતા ફરી: તું સંગીતમાં માસ્ટર્સ પૂર્ણ કરવા જઈ રહ્યો છે?

જવાબ 2: હા.

પ્રશ્ન ૩: પાર્થના પિતા: તમારી અંતિમ પરીક્ષા ક્યારે છે?

જવાબ ૩: આ વર્ષે મે મહિનામાં.

પ્રશ્ન ૪: પાર્થના પિતા: તમારી વિશેષતા શું છે?

જવાબ ૪: તારાના.

એનાથી પાર્થના પિતા મમ્મી બની ગયા. હવે ઇન્ટરવ્યુ લેનાર પાર્થની માતા છે.

પ્રશ્ન ૧: પાર્થની માતા: શું તમને રસોઈ બનાવતા આવડે છે?

જવાબ ૧: હા.

પ્રશ્ન ૨: પાર્થની માતા: તમે કઈ કઈ વસ્તુઓ રાંધો છો?

જવાબ ૨: રોટલી, શાકભાજી, દાળ, ભાત.

પ્રશ્ન ૩: પાર્થ્સ મમ્મી: તમને કયું શાક સૌથી વધુ ગમે છે?

જવાબ ૩: બધી શાકભાજી ભગવાન દ્વારા બનાવવામાં આવી છે, તેથી મને બધી ગમે છે.

પાર્થની માતાએ પોતાનો તપાસ વિસ્તાર બદલી નાખ્યો.

પ્રશ્ન ૪: પાર્થની માતા: શું તમે સીવી શકો છો?

જવાબ ૪: હા, હું કરી શકું છું, પણ આજકાલ તેની જરૂર નથી.

પ્રશ્ન ૫: પાર્થની માતા: શું તમે ગાઇ શકો છો? (આ ખૂબ જ રમુજી હતું)

જવાબ ૫: હા, હું કરી શકું છું. (કોઇક રીતે સંગીતાએ પોતાનું હાસ્ય કાબૂમાં રાખ્યું).

સર્કસના મેનેજરે અટકાવ્યો, 'હું તમને બધાને ચા પીવા વિનંતી કરું છું.'

બધાએ સંગીતાને વિરામ આપ્યો અને ચા અને નાસ્તા પર ધ્યાન કેન્દ્રિત કર્યું.

અગિયાર મિનિટ પછી, સત્ર ફરી શરૂ થયું. આ વખતે પાર્થ કેન્દ્ર સ્થાને રહી. તેણે વાર્તાની શરૂઆત કરી. 'નમસ્તે, હું પાર્થ છું, IIT બોમ્બેનો સોફ્ટવેર એન્જિનિયર અને IIM અમદાવાદનો MBA છું. હું હાલમાં જેપી મોર્ગન ચેઝ સાથે નાણાકીય સલાહકાર તરીકે કામ કરું છું અને મારું કાર્યસ્થળ અમેરિકામાં ન્યુ યોર્ક શહેર છે. આર્થિક રીતે હું ઘણો સધ્ધર છું અને મને સંગીત ગમે છે, જોકે હું ગાઇ શકતો નથી. ભારત અને અમેરિકાની જીવનશૈલીમાં એકમાત્ર બાબત એ છે કે કોઇ પણ વ્યક્તિ પાસેથી મદદની અપેક્ષા રાખ્યા વિના બધું જ કરવું પડે છે. તો, મારી પાસે પુષ્ટિ કરવા માટે ફક્ત એક જ પ્રશ્ન છે.

પાર્થે સંગીતાને પૂછેલો એક જ પ્રશ્ન, 'શું તું મારી સાથે કઠિન જીવનશૈલી અપનાવવા તૈયાર છે?'

મુશ્કેલી બિલકુલ અર્થતંત્રના અર્થમાં નથી, પરંતુ ફક્ત જીવનશૈલીના અર્થમાં છે.

સંગીતા પ્રભાવિત થઈ. તેણીએ ફક્ત માથું હલાવ્યું. તે કંઈ બોલી નહિ. ઇન્ટરવ્યૂ પૂરો થયો. દેવાંગભાઈએ સંગીતાના માતા-પિતાનો આભાર માન્યો અને કહ્યું, 'બધા શોર્ટલિસ્ટ થયેલા ઉમેદવારોનો ઇન્ટરવ્યુ થયા પછી જ અંતિમ નિર્ણય આપવામાં આવશે. કતાર અને સમયપત્રક તૈયાર છે, તેથી વિલંબનો કોઈ પ્રશ્ન જ નથી.'

તેઓ ચાલ્યા ગયા. સંગીતાને રાહત અને ખુશી થઈ. તે સ્વરાંજલિને બધી ઘટનાઓ જણાવવા માટે ઉત્સુક હતી, કારણ કે તે આવી શકતી નહોતી. સ્વરાંજલિને ખબર નહોતી કે મામાજીએ ખાતરી કરી હતી કે તે પાર્થના પરિવાર સાથે સંગીતાના ઔપચારિક ઇન્ટરવ્યુમાં હાજરી ન આપે. તેણે તે જ દિવસે તેના પરિવારને તેના ઘરે રાત્રિભોજન માટે આમંત્રણ આપ્યું. મામાજી ખૂબ જ સાવધ હતા.

પછી એક દિવસ, સ્વરાંજલિને અમદાવાદના સરખેજ વિસ્તારમાં મેકડોનાલ્ડ જવા માટે તૈયાર થવાનું કહેવામાં આવ્યું, જ્યાં તેઓ મામાજી દ્વારા આયોજિત પાર્ટીમાં હાજરી આપી શકશે. તેણીને આ કાર્યક્રમ પાછળનું બીજું કાવતરું ખબર નહોતી. પાર્થના પિતા અને માતા બંને જાણતા હતા કે સંબંધિત છોકરીને 'છોકરી-દર્શન' કાર્યક્રમ વિશે ખબર નહોતી અને બંને દૂરથી એક વાર મળ્યા હતા, તેથી હવે પાર્થને છોકરીને જોવા દો અને તેને

અરવિંદ ઘોષ

રોકવા અથવા આગળ વધવાનો પોતાનો અભિપ્રાય આપવા દો. તે મુજબ, તેઓ યોજના બનાવશે.

તો, પરિસ્થિતિ એવી હતી કે સંગીતા તેના ઘરમાં શું બન્યું તેનું વર્ણન આપી શકી નહીં અને સ્વરાંજલિને ખબર નહોતી કે નજીકના ભવિષ્યમાં તેની સાથે શું થવાનું છે.

એક વાત બિલકુલ સાચી હતી. સ્વરાંજલિનો એક્સ-ફેકટર સંગીતા કરતાં ઘણો વધુ દૃશ્યમાન અને આકર્ષક હતો. જેનો અર્થ એ થયો કે વાર્તા હવે એક્સ-ફેકટરની આસપાસ ફરે છે. અને બરાબર એ જ બન્યું.

બીજા ટેબલ પરથી પાર્થે સ્વરાંજલિને જોઇ અને તેના માતાપિતાને કહ્યું, 'જો આ છોકરી આ જોડાણ માટે તૈયાર છે, તો આ છોકરીને અંતિમ સ્વરૂપ આપો.' જ્યાં સુધી તમને આ છોકરી તરફથી અંતિમ નિર્ણય ન મળે ત્યાં સુધી હું બીજી કોઇ છોકરીને જોઇશ નહીં. સમય બગાડ્યા વિના, મામાજી સાથે વાત કરો અને આપણા બંને વચ્ચે મુલાકાત નક્કી કરો. હું તેની સાથે વાત કરવા માંગુ છું. અને ભગવાનની ખાતર, કૃપા કરીને તેને તે મૂર્ખામીભર્યા પ્રશ્નો ન પૂછો. જો તમે પરવાનગી આપો તો હું જાતે જ એ સંભાળી લઇશ.

તેઓએ તેમના દીકરાને પૂરા દિલથી મંજૂરી આપી. હવે મામાજી પર નિર્ભર છે કે આ બંને વચ્ચે બેઠક ગોઠવવામાં કોણ સક્રિય ભાગ લેશે. મામાજી ટૂંકા

પ્રવાસથી પાછા આવ્યા (તેમને પાર્થના પિતા દેવાંગભાઈએ આંખના ઇશારાથી બોલાવ્યા હતા) અને ટેબલ પર બેઠા. મામાજીનો અભિનય શરૂ થયો. અચાનક, તેણે બીજા ટેબલ પર તેના ખૂબ જ નજીકના મિત્ર દેવાંગભાઈને જોયો અને ગુજરાતીમાં બૂમ પાડી, 'અરે દેવાંગભાઈ, કેમ છો?'

પછી તેણે ઉતાવળે સ્વરાંજલીના માતાપિતાને કહ્યું કે દેવાંગભાઈ તેના ખૂબ જ નજીકના મિત્ર છે.

પછી તેણે પૂછ્યું, 'શું હું તેમને આપણી સાથે જોડાવા માટે આમંત્રણ આપું?'

તે એક સંપૂર્ણ સ્ક્રિપ્ટ હતી. હિરેનભાઈ પોતે, યજમાન હોવાને કારણે, આ પ્રસ્તાવનો વિરોધ કરવાનો કોઈ અર્થ નહોતો. તેઓ બધા સંમત થયા. ઉત્સાહથી, મામાજી દેવાંગભાઈ પાસે ગયા અને પરિવારને પાર્ટીમાં જોડાવા માટે આમંત્રણ આપ્યું. બીજું ટેબલ જોડાયું અને બધા સાથે બેઠા. મામાજીએ શાનદાર 4-કોર્સ લંચનો ઓર્ડર આપ્યો.

શુભેચ્છાઓની આપ-લે થઈ ત્યાં સુધીમાં, સ્ટાર્ટર ટેબલ પર આવી પહોંચ્યો. સ્વરાંજલિ, કાવ્યા અને ભાવિક બધાને વહેંચવા લાગ્યા.મામાજી ખૂબ જ સ્માર્ટ હતા. તેણે ખાતરી કરી કે સ્વરાંજલિ હંમેશા પાર્થની નજીક રહે. સ્વાભાવિક રીતે સ્વરાંજલિને દરેક સેવા સમયે પાર્થના પરિવારની સેવા કરવાનું કામ સોંપવામાં આવ્યું હતું. હવે મામાજીનો વારો હતો કે તેઓ પાર્થનો પરિચય બધા સાથે કરાવે.

તેમણે પોતાનું ભાષણ શરૂ કર્યું, 'બધાને નમસ્તે.'

મારા સારા મિત્ર દેવાંગભાઈ દવે અને ફાલ્ગુની દવે મારા ભાભીજીને મળો. હું તેમના એકમાત્ર પુત્ર પાર્થનો પણ પરિચય કરાવીશ, જે હમણાં જ અમેરિકાથી આવ્યો છે. તે ક્યારેક ક્યારેક અહીં પોતાના માતા-પિતાને મળવા અને ભારતીય સંસ્કૃતિને અલગ દ્રષ્ટિકોણથી જાણવા માટે આવે છે. તેને વડીલોનો આદર કરવાનું અને તેમને ખુશ રાખવાનો પ્રયાસ કરવાનું ગમે છે. દેવાંગભાઈ ખૂબ જ ભાગ્યશાળી છે કે તેમને આટલો સારો દીકરો મળ્યો. ભલે પાર્થ ખૂબ કમાય છે અને અમેરિકામાં એક મોટો વિલા ધરાવે છે, પણ તેની પાસે કોઈ ઘમંડ નથી. તે ખૂબ જ નમ્ર છે.

મામાજીએ થોડો વિરામ લીધો અને પછી ફરી શરૂ કર્યું, 'અને હવે દેવાંગભાઈ, મને મારી બહેન માલતીબેન અને મારા સાળા ધર્મેશભાઈનો પરિચય કરાવવા દો.' અહીં મારી પત્ની હેતલ છે અને આ બે બાળકો મારા, કાવ્યા અને ભાવિક છે. અને અહીં તે છે, મારી સૌથી પ્રિય ભત્રીજી, સ્વરાંજલિ, મારી બહેનની એકમાત્ર સંતાન. સ્વરાંજલિ એક બહુમુખી પ્રતિભા ધરાવતી મહિલા છે જેમાં અનેક ગુણો છે. ટૂંક સમયમાં તે સંગીતમાં માસ્ટર્સ કરશે.

પાર્થના માતા-પિતા અને પાર્થે એલાર્મ બેલ વાગતી સાંભળી. કદાચ, થોડા કલાકો પહેલા તેઓ સ્વરાંજલીના મિત્રના ઘરે હતા. અને સ્વરાંજલિ શું વિચારી રહી હતી? તેને પાર્થનું નામ અસ્પષ્ટપણે યાદ આવ્યું જેના માતા-પિતા તેની શ્રેષ્ઠ મિત્ર સંગીતાને મળવા આવ્યા હતા. 'શું તેઓ એક જ

પરિવારના છે?' તેણે પોતાને પૂછ્યું.

ગમે તે હોય, હવે મામાજીને ચતુરાઈભર્યું પગલું ભરતા કંઈ રોકી શકશે નહીં. આ ઘટનાને સફળ બનાવવા માટે તેણે ઘણી બધી રોલર કોસ્ટર રાઈડ લીધી છે. આ સમયથી પાછા ફરવાનું કોઈ નથી. મામાજીએ સ્વરાંજલિને થોડી બાજુએ બોલાવી.

તેણે સ્વરાંજલિને કહ્યું, 'જુઓ સ્વરાંજલિ, મને ખબર છે કે બીજા બે વર્ષ સુધી તું લગ્ન નહીં કરે.'

સ્વરાંજલિએ તરત જ સુધારો કર્યો, 'મામાજી, ત્રણ વર્ષ થયા.' બે નહીં. પણ તમે અચાનક આવું કેમ પૂછી રહ્યા છો?

'ઠીક છે, ઠીક છે, હવે, મારે એક વિનંતી કરવી છે.' મને ખાતરી છે કે તમે તમારા મામાજીને નિરાશ નહીં કરો.' મામાજીએ આગળ કહ્યું.

સ્વરાંજલિની છઠ્ઠી ઇન્દ્રિય સક્રિય થઈ ગઈ. હવે તે પાર્થ નામ યાદ રાખી શકશે. તેના માતા-પિતા ફક્ત સંગીતાના ઘરે ગયા હતા. ભગવાન જાણે, પાર્થ પણ સંગીતાને જોઈ છે.

'મારી વાત ધ્યાનથી સાંભળો.' હું આ છોકરાને ફોન કરીશ. તમે તેની સાથે વાત કરો. "જો તમને લાગે કે આ છોકરો તમારા પતિ બનવા માટે યોગ્ય છે, અને જો તે પણ એવું જ અનુભવે છે, અને જો તે બે વર્ષ રાહ જોવા તૈયાર હોય, તો આપણે કંઈક અંતિમ સ્વરૂપ આપી શકીએ છીએ." મામાજીએ કહ્યું.

"ત્રણ વર્ષ," ફરી એકવાર સ્વરાંજલિએ મામાજીને

સુધાર્યા. 'પણ હવે હું તેમની સાથે શા માટે વાત કરું?'

મામાજીએ તેને મનાવવાનો પ્રયાસ કર્યો. જુઓ, તે એક સારો છોકરો છે. તે IIT માંથી છે અને અમેરિકામાં કામ કરે છે. હું તે પરિવારને ઘણા સમયથી ઓળખું છું. મારો વિશ્વાસ કરો, તે ખૂબ જ સારો પરિવાર છે. હું વચન આપું છું કે અમે તમને ત્રણ વર્ષ સુધી દબાણ કરીશું નહીં કે ખલેલ પહોંચાડીશું નહીં. બસ મારી વાત રાખો અને મારા ખાતર તેની સાથે વાત કરો. અને જો થોડા સમય પછી તમને વાત કરવાનું મન ન થાય, તો તેને ગુડબાય કહીને પાછા આવો. બસ આટલું જ.

સ્વરાંજલિએ વિચાર્યું, મામાજીના દૃષ્ટિકોણમાં એક અર્થ છે. ઉપરાંત, તે ક્યારેય મામાજીની લાગણીને ઠેસ પહોંચાડશે નહીં, જે તેને ખૂબ જ પ્રિય છે. બાળપણથી જ તેને બધી ફરિયાદો અને માંગણીઓ કરવામાં આવતી હતી અને તે તેની બધી ઇચ્છાઓ પૂર્ણ કરતો હતો. તેણીએ મામાજીનો શબ્દ રાખવો પડશે. તે પાર્થ સાથે વાત કરવા માટે શરતી સંમત થઈ. તેણીએ વર્ષોની સંખ્યા દર્શાવવા માટે મામાજીને પોતાની ત્રણ આંગળીઓ બતાવી. મામાજી ખુશ હતા. તેણે બધાને ઈશારો કર્યો અને પાર્થને આવવા કહ્યું. બધા ખુશ હતા.

પ્રથમ સીધી મુલાકાત

પાર્થ દૂર ખૂણામાં એક અલગ ટેબલ પર આવ્યો;

સ્વરાંજલિ મામાજી સાથે આવી. મામાજીએ ફરી એકવાર તેમનો એકબીજા સાથે પરિચય કરાવ્યો અને ચાલ્યા ગયા. સ્વરાંજલિ સંગીતા વિશે પૂછવા માંગતી હતી.

પણ સ્વરાંજલિ કંઈ બોલે તે પહેલાં જ પાર્થે શરૂઆત કરી, 'હાય, સ્વરાંજલિ, હું પાર્થ છું.' હું અમેરિકાથી એક ખાસ કામ માટે આવ્યો છું. હું જૂઠું બોલતો નથી અને જૂઠું સાંભળતો નથી. મને તમારી સાથે નિખાલસ અને પ્રમાણિક રહેવા દો. હું અહીં લગ્ન કરવા માટે ત્રણ અઠવાડિયા માટે આવ્યો છું. જો મને યોગ્ય છોકરી મળશે, તો હું લગ્ન કરીશ અને મારી પત્ની સાથે અમેરિકા પાછો જઈશ. તો, અહીં આવતા પહેલા, મેં મારા માતા-પિતાને મેચમેકિંગ જોડાણ માટે જાહેરાત આપવા કહ્યું; એક શોર્ટલિસ્ટ બનાવો અને પછી હું તેમને મળીશ.

તેણે થોડો વિરામ લીધો અને પછી ફરી શરૂ કર્યું 'આજે સવારે, કદાચ હું સંગીતા નામની છોકરીને મળવા ગયો હતો.' તે એક સરસ છોકરી છે. મેં તેને 'હા' કહેવાનું નક્કી કર્યું હતું પણ મારા માતા-પિતાએ મને તમને મળવા કહ્યું. થોડા દિવસ પહેલા તેઓએ તમને અક્ષરધામ મંદિરમાં જોયા હતા. તમારા મામાજી એક અનોખા વ્યક્તિત્વના રત્ન છે અને તેઓ તમને ખૂબ પ્રેમ કરે છે. આ મીટિંગને સફળ બનાવવા માટે તેમણે ઘણી મહેનત કરી છે. તે મારા માતા-પિતાનો બિલકુલ નજીકનો મિત્ર નથી. તે ફક્ત તમારા માટે જ આ

પ્રકારની વસ્તુઓ કરી રહ્યો છે. ભલે મને આ વાત ગમતી નથી, પણ આ એક મીઠી જૂઠાણું છે. હું ચાર પાંચ છોકરીઓને મળી ચૂકી છું. તને જોયા પહેલા મને સંગીતા સૌથી વધુ ગમતી હતી. મને ખબર નથી કે મને તમને આ કહેવાની પ્રેરણા શું મળી, પણ જો તમને લાગે કે હું તમારા માટે યોગ્ય નથી, તો, હમણાં જ વાટાઘાટો બંધ કરી શકાય છે. મારું કામ પૂરું. હવે તમારો વારો છે. ગોળીબાર.

સ્વરાંજલિએ કેમ્પસમાં ઘણા બધા છોકરાઓ સાથે વાત કરી હતી. તે બિલકુલ શરમાળ છોકરી નહોતી. પાર્થનું લાંબુ સ્વ-વર્ણન સાંભળ્યા પછી, તે ખુશ અને પ્રભાવિત થઈ ગઈ. તેણીને હંમેશા ખૂબ જ સ્પષ્ટ વિચાર અને સમજણ ધરાવતી એકલદિલ વ્યક્તિ ગમતી. તે પ્રામાણિક હતો અને કંઈપણ છુપાવતો નહોતો. તે મામાજીની ક્રિયા ગુપ્ત રાખી શક્યો હોત, પણ તેણે એવું ન કર્યું. તેણે સંગીતા વિશે પણ કહ્યું ન હોત. પણ તેણે કર્યું. તે મામાજીને પહેલા કરતાં વધુ પસંદ કરવા લાગી. તે કેવો નિઃસ્વાર્થ માણસ છે! તેણે સ્વરાંજલિનું જીવન સારું બનાવવા માટે ખૂબ મહેનત કરી. તેને બીજા દિવસે અક્ષરધામ મંદિરમાં મામાજીની બેચેની યાદ આવી.

તેણીએ સ્મિત સાથે વાતચીત શરૂ કરી, 'મને ખુશી છે કે તમે ખૂબ જ પ્રામાણિક છો.' હા, હું મામાજીને પ્રેમ કરું છું અને તે મારી ખુશી માટે કંઈ પણ કરી શકે છે. મને તમને નકારવાનું કોઈ કારણ દેખાતું નથી. તેના બદલે મને આટલા

ઓછા સમયમાં તમારો સ્વભાવ અને વર્તન ગમ્યું. પણ મને બે અલગ અલગ મૂંઝવણો છે. પહેલા, તમે મારી ખાસ મિત્ર સંગીતાને જોઈ છે, જે તમને ગમતી હતી. અને બીજું, મેં ત્રણ વર્ષ પહેલાં લગ્ન ન કરવાનો નિર્ણય લીધો છે. મામાજી અને મારા પરિવારના બધા સભ્યો આ નિર્ણય જાણે છે. હવે મને કહો કે મારે શું કરવું જોઈએ?

પાર્થે કહ્યું, 'જુઓ, તમારા મામાજીએ સૂચવ્યા મુજબ હું ત્રણ વર્ષ રાહ જોઈ શકતો નથી.' બીજું, જો તું મને 'ના' કહે તો પણ હું સંગીતા સાથે લગ્ન નહીં કરી શકું. મારે અમેરિકા પાછા જવું જોઈએ અને બધું ભગવાન પર છોડી દેવું જોઈએ. હું જૂઠું નહીં બોલીશ. હું તમારા મિત્ર કરતાં તમારાથી વધુ પ્રભાવિત છું.

હું મારા જીવન સાથે સમાધાન કરી શકતો નથી. તમારા મિત્રને કારણે તમે 'ના' કહેવા માટે સ્વતંત્ર છો અને તે તમારા માટે સારું છે. મને તમારો જુસ્સો ગમે છે. પણ એનાથી સંગીતા સાથે લગ્ન ન કરવાનો મારો નિર્ણય બદલાઈ શકે નહીં. તે ખૂબ જ સારી છોકરી છે. તે ખૂબ જ સ્માર્ટ અને સુંદર છે. પણ જો મને હા ન લાગે તો હા કહેવાનું કોઈ કારણ નથી. તો હવે તમે નક્કી કરો. તમે જે પણ કહો છો, હું સ્વીકારવા તૈયાર છું. પણ મને તારા મિત્ર સાથે લગ્ન કરવાની વિનંતી ના કર. હું એવું નહીં કરું. માફ કરશો.

'શું તમે મને નિર્ણય લેવા માટે થોડો સમય

આપશો?" "મારા માટે આ એક મોટો નિર્ણય છે," સ્વરાંજલિએ પૂછ્યું.

'સમય માગો છો?' કેટલું? 'તને ખબર છે કે આ વખતે મારા ભારત આવવાનો હેતુ લગ્ન કરીને મારી પત્ની સાથે જવાનો છે.' પાર્થે સ્વરાંજલિને યાદ અપાવ્યું.

'હા, પણ હમણાં જ તમે કહ્યું, જો હું 'ના' કહું, તો તમે કોઈની સાથે લગ્ન કર્યા વિના પાછા જશો.' તો સમયનો અવરોધ ક્યાં છે?' સ્વરાંજલિએ ફરીથી પૂછ્યું.

'પણ જો તું 'હા' કહેવાનું નક્કી કરે તો?' પાર્થે તેને પૂછ્યું.

સ્વરાંજલિ આ માટે તૈયાર નહોતી. હવે તે ગભરાઈ ગઈ. તેણે પાર્થને એક કપ કોફી મંગાવવા કહ્યું. તે સમય ખરીદવા માંગતી હતી. તેણી વિચારવા લાગી કે શું ત્રણ વર્ષ તેના વિચાર કરતાં વધુ છે. તેણીએ મામાજીનો આભાર માન્યો. તેણીને ખબર નહોતી કે તેણીએ શા માટે તેનો આભાર માન્યો. બંને થોડા સમય માટે મા હતા. વેઈટર કોફીની ટ્રે લઈને આવ્યો.

સ્વરાંજલિએ પાર્થ માટે કોફી બનાવી, ખાંડ વિશે પૂછ્યું. પાર્થે કહ્યું, 'એક.' સ્વરાંજલિએ એક ક્યુબ ખાંડ નાખી; દૂધ ઉમેર્યું, પાર્થને કોફી પીરસી અને એક તેના માટે લીધી. બંને થોડી વાર સુધી કંઈ બોલ્યા નહીં. તે બંને જાણતા હતા કે, રૂમની પેલી બાજુના બીજા બધા લોકો તેમની ગતિવિધિઓ પર બારીકાઈથી નજર રાખી રહ્યા છે.

સ્વરાંજલિએ મૌન તોડ્યું. 'મને એક દિવસનો સમય આપો.' હું તમને કાલે સવારે દસ વાગ્યા પહેલાં જણાવીશ. મારે સંગીતા સાથે વાત કરવી છે.

પાર્થે તરત જ જવાબ આપ્યો, 'એક દિવસને બદલે, તમે બે દિવસ લો.' પણ તું આ ક્ષણે સંગીતા સાથે આ વિશે વાત નહીં કરે. બધું જ જોખમમાં મુકાઈ જશે. તમે મને શબ્દ આપો. તેણીને ખબર નથી કે આપણે એકબીજાને જોયા છે. ઊલટું, તમે જાણો છો કે મેં તેણીને જોઇ છે. તમારા માટે તે ખૂબ જ અજીબ હશે. તે જ સમયે, મને ગમશે નહીં કે તમે કંઈપણ ખોટું બોલો. તો સારું રહેશે કે તમે એક દિવસ માટે તેની સાથે આ બાબતે વાત કરવાનું ટાળો.

સ્વરાંજલિએ વિચાર્યું, તેના વિચારમાં એક સમજ છે. બપોરના ત્રણ વાગ્યા હતા. તેણીએ કહ્યું, 'ચાલો આપણે ગ્રુપમાં જોડાઈએ.' "કૃપા કરીને હવે તેમને કંઈ ના કહો.' પાર્થ સંમત થયો. તેણે તેણીને પોતાનું વિઝિટિંગ કાર્ડ આપ્યું અને કહ્યું, 'જો તમને કોઈ સ્પષ્ટતા જોઈતી હોય, તો આ રહ્યો મારો ભારતનો નંબર.'

તેઓ જૂથમાં જોડાયા. બધાએ કોઈ પણ દબાણ વિના ખૂબ જ સારું લંચ લીધું. સ્વરાંજલિ પાર્થના માતા-પિતા સાથે એકદમ મુક્ત હતી. પાર્થે મૌન તોડ્યું, 'સારું, હું તમને કહી દઉં કે સ્વરાંજલિએ પ્રતિક્રિયા આપવા માટે એક દિવસનો સમય માંગ્યો છે, આપણે તેના નિર્ણયની રાહ જોઈશું.'

શુભેચ્છાઓની આપ-લે કર્યા પછી, તેઓ પોતપોતાના ઘરે જવા રવાના થયા.

આખરે બરફ તૂટી ગયો

ઘરે પહોંચ્યા પછી, સ્વરાંજલિએ સૌથી પહેલું કામ બધા વડીલોને ભેગા કર્યા. તેણીએ શરૂઆત કરી, 'હવે હું તમને બધાને કેટલાક પ્રશ્નો પૂછી રહી છું.' તમે 'હા' કે 'ના' માં જવાબ આપશો. બધા એકબીજા સામે જોઈ રહ્યા હતા. પણ તેઓ ચૂપ રહ્યા.

'તમે મને અક્ષરધામ લઈ ગયા હતા, પાર્થના માતા-પિતાને બતાવવા માટે; ખરું ને?'

બધા ચૂપ રહ્યા.

'મામાજી, એ તમારા ખાસ મિત્રો નથી.' 'તેં મને બકવાસ કર્યો; ખરું ને?' મામાજી ચૂપ રહ્યા.

'અને તમે, મારા પ્રિય પિતા અને માતા, તમે બંને શરૂઆતથી જ જાણતા હતા કે તે બીજા પરિવાર સાથે એક સંપૂર્ણ મેચમેકિંગ લંચ મીટિંગ હતી; ખરું ને?' બધા ફરી એકવાર મૌન રહ્યા.

'તમે બધા શા માટે સાયલન્ટ મોડમાં ગયા છો?' એહ?

મામાજીએ કહ્યું, 'મૌન એટલે હકારાત્મક.' શું તમને ખબર નથી? "એનો અર્થ એ કે આપણા બધા જવાબો 'હા' છે." ખરું ને?

'હા' બધાએ કહ્યું.

સ્વરાંજલિ પોતાનો ગુસ્સે ભરાયેલો ચહેરો લંબાવી શકી નહીં. તે હસ્યો. 'તમે બધા આટલા સારા અભિનેતા કેવી રીતે બની ગયા?' મને કંઈ અંદાજ ન આવ્યો.

બધા હવે સ્વરાંજલિ પર કૂદી પડ્યા.

'અમને કહો, તમને છોકરો કેવી રીતે મળ્યો?' મામાજીએ પૂછ્યું.

'તું શું વાત કરી રહ્યો હતો?' સ્વરાંજલિની માતાએ પૂછ્યું.

'શું તેણે તમારા વિશે કંઈક કહ્યું?' "તમે સમય કેમ માંગ્યો?" સ્વરાંજલિના પિતા ધર્મેશભાઈએ તેને પ્રશ્ન કર્યો.

ધીમે ધીમે અને વ્યવસ્થિત રીતે તેણે સંગીતાના એપિસોડ સિવાય બધું જ કહ્યું.

'હવે તમે શું નક્કી કર્યું છે?' મામાજીએ સ્વરાંજલિને પૂછ્યું.

'મામાજી, મને કહો, તમે બધા આટલા ઉતાવળમાં કેમ છો?' તમે મને ત્રણ વર્ષ સુધી ખલેલ પહોંચાડવાનું વચન આપ્યું હતું અને ત્રણ કલાકમાં જ તમે મને ખલેલ પહોંચાડવાનું શરૂ કરી દીધું? જુઓ, મારે વિચારવું પડશે. મામાજી, તમે મને કહ્યું તેમ તે રાહ જોવા તૈયાર નથી. મારી પોતાની કેટલીક યોજનાઓ છે. મારી પોતાની કારકિર્દી છે. પણ પાર્થ એક સારો છોકરો છે અને મને તે ગમે છે;

અને સાથે જ હું મૂંઝવણમાં પણ છું. મને લાગે છે કે તમે બધા હવે ખુશ છો?

'હું મારા રૂમમાં જાઉં છું.' કૃપા કરીને મને ફોન ના કરશો. મને વિચારવા દો અને નિર્ણય લેવા દો. અને મામાજી, મારો નિર્ણય ગમે તે હોય, તમે મને ટેકો આપશો. ઠીક છે?

તે પોતાના રૂમમાં ગઈ, દરવાજો બંધ કર્યો અને પોતાના પલંગ પર બેઠી. તેણીએ તેના બંને ઘૂંટણ પર માથું રાખ્યું અને આંખો બંધ કરી. પાર્થ તેની નજર સામે આવ્યો. તેણીને તેના હાવભાવ અને વાતો યાદ આવી. પાર્થ પરિપક્વ, સંવેદનશીલ અને પ્રામાણિક વ્યક્તિ હતો. એ પહેલી છાપ હતી. એ ખૂબ જ મહત્વપૂર્ણ હતું. પણ તેણે કહ્યું કે તે તેની પત્ની સાથે જશે. એનો અર્થ એ કે જો હું તેની પત્ની બનીશ, તો મારે તેની સાથે જવું પડશે? તો પછી મારી પરીક્ષા અને કારકિર્દીનું શું? હું લગ્ન માટે મારી કારકિર્દીનું બલિદાન આપી શકતો નથી! એવું લાગે છે કે તેના માતાપિતા ખૂબ સમજદાર છે. તેઓ પાર્થને મને પરીક્ષામાં બેસવા દેવા માટે મનાવી શકે છે.

પ્રથમ ક્રિયાપ્રતિક્રિયા

'ચાલો?' ઓહ ભગવાન! હું શું વિચારી રહ્યો છું? સ્વરાંજલિએ વિચાર્યું. 'સ્વરાંજલિ, પૃથ્વી પર આવો'. તે ઉતાવળે ઊભી થઇ અને ટેબલ પાસે ગઇ જ્યાં તેણે પોતાનો હેન્ડબેગ રાખ્યો હતો. તેણીએ ધીમેથી પોતાની બેગ ખોલી અને એક કાર્ડ કાઢ્યું. જો તેણીને કેટલીક સ્પષ્ટતા જોઈતી હોય તો પાર્થે આપેલું કાર્ડ હતું. હા, તેણીને કેટલીક સ્પષ્ટતાની જરૂર હતી.

તેણીને ખાતરી નહોતી કે તેણીએ તેને ફોન કરવો જોઈએ કે નહીં. તે ખૂબ જ વિચિત્ર લાગશે. તેણીને તેના ફોન વિશે ખાતરી નહોતી. અંદર એક મસાજ આવ્યો. તેણીએ તે ખોલ્યું.

પાર્થનું હતું. 'હાય, તમે વિચારવાનું શરૂ કર્યું છે કે નહીં?' તમે રાત્રિભોજન કર્યું? "તું ધ્યાન રાખજે, બાય.' સ્વરાંજલિને તેનો પ્રશ્ન ગમી ગયો. તે તોફાની પણ હોવો જોઈએ. તે વિચારી રહી હતી કે શું જવાબ આપવો. પણ તે ખુશીથી મૂંઝાઇ ગઈ.

તેણીએ જવાબ આપ્યો, 'હા, મેં વિચારવાનું શરૂ કરી દીધું છે.' પણ મને નિર્ણય લેવા માટે કોઈની મદદની જરૂર પડી શકે છે. હું મારા રૂમમાં રાત્રિભોજન માટે ફોન આવે તેની રાહ જોઇ રહ્યો છું. મેકડોનાલ્ડથી આવ્યા પછી, મેં મને મૂર્ખ

બનાવનારા દરેકને ઠપકો આપ્યો. પણ તેઓ ખુશ છે. તમારા રાત્રિભોજનનું શું? ચિંતા કરવા બદલ આભાર. ધ્યાન રાખજો, બાય.

જવાબ આવ્યો, 'હું તમને યોગ્ય અને સાચો નિર્ણય લેવામાં મદદ કરી શકું છું.' રાત્રિભોજન પછી, હું તમારા ફોનની રાહ જોઈશ. કૃપા કરીને મને ફોન કરો. તે એક વિનંતી છે. મને પણ થોડી સ્પષ્ટતા જોઈએ છે. બાય.

સ્વરાંજલિ બે મનમાં હતી. તેણીએ ત્રણ વર્ષનો ઇઇટિંગ પીરિયડ પાળવો જોઈએ કે લગ્ન માટે રાહ ન જોવી જોઈએ. સંગીતા સાથે કેવી રીતે વર્તવું; જ્યારે તેને ખબર પડશે કે પાર્થ એ જ વ્યક્તિ છે જેની સાથે સ્વરાંજલિ વાત કરી રહી છે, ત્યારે તેની પ્રતિક્રિયા શું હશે? સ્વરાંજલિને ખબર નહોતી કે પાર્થના પરિવારે સંગીતાના પરિવારને પહેલેથી જ જાણ કરી દીધી હતી કે તેઓ આગળ વધી શકતા નથી અને તેમને માફી માંગી હતી. તેથી સંગીતાને જ્યાં સુધી ચિંતા હતી ત્યાં સુધી પાર્થના પરિવાર માટે તે પ્રકરણ પૂરું થઈ ગયું. કાવ્યાનો ફોન સાંભળીને તે ભાનમાં આવી ગઈ.

રાત્રિભોજનના ટેબલ પર, મામાજીએ વિષય ખોલ્યો. હવે જ્યારે સ્વરાંજલિ સ્થિર છે, ત્યારે તેઓ તેની વિચારસરણી પ્રક્રિયા જાણવા માંગતા હતા. તે મૂંઝવણમાં હતી. તેણીએ ફક્ત એટલું જ કહ્યું કે મને તે છોકરો ગમ્યો પણ મને ખબર નહોતી કે મારે 'હા' કહેવું જોઈએ કે નહીં. બધાએ મેચમેકિંગની

પ્રક્રિયાને ન્યાયી ઠેરવવાનો પ્રયાસ કર્યો. શરૂઆતમાં કંઈ ન જણાવવા બદલ તેઓએ માફી પણ માંગી. સ્વરાંજલિ કંઈ બોલી નહીં. તે પાર્થ વિશે વિચારી રહી હતી. તે તેની સાથે વાત કરવા માંગતી હતી. પણ તેણીને બહુ ખાતરી નહોતી. રાત્રિભોજન પછી, તે બધાને શુભ રાત્રિ કહીને તેના રૂમમાં ગઈ.

પાર્થ વિશે વિચારીને તે ઊંઘી શકી નહીં. વિચાર્યું, કદાચ તે તેના વિશે વિચારી રહ્યો હશે. શું તે વિચારી રહ્યો હતો કે હું પાગલ છોકરી છું? શું મારે તેને ફોન કરવો જોઈએ? તેણીએ ઘડિયાળ જોઈ. રાતના ૧૦.૩૦ વાગ્યા હતા. શું તેને આટલા મોડેથી ફોન કરવો યોગ્ય હતો? શું પાર્થ અત્યાર સુધીમાં સૂઈ ગયો હતો? તેના મનમાં ઘણી બધી વાતો ચાલી રહી હતી. એક મેસેજ આવ્યો. 'હું તમારા ફોનની રાહ જોઈ રહ્યો છું.' તે પાર્થ હતો. તે ખુશ હતી. તે પલંગ પર ઉભી થઈ. પાર્થ ઊંઘતો નહોતો. તે મારા ફોનની રાહ જોઈ રહ્યો હતો. બરાબર. મને તેને ફોન કરવા દો.

તેણીએ પાર્થને ફોન કર્યો અને તેણે જવાબ આપ્યો, 'હાય સ્વરાંજલિ, હું તમને થોડી માહિતી આપું છું.' મારા માતા-પિતાએ તમારા મિત્રને પહેલેથી જ જણાવી દીધું છે કે અમે આગળ વધવાના નથી. તો હવે કૃપા કરીને આરામ કરો. જરૂર પડશે તો હું તમારા મિત્ર સાથે વાત કરીશ. હવે મને કહો, તમારા મનમાં શું ચાલી રહ્યું છે?

'ખરેખર, હું મારી પરીક્ષા વિશે વિચારી રહ્યો હતો.' તે મે મહિનાની વાત છે. જો આપણે લગ્ન કરી લઈએ અને હું તમારી સાથે અમેરિકા જાઉં, તો મારી પરીક્ષાનું શું થશે? તો, હું વિચારી રહી હતી કે શું લગ્ન મુલતવી રાખીને મારી પરીક્ષા પછી તેને ઠીક કરવું શક્ય છે?' સ્વરાંજલિએ કોઈક રીતે પોતાનું વાક્ય પૂરું કર્યું.

'ના, એ શક્ય નથી.' હું તમને કારણ જણાવીશ. મેં કંપની પાસેથી ફેમિલી વીમા માટે અરજી કરી હતી. તેઓ સંમત થયા છે. મારે તેમને મારું લગ્નનું પ્રમાણપત્ર બતાવવું પડશે અને પુરાવા તરીકે અમારા સંયુક્ત ફોટોગ્રાફ માટે તેમને તમારી જરૂર પડશે. જ્યાં સુધી પરીક્ષાનો સવાલ છે, તમે સત્તાવાર ઔપચારિકતાઓ પૂર્ણ કર્યા પછી પાછા આવી શકો છો. આ ઓફર વર્ષમાં એકવાર આપવામાં આવે છે. તેથી, જો હું આ હમણાં નહીં મેળવી શકું, તો હું એક વર્ષ કે તેથી વધુ સમય માટે ચૂકી જઈશ. મને ખબર નથી કે મને આવી લાંબી રજા ક્યારે મળશે. તેથી તમે તમારી પરીક્ષાની ચિંતા ના કરો, તે મારી જવાબદારી રહેશે. "તું મારી વાત માની શકે છે.' પાર્થે તેને મનાવવાનો પ્રયાસ કર્યો.

"હજુ પણ હું અનિર્ણિત છું. તે સત્તાવાર પ્રક્રિયા પૂર્ણ કરવામાં કેટલો સમય લાગશે?" સ્વરાંજલિએ ગભરાઈને કહ્યું.

"હું દિવસોની ચોક્કસ સંખ્યા કહી શકતો નથી. પરંતુ તેમાં ચારથી પાંચ અઠવાડિયાથી વધુ સમય

લાગવો જોઈએ નહીં. પાર્થે ફોન પર જવાબ આપ્યો.

સ્વરાંજલિએ વિરામ લીધો અને કહ્યું, “પાર્થ, આ કદાચ રમુજી લાગશે. પણ મારે હવે આ કહેવું જ પડશે. મને તું ખૂબ ગમે છે."

“વાહ! આભાર” પાર્થે જવાબ આપ્યો.

"શું હું કાલે તમારી પાસે આવીને ઘૂંટણિયે પડીને કહીશ કે હું તમારી સાથે લગ્ન કરવા માંગુ છું, અને શું તમે મારી પત્ની બનશો?" ભલે તમે અમને હજુ સુધી તમારા ઘરે આમંત્રણ આપ્યું નથી.” પાર્થે પગ ખેંચવાનો પ્રયાસ કર્યો.

“ઠીક છે, હું કાલે સવારે મારા માતાપિતાને તમારા માતાપિતા સાથે વાત કરવા કહીશ. અને મારા મામાજી, જે દાવો કરે છે કે તે તમને બાળપણથી ઓળખે છે, તે તમારા માતાપિતા સાથે પણ વાત કરશે. હવે, ઘણું મોડું થઈ ગયું છે. ધ્યાન રાખજો, શુભ રાત્રી, બાય.” સ્વરાંજલિએ જવાબ આપ્યો.

બંને હસ્યા અને શુભ રાત્રિ કહ્યું અને સ્વરાંજલિએ ફોન મૂકી દીધો, અને સૂઈ ગઈ. તેણીને સારી ઊંઘ આવી.

મામાજીનું આમંત્રણ

બીજા દિવસે સવારે સ્વરાંજલિએ તેના મામાજીને પકડી લીધા.

તેણીએ તેનો સામનો કર્યો, “મામાજી, આ શું છે, પાર્થ ફરિયાદ કરી રહ્યો હતો કે તમે તેમને અમારા

અરવિંદ ઘોષ

ઘરે આમંત્રણ પણ નથી આપ્યું? મામાજી, શું આ સાચું છે? હવે તમારું પહેલું કામ તેમને યોગ્ય રીતે આમંત્રણ આપવાનું અને યોગ્ય સ્વાગતનું આયોજન કરવાનું છે. તમે સમજી ગયા?

મામાજી તેમની પ્રિય ભત્રીજી તરફ જોઈ રહ્યા હતા. એક જ દિવસમાં, તે પરિપક્વ થઈ ગઈ. તેણીએ એક અજાણ્યા પરિવાર માટે લડવાનું શરૂ કર્યું છે. મામાજીએ તેને ચીડવવા માટે કહ્યું, તારા ત્રણ વર્ષના વિરામ સમયગાળા અને તારા કારકિર્દી નિર્માણ યોજના વિશે શું?

"અરે, એ વચનો પર!" મને શક્ય તેટલી વહેલી તકે અમેરિકા મોકલી શકો તે માટે સખત મહેનત કરો. સમજયા?

"હું સમજી ગયો છું, મારી માતા. હું સમજી ગયો છું." મામાજીએ કબૂલાત કરી.

સ્વરાંજલિના માતા-પિતા લડાઈ જોઈ રહ્યા હતા. તેઓ એકબીજા સામે જોઈ રહ્યા હતા. સમય ખૂબ જ ઓછો છે. માલતીબેને સ્વરાંજલીની મામીને ફોન કર્યો અને વાટાઘાટો પૂર્ણ થતાં જ તેમના સંબંધીઓને આમંત્રણ આપવા કહ્યું. મામાજી થોડી જ વારમાં તૈયાર થઈ ગયા, પાર્થના ઘરે જવા માટે અને તેમને સ્વરાંજલિના ઘરે જમવાનું આમંત્રણ આપવા માટે. તેમણે બધા સિનિયર્સને ખૂબ જ સારા લંચની વ્યવસ્થા કરવા અને ત્રણેય જુનિયરોને ઘરને આકર્ષક બનાવવા સૂચના આપી. મામાજીએ એમ પણ કહ્યું કે તે તેમના માટે યોગ્ય ભેટો લાવશે.

તેમને બિલકુલ ચિંતા કરવાની જરૂર નથી. સ્વરાંજલિએ સંગીતાને જણાવ્યું કે તે લંચ ટાઇમ પછી યુનિવર્સિટી આવશે. તેણીએ કોઈ ખુલાસો આપ્યો નહીં.

અગિયાર વાગ્યે, ત્રણેય મહેમાનો તેમના ઘરે દેખાયા. મામાજી હજુ ભેટો લઈને આવ્યા ન હતા. પાર્થના માતા-પિતાનું સ્વાગત સ્વરાંજલિના માતા-પિતાએ કપાળ પર લાલ તિલક લગાવીને કર્યું. સ્વરાંજલિ, કાવ્યા અને ભાવિક દ્વારા પાર્થનું સ્વાગત કરવામાં આવ્યું હતું. પાર્થ ઘણી બધી ભેટો લઈને આવ્યો હતો. આ ભેટો અમેરિકાથી લાવવામાં આવી હતી. મામાજી ઘણા પેકેટ લઈને આવ્યા. બંને પક્ષો દ્વારા બધી ભેટોની આપ-લે કરવામાં આવી.

પાર્થ, સ્વરાંજલિ, કાવ્યા અને ભાવિક વરંડામાં ગયા. લગ્ન વિશે ચર્ચા અને આયોજન માટે વડીલોને છોડી દેવામાં આવ્યા હતા. મંગળવારે સ્વરાંજલિનો પ્રોજેક્ટ 'મહેફિલ' હતો. તેથી, બુધવારે, 'સગાઈની વીંટીનું વિનિમય' સમારોહને અંતિમ સ્વરૂપ આપવામાં આવ્યું. ચાર દિવસ પછી, લગ્ન થશે. મામાજી એટલા હોશિયાર છે કે તેઓ તેમના મિત્ર સાથે વાત કરી ચૂક્યા છે, જેમનું અમદાવાદ શહેરથી લગભગ પંદર કિલોમીટર દૂર સોલા નજીક તેમના ફાર્મ હાઉસમાં મંગલ કાર્યાલય છે. મોટા શહેરોમાં આ અંતર કંઈ નથી.

કન્યા અને વરરાજાને ખરીદી માટે તૈયાર થવાનું

કહેવામાં આવ્યું. સ્વરાંજલિએ બહાનું માંગ્યું કારણ કે તેને તેના પ્રોજેક્ટ માટે યુનિવર્સિટી જવાનું હતું. આ પ્રોજેક્ટ સાંજે ચાર વાગ્યા સુધીમાં પૂરો થવાનો હતો. તે પછી, સ્વરાંજલિ પાર્થ સાથે જવા માટે મુક્ત હતી. બપોરના ભોજન પછી, બધાએ શુભેચ્છાઓ પાઠવી અને તેઓ પોતાના ઘરે જવા રવાના થયા. પાર્થે સ્વરાંજલિ તરફ હાથ લંબાવ્યો. સ્વરાંજલિએ પાર્થનો હાથ પકડ્યો; તેણી થોડી ધ્રુજારી અનુભવી રહી હતી. પણ તે કામચલાઉ હતું. તેણીના હૃદયમાં રોમાંચ અનુભવાયો; તે મંત્રમુગ્ધ કરનારું હતું. તે ગરમાગરમ હાથ મિલાવટ હતી. બંનેએ એકબીજા સામે સ્મિત કર્યું અને વિદાય લીધી. પાર્થે ફોન વિશે સંકેત આપ્યો. સ્વરાંજલિએ પુષ્ટિ આપી. જ્યારે તેઓ કાર પાસે પહોંચ્યા, ત્યારે સ્વરાંજલિએ મસાજ કર્યો, 'તમે ખૂબ જ સુંદર દેખાતા હતા.' 'આભાર' તેનો જવાબ હતો. ગાડીએ લેન છોડી દીધી.

સ્વરાંજલિ યુનિવર્સિટીના સંગીત વિભાગમાં પહોંચી. સંગીતા ઉતાવળે તેની પાસે આવી. તેણીએ સ્વરાંજલિને ખૂણામાં લીધી અને કહ્યું, 'એક દુઃખદ સમાચાર છે.' "પાર્થના પિતાએ 'માફ કરશો' મૅસેજ મોકલ્યો છે.' સ્વરાંજલિએ કહ્યું, તેઓ તેને મળવા પણ આવ્યા હતા અને બીજી કેટલીક છોકરીઓને મળવા પણ જઈ રહ્યા છે. સ્વરાંજલિએ તેમની મુલાકાત અને લંચનું વર્ણન હકીકત તરીકે કર્યું, જેમાં સત્યનો કોઈ પ્રભાવ પડ્યો નહીં.

સંગીતાએ પણ તેને આનંદથી લીધું અને કહ્યું,

'ભગવાન તેમને સમજ આપે કે તેઓ ઓછામાં ઓછું તમને પસંદ કરે.' જો તમારી પસંદગી થશે તો મને ખુશી થશે. "પછી હું તેનો પગ ખેંચીશ.' સ્વરાંજલિ કંઈ બોલી નહીં.

સ્વરાંજલિને તેના શ્રેષ્ઠ મિત્રથી સત્ય છુપાવવાનું દુ:ખ થયું. પાર્થે તેને આવું કરવાનું કહ્યું. બંને બીજા દિવસે યોજનાર 'મહેફિલ' કાર્યક્રમનું આયોજન કરવા ગયા હતા. તેઓ સાંજ સુધી વ્યસ્ત રહ્યા અને સવારે મહેફિલ માટે મળવાનું નક્કી કર્યું.

રાત્રિભોજનના ટેબલ પર, બધી ધાર્મિક વિધિઓના આયોજન અને અમલ અંગે ગંભીર ચર્ચાઓ ચાલી રહી હતી. મામાજીએ આ કામ ઘણા નજીકના સંબંધીઓને વહેંચી દીધું. મ્યુઝિકલ બેન્ડ, ફાર્મહાઉસની સજાવટ, કારની સજાવટ વગેરે મામાજીની દુકાનના મેનેજરને આપવામાં આવ્યા હતા. આમંત્રણ કાર્ડનો મામલો તૈયાર હતો. તે સ્વરાંજલીના કાકા દ્વારા કરવામાં આવ્યું હતું, જે નજીકમાં રહે છે. પાર્થ પરિવાર તરફથી પુષ્ટિ મળ્યા પછી તે પ્રિન્ટરને પહેલેથી જ આપવામાં આવ્યું હતું.

સમયની મર્યાદાને કારણે તેઓ ડુપ્લિકેશન ટાળી રહ્યા હતા. આમંત્રણ કાર્ડ બંને પક્ષો માટે સામાન્ય હશે અને બંનેના સંબંધીઓમાં વહેંચવામાં આવશે. પાર્થના માતા-પિતાએ મંગલ કાર્યાલયમાં પીરસવામાં આવનાર રાત્રિભોજનની સંપૂર્ણ જવાબદારી લીધી. તેઓએ સમાન રીતે ફાળો

અરવિંદ ઘોષ

આપવાનું નક્કી કર્યું. મામાજી અને તેમના સાથીઓ માટે આ એક મોટી રાહત હતી. પરિવારના પાદરીને જાણ કરવામાં આવી. તે સગાઇ અને લગ્ન બંને માટે જરૂરી બધી સામગ્રીનું ધ્યાન રાખશે. ઘરની સજાવટનું નિરીક્ષણ સ્વરાંજલીના પિતરાઇ ભાઇ દ્વારા કરવામાં આવશે. ભેટ અને આપ-લે મામી દ્વારા નક્કી કરવામાં આવશે.

રાત્રિભોજન પછી, સ્વરાંજલિએ બધાને શુભ રાત્રિ કહ્યું અને પાર્થને ફોન કરવા તેના રૂમમાં ગઈ. તે તેના ફોનની રાહ જોતો હશે. ઘણું મોડું થઇ ગયું હતું. તેણી સાચી હતી. પહેલી રિંગમાં જ પાર્થે 'હેલો' કહ્યું. સ્વરાંજલિએ માફી માંગી અને વાતચીત શરૂ કરી. તેણીએ તેની અને સંગીતા વચ્ચે થયેલી વાતચીત વિશે માહિતી આપી. પાર્થે કહ્યું, 'બિલકુલ ચિંતા ના કર.'

તેઓએ બીજા દિવસની ખરીદીનું આયોજન કર્યું. પાર્થ વારંવાર સ્વરાંજલિને વિનંતી કરતો હતો કે તે તેના મામાજી કે માતા-પિતા પાસેથી કોઇ પૈસા ન માંગે. સ્વરાંજલિએ કહ્યું ઠીક છે. તેઓએ યુએસ વિલા વિશે પણ વાત કરી. પાર્થે કહ્યું કે વિલા તેના માલિક મહિલાને શણગારવામાં આવે તેની રાહ જોઇ રહ્યો છે. સ્વરાંજલિ રોમાંચિત થઇ ગઈ. તેણીને અમેરિકી લોકોની જીવનશૈલી વિશે ઉત્સુકતા હતી. પાર્થે એવી કોઇ પણ માહિતી આપવાનું ટાળવાનો પ્રયાસ કર્યો જે જરૂરી ન હોય. થોડા સમય પછી, તેઓ શુભ રાત્રિ કહીને સૂઇ ગયા.

મહેફિલ

બીજા દિવસે, સ્વરાંજલિ સવારે આઠ વાગ્યે તેના પ્રોજેક્ટ મહેફિલ માટે ઘરેથી નીકળી. બપોરે બે વાગ્યા સુધીમાં, હોલ વિધાર્થી-શિક્ષક પ્રેક્ષકોથી ભરાઈ ગયો. પોતપોતાની વસ્તુઓ રેન્ડર કરવા માટે ચાર વ્યક્તિઓ હતા. બે વિધાર્થીઓ વાધોમાં અને બે વિધાર્થીઓ ગાયનમાં પર્ફોર્મ કરી રહ્યા હતા. સ્વરાંજલિનું રેન્ડરિંગ ત્રીજા સ્થાને રહ્યું. પાર્થે તેણીને તેના પ્રદર્શનનો સંપૂર્ણ વિડિઓ બનાવવા વિનંતી કરી હતી. સંગીતા અને એક વાધ પ્રદર્શન પછી, દસ મિનિટનો વિરામ હતો.

તેણીએ સંગીતાને પૂછ્યું, 'સંગીતા, તારે મારા પર્ફોર્મન્સનો વિડીયો બનાવવો પડશે.' તેણી સહમત થઈ ગઈ. વિરામ પછી, સ્વરાંજલિ તેના હાર્મોનિયમ સાથે તૈયાર થઈ અને તાનપુરા સાથે બે વધુ સહાધ્યાયીઓનું સ્વાગત કર્યું. બંને તૈયાર હતા. અને સ્વરાંજલિએ ઇમોન-કલ્યાણમાં પોતાનું અભિનય શરૂ કર્યું. તેણી તેના શ્રેષ્ઠ ઉત્સાહમાં હતી. જ્યારે તેણીએ પોતાનું ગીત પૂરું કર્યું ત્યારે જોરદાર તાળીઓનો ગડગડાટ થયો. તેના શિક્ષકો ખૂબ ખુશ હતા. સંગીતા દોડતી આવી અને તેને ગળે લગાવી. સ્વરાંજલિએ સંગીતાને કહ્યું, તેને વહેલું જવું પડશે. તેના વિભાગના વડાએ તેને પરવાનગી આપી.

ધરેણાંની ખરીદી

તેણીએ પાર્થ સાથે વાત કરી અને મળવાનું સ્થળ પૂછ્યું. તેણે કહ્યું કે તે હેલ્મેટ સર્કલ પાસે ત્રિભુવનદાસ જ્વેલર્સની દુકાનમાં સમયસર પહોંચી જશે. તેણીએ તેના માતાપિતાને જાણ કરી અને સીધી દુકાને ગઇ. સ્વરાંજલિને ખબર પડી કે પાર્થ તેની રાહ જોઈ રહ્યો હતો. તેણીએ પોતાની સ્કૂટી પાર્ક કરી અને પાર્થ પાસે આવી. તેઓ હાથ મિલાવ્યા અને અંદર ગયા. જ્યારે પાર્થે દુકાનના માલિકને કહ્યું કે તે ડોલરમાં ચૂકવણી કરશે, ત્યારે તેઓ ખૂબ ખુશ થયા. તેઓ તેમની સેવા કરવામાં ખાસ રસ લેતા. ડોલરમાં ખરીદી માટે ખાસ ડિસ્કાઉન્ટ આપવામાં આવ્યું હતું. તેમણે સગાઈ માટે બે હીરાની વીંટીઓ અને કાનની વીંટીઓ સાથેનો એક હીરાનો હાર સેટ અને સ્વરાંજલિના રોજિંદા ઉપયોગ માટે એક વધુ વીંટી ખરીદી. જ્યારે પાર્થે હીરાના બ્રેસલેટનો આગ્રહ રાખ્યો ત્યારે તેણે તેનો વાંધો સાંભળ્યો નહીં. પાર્થ ડોલરમાં પૈસા ચૂકવ્યા અને વસ્તુઓ લઈને પોતાની કાર પાસે ગયો. તેણે પોતાના ડ્રાઇવરને સ્વરાંજલિની સ્કૂટીનું ધ્યાન રાખવા કહ્યું, સ્વરાંજલિને પોતાની સાથે કારમાં બેસવા કહ્યું.

પછી પાર્થ તેને એક મોટા ડિપાર્ટમેન્ટલ સ્ટોર પર લઇ ગયો. ત્યાં, બંનેએ લગ્ન અને અમેરિકાની મુસાફરી માટે જરૂરી બધી વસ્તુઓ ખરીદી. જ્યારે તેઓ બેગ લઈને બહાર આવ્યા, ત્યારે તેમની કારની આખી પાછળની સીટ ભરાઇ ગઈ. તેઓ પહેલા સ્વરાંજલીના ઘરે ગયા. પોતાનો

બધો સામાન ઘરમાં મૂકી દીધો અને એક કપ કોફી પીધી, બધા સભ્યો સાથે વ્યક્તિગત રીતે વાત કરી.

પાર્થે તેના જેકેટમાંથી બે નાના બોક્સ કાઢ્યા. એક પછી એક તેણે બંને બોક્સ ખોલ્યા અને સગાઈની વીંટીઓ બતાવી. સ્વરાંજલીના માતા-પિતા, મામાજી અને મામી, કાવ્યા અને ભાવિક સાથે, બધા તે વીંટીઓ જોવા માટે ખૂબ જ ઉત્સાહિત હતા. તેણે સ્વરાંજલિ માટે તેના માતાપિતા દ્વારા ભેટ આપવા માટે ખરીદેલો હીરાનો સેટ અને બ્રેસલેટ પણ બતાવ્યું. તેણે મામાજીને તેની સગાઈની વીંટી બીજા દિવસે લાવવા માટે આપી. મજાકમાં, તેમણે યાદ અપાવ્યું કે બીજા દિવસે તેમની સગાઈનો દિવસ હતો અને તેમણે ઔપચારિક રીતે બધાને સ્થળ પર આવવા આમંત્રણ આપ્યું. પાર્થે સ્વરાંજલિને તેની મિત્ર સંગીતાને પણ આમંત્રણ આપવા કહ્યું. તે તેની સાથે વાત કરશે. પાર્થે તેણીને યુએસ ચોકલેટનું પેકેટ આપ્યું. પછી તે રાત્રે ફોન કરવાનો સંકેત આપીને ચાલ્યો ગયો. સ્વરાંજલિના માતા-પિતાએ તેમની પુત્રી માટે પાર્થ નામનો દેવદૂત મોકલવા બદલ સર્વશક્તિમાન ભગવાનનો આભાર માન્યો. તેઓએ મામાજીનો પણ ખૂબ ખૂબ આભાર માન્યો, જેમણે આ લગ્ન પ્રક્રિયા શરૂ કરી અને તેને શક્ય બનાવવા માટે તેમણે જે બધી મુશ્કેલીઓનો સામનો કર્યો.

સમાચાર બ્રેકિંગ

સ્વરાંજલિ મૂંઝવણમાં હતી. તેણી સંગીતાને તેની સગાઈ માટે આમંત્રણ આપવાની હતી. તેણીને અજુગતું લાગ્યું. પણ તેણીને ફોન કરવો પડ્યો. તે જ ક્ષણે સંગીતાએ કહ્યું, 'હેલો,' તે ગભરાઈ ગઈ. 'સંગીતા, એક સમાચાર છે. મને ખબર નથી પડતી કે તને કેવી રીતે કહેવું.'

સંગીતા અનુમાન લગાવવા માટે પૂરતી હોશિયાર હતી. તેણીએ બૂમ પાડી, 'પાર્થે 'હા' કહ્યું છે ને?' સ્વરાંજલિએ કહ્યું, 'હે ભગવાન!' હા. "પણ તને કેવી રીતે ખબર પડી?" સ્વરાંજલિએ તેને પૂછ્યું.

'છેલ્લા બે દિવસથી તું બેચેન હતો.' મેં તમને કંઇ પૂછ્યું નથી. હું તમને સમાધાન માટે સમય આપવા માંગતો હતો. તમે આટલા ગભરાયેલા કેમ છો? હું તમારો ખાસ મિત્ર છું. બે દિવસ પહેલા જ મેં તને મારા વિશે બધું કહ્યું હતું ત્યારે તારે મારા પર વિશ્વાસ કરવો જોઈતો હતો.

સ્વરાંજલિ રડવા લાગી અને કહ્યું 'માફ કરશો.'

સંગીતાએ દરેક બાબતને રમતિયાળ રીતે લીધી. તેણીએ તેને ચીડવ્યું, 'પણ સ્વરાંજલિને ભૂલશો નહીં કે તેં મારા માણસને છીનવી લીધો છે.' બંને હસ્યા અને બેડોળપણું ઓગળી ગયું. તેઓ ખુશ હતા. સ્વરાંજલિએ તેના પરિવારને સગાઈ માટે આમંત્રણ આપ્યું, સંગીતાએ પુષ્ટિ આપી કે તે સગાઈ માટે ચોક્કસ આવશે. સ્વરાંજલિને રાહત અને ખુશી થઈ કે તેણે તેના શ્રેષ્ઠ મિત્રને કાયમ માટે ગુમાવ્યો નથી. તેણે સંગીતાને તેની જાણ વગર દુલ્હનને

બતાવવાનો આખો ક્રમ પણ કહી દીધો. અક્ષરધામથી લઈને મેકડોનાલ્ડની મીટિંગ્સ સુધી, મામાજી અને અન્ય લોકો કેવી રીતે બધું જ તેમનાથી ગુપ્ત રાખતા હતા. ખરેખર, સ્વરાંજલિના માતા-પિતા જે રીતે મોં બંધ રાખી શકતા હતા તે બંનેને ખૂબ ગમ્યું. સ્વરાંજલિ યાદ કરી શકે છે કે શા માટે મામાજી તેમની અક્ષરધામ મુલાકાત વખતે બેચેન હતા. આખો સમય, તે કોઈ અજાણ્યા વ્યક્તિઓ સાથે વાતો કરવામાં વ્યસ્ત રહેતો. તેઓ બીજું કોઈ નહીં પણ પાર્થના પરિવારના સભ્યો હતા. મામાજીએ સ્વરાંજલિને એક નહીં પણ બે વાર મૂર્ખ બનાવી. તેઓ હસ્યા અને સારી નોંધોમાં ફોન મૂકી દીધો.

જ્યારે સંગીતાએ તેના ઘરે કહ્યું કે પાર્થે તેની શ્રેષ્ઠ મિત્ર સ્વરાંજલિ સાથે લગ્ન કરવાનું નક્કી કર્યું છે, અને તેઓએ બીજા દિવસે તેમની સગાઈ માટે બધાને આમંત્રણ આપ્યું છે, ત્યારે તેની માતા પોતાની લાગણીઓને કાબૂમાં રાખી શકી નહીં. તે રડવા લાગી. તેણીની એક જ પ્રતિક્રિયા હતી, 'તે તમારી શ્રેષ્ઠ મિત્ર ન બની શકે.' જો તમે હજુ પણ બેશરમીથી જવા માંગતા હો, તો જાઓ. પણ આપણે જોડાઈશું નહીં.' આનાથી સંગીતા મૂંઝાઈ ગઈ.

સ્વરાંજલિએ પોતાના સંગીત કાર્યક્રમનો વિડીયો પાર્થને મોકલ્યો. ટેક્સ્ટ બોક્સમાં તેણે લખ્યું, 'સંગિતા દ્વારા બનાવેલ વિડિઓ.' હું રાત્રે તમારી સાથે વાત કરીશ.

પાર્થે જવાબ આપ્યો, 'વિડિઓ માટે આભાર; હું તમારા ફોનની રાહ જોઈશ.'

સ્વરાંજલિને સગાઈ સમારોહ જ્યાં થવાનો હતો તે હોલમાં લઈ જવાની બધી વસ્તુઓની વ્યવસ્થા કરવાનું કહેવામાં આવ્યું. કાવ્યા અને ભાવિકને તેની મદદ કરવા માટે કહેવામાં આવ્યું. તેઓ બધા પેકેટ સ્વરાંજલિના રૂમમાં લઈ ગયા. મામીએ તેમને આ હેતુ માટે બે મોટા સૂટકેસ આપ્યા. તેમણે બધી વસ્તુઓને બે ભાગમાં વહેંચી દીધી. તેઓએ સમારંભ અને ધાર્મિક વિધિઓ માટે જરૂરી બધા પેકેટ એક બેગમાં અને બાકીના બીજા સુટકેસમાં મૂક્યા. તેઓ જ્યારે કામ પૂરું કરી રહ્યા હતા, ત્યારે રાત્રિભોજન માટે ફોન આવ્યો. સ્વરાંજલિએ તેમને પાર્થ દ્વારા લાવવામાં આવેલી ચોકલેટ આપી. બધા ખૂબ ખુશ હતા.

પ્રકરણ પાંચ
સગાઇ અને લગ્ન

સગાઇ

રાત્રિભોજનના ટેબલ પર, બીજા દિવસ માટે કામો વહેંચવામાં આવ્યા. બધાને તેમના કામનું વર્ણન કરતી ચેકલિસ્ટ આપવામાં આવી હતી. કોઈએ કંઇ ભૂલવું ન જોઈએ. મામાજી બીજા દિવસે મહિલાઓને વહેંચવા માટે 'ગજરા' લાવવાનું ભૂલ્યા નહીં. પેકેટ નાના ફ્રિજમાં રાખવામાં આવ્યું હતું. કાવ્યાને કહેવામાં આવ્યું કે તે 'ગજરા'નું પેકેટ ભૂલશે નહીં. સગાઇ સમારોહ જોવા આવનારી બધી મહિલાઓને એક-એક ભેટ આપવાની તેમની ફરજ રહેશે. તેવી જ રીતે, ભાવિકને હોલમાં લઇ જવાના આખા સામાનની ગણતરી રાખવાની જવાબદારી સોંપવામાં આવી હતી. બધું જ આવી ગયું છે તેની પુષ્ટિ કરવા માટે તે ફરી વાર કહેતો. તેમને કાવ્યા અને સ્વરાંજલિની મદદથી યાદી તૈયાર રાખવાનું કહેવામાં આવ્યું. મામાજી સ્વરાંજલિને વધુ મહેનત ન કરવાનો આગ્રહ રાખતા હતા, છતાં બધાએ તેમની સામે સ્મિત કર્યું. સવારે બંને બહેનોને વહેલા પાર્લરમાં જવાનું કહેવામાં આવ્યું, જેથી તેઓ સમયસર પાછા આવી શકે.

સ્વરાંજલિને ફોન કરવો પડ્યો. તેણીએ બધાને શુભ રાત્રિ કહી અને તેના રૂમમાં ગઈ. તેણીએ દરવાજો બંધ કર્યો. તેણે પાર્થને ફોન કર્યો.

'હેલો, કેમ છો?' પાર્થે વાતચીત શરૂ કરી.

'હું ઠીક છું.' સાંભળો, મેં સંગીતાને બધું કહ્યું, તેણે આનંદથી લીધું લાગે છે. "મેં તેને સગાઈ માટે પણ આમંત્રણ આપ્યું છે.' સ્વરાંજલિએ માહિતી આપી.

પાર્થ ખુશ હતો કે હાલ પૂરતો મામલો ઉકેલાઈ ગયો છે. પછી તેઓએ બીજા દિવસના કાર્યક્રમ અંગે ચર્ચા કરી. પાર્થે કહ્યું, 'શું તમને ખબર છે કે મારા માતા-પિતાએ મારા ફોન પરથી સીધો જ તમારા ટીવીમાં તમારો વીડિયો જોયો છે.' તેઓ ખૂબ પ્રભાવિત થયા અને આ મેચ શક્ય બનાવવા બદલ મામાજીનો વારંવાર આભાર માન્યો.

તેને ખબર નહોતી કે તેના માતાપિતાએ આ મેચમેકિંગને સફળ બનાવવા બદલ કૃતજ્ઞતાના પ્રતીક તરીકે મામાજી માટે એક ખાસ ભેટ ખરીદી છે. તેમણે એમ પણ કહ્યું, 'તમે તમારું પ્રદર્શન આપતી વખતે ખૂબ જ સુંદર દેખાતા હતા.' અમારા પરિવારના બીજા સભ્ય તરીકે બધાને તમારા પર ખરેખર ગર્વ છે. ખાસ કરીને, બા ખૂબ પ્રભાવિત થયા છે. તેણીએ કહ્યું છે કે, તમારે ખાસ કરીને તેના માટે મહેફિલનું આયોજન કરવું જોઈએ.' સ્વરાંજલિ પોતાની લાગણી પર કાબુ રાખી શકી નહીં. તેણીને આંસુ લૂછવા માટે ટીશ્યુ પેપરની જરૂર હતી. પાર્થ અંદાજ લગાવી શક્યો કે સ્વરાંજલિ રડી રહી છે.

તેણે તેણીને સાંત્વના આપવાનો પ્રયાસ કર્યો.

તેણે કહ્યું, 'સ્વરા, તને નથી લાગતું કે અમે તને અમારા પરિવારમાં મેળવીને ખૂબ ભાગ્યશાળી છીએ?' સ્વરાંજલી ચૂપ રહી. પાર્થે તેને વહેલા ઉઠવાના સમયની યાદ અપાવી. સ્વરાંજલિ વાતચીતનો અંત લાવવા માંગતી ન હતી પણ પાર્થ વધુ વ્યવહારુ હતો. તેણે શુભ રાત્રિ કહ્યું અને ફોન મૂકી દીધો. સ્વરાંજલિએ પ્રયત્ન કર્યો પણ જલ્દી ઊંઘ ન આવી. પાર્થની સુંદર છબી તેની નજર સામે રહેવા માટે મક્કમ હતી.

બીજા દિવસે સ્વરાંજલિની માતા સવારે પાંચ વાગ્યે સૌથી પહેલા ઉઠી. તેણીએ બધાને ઉભા થવા માટે બોલાવ્યા. અચાનક, ઘર ઉત્સાહિત થઇ ગયું. હળવો નાસ્તો કર્યા પછી, કાવ્યા અને સ્વરાંજલિ પાર્લરમાં ગયા. ભાવિકે યાદી તૈયાર કરવાનું શરૂ કર્યું. બીજા બધા અંતિમ આયોજન માટે સાથે બેઠા. પાર્થના ઘરમાં પણ લગભગ આવું જ દ્રશ્ય હતું. પાર્થના પિતા દેવાંગભાઇ તેમના બધા નજીકના સંબંધીઓને તેમની જવાબદારીઓ વિશે સૂચનાઓ આપી રહ્યા હતા. મૂળભૂત રીતે, તે એટલો ખુશ હતો કે તેઓ પોતાની લાગણીઓ અને તેના આંસુ છુપાવી શક્યા નહીં. અચાનક તેને અમેરિકાના વ્હિટમેન પરિવારની યાદ આવી અને આ શુભ દિવસ લાવવા બદલ તેણે ભગવાનનો આભાર માન્યો.

થોડા સમય પહેલા, જ્યારે દેવાંગભાઇ તેમના

અરવિંદ ઘોષ

એકમાત્ર દીકરાના લગ્ન વિશે વિચારી રહ્યા હતા, ત્યારે લગભગ બધા સંબંધીઓને ખાતરી હતી કે પાર્થ પોતાનું ગ્રીન કાર્ડ વહેલું મેળવવા માટે ચોક્કસ અમેરિકન છોકરી સાથે લગ્ન કરશે. કોઈ માનવા તૈયાર નહોતું કે પાર્થ એરેન્જડ મેરેજના બધા નિયમોનું પાલન કરીને ભારતીય છોકરી સાથે લગ્ન કરવા ભારત આવી રહ્યો હતો. દેવાંગભાઈ હંમેશા પાર્થને લગતા તમામ કાર્યક્રમોમાં તેમના સંબંધીઓને આમંત્રણ આપતા. બોર્ડ પરીક્ષાના પરિણામ દરમિયાન, IIT કે IIM માં પ્રવેશ દરમિયાન, JPMorgan બેંક દ્વારા યુએસ જવા દરમિયાન અથવા યુએસમાં વિલા ખરીધા પછી પણ, દરેક સફળતાની વાર્તા આ સંબંધીઓએ જોઈ હતી. પાર્થ તેમની નજરનો તારો હતો. તે તેમના સમાજનો સ્ટાર હતો. બધાને પાર્થના વર્તન માટે પણ ખૂબ ગમ્યું. તેથી, તેઓ એ જોઈને ખૂબ ખુશ થયા કે આ લગ્નને લગતા દરેક કાર્ય સફળતાપૂર્વક પૂર્ણ થશે. કોઈને ખબર નહોતી કે પાર્થ લગભગ એક અમેરિકન ગોરી છોકરી સાથે લગ્ન કરવાનો છે. પરંતુ ભગવાનના આશીર્વાદથી, તેઓ તે જોડાણમાંથી બહાર આવી શક્યા.

બંને પક્ષો સમયસર સગાઈ સ્થળે પહોંચી ગયા. ખરેખર, સ્વરાંજલિનો પરિવાર પાર્થના પરિવારના સભ્યોનું સ્વાગત કરવા માટે ગેટ પર હાજર હતો. તેમણે ભાવિક દ્વારા આપવામાં આવેલા ગુલાબના નાના ગુલદસ્તાથી બધાનું સ્વાગત કર્યું. કાવ્યા દ્વારા દરેક મહિલાઓને

'ગજરા' આપવામાં આવ્યા હતા. બેઠક વ્યવસ્થા સરસ રીતે કરવામાં આવી હતી. વાસ્તવિક ધાર્મિક વિધિનો મધ્ય તબક્કો બધી બાજુથી સ્પષ્ટ દેખાતો હતો. પૂજારી અને તેમના સહાયક બધી સામગ્રી સાથે આવી પહોંચ્યા હતા. તેઓએ તેમની વ્યવસ્થા શરૂ કરી દીધી હતી.

સ્વરાંજલિના કહેવા પ્રમાણે, સંગીતા વહેલી આવી ગઈ. સ્વરાંજલિને તેની સાથે કોઈની જરૂર હતી. ફરી એકવાર સ્વરાંજલિએ કહ્યું 'માફ કરશો.' સંગીતાએ આ વખતે સ્વરાંજલિને ઠપકો આપ્યો. જ્યારે સ્વરાંજલિએ તેના માતાપિતા વિશે પૂછ્યું, ત્યારે સંગીતા ચૂપ રહી. સ્વરાંજલિએ કહ્યું કે પરિસ્થિતિને સામાન્ય બનાવવા માટે તે વ્યક્તિગત રીતે તેના ઘરે જશે. સ્વરાંજલિના સંગીતાના માતા-પિતા સાથે ખૂબ સારા સંબંધો હતા. તે તેને બગાડવા માંગતી ન હતી. વધુમાં, અત્યાર સુધી સ્વરાંજલિએ તેના પોતાના માતાપિતાને પાર્થ દ્વારા સંગીતાના અસ્વીકાર વિશે જણાવ્યું ન હતું. તેણીએ કોઈને કંઈ ન કહેવાનું નક્કી કર્યું હતું. પાર્થ તેને મળેલી બધી છોકરીઓ સાથે લગ્ન કરી શકતો ન હતો. તે ખૂબ જ સરળ હતું. બધાએ તેને રમતગમતથી સ્વીકારવું જોઈએ. આપણા સમાજમાં, છોકરીના માતાપિતા હંમેશા 'અસ્વીકાર પત્ર' મેળવવા માટે સંવેદનશીલ રહેતા હતા, સ્વરાંજલિએ વિચાર્યું. તેણીએ તેના માતાપિતાને તે દુઃખ ન આપવા બદલ ભગવાનનો આભાર પણ માન્યો.

કોઈએ સ્વરાંજલિને કાર્યક્રમ માટે આગળ વધવા માટે બોલાવી. સંગીતા અને સ્વરાંજલિ બંને મધ્યસ્થ મંચ પર આવી. સંગીતાએ પાર્થને જોયો. તેઓ એકબીજા સામે હસ્યા. પાર્થે હાથ ઈશારો કરીને 'માફ કરશો' કહ્યું. સંગીતાએ થમ્બ્સ અપ આપ્યો. બંને ફરી હસ્યા.

પુજારીએ ગણપતિ સ્તવનથી શરૂઆત કરી અને ધાર્મિક વિધિઓ શરૂ થઇ. થોડા સમય પછી, બધાને રિંગ સેરેમની માટે ઉભા થવાનું કહેવામાં આવ્યું. માતાપિતા અને મામાજી બંનેને તે જોડીની પાછળ આવીને ઊભા રહેવાનું કહેવામાં આવ્યું. ખૂબ જ ધામધૂમથી, પાર્થે પહેલા સ્વરાંજલિની રીંગ ફિંગરમાં વીંટી મૂકી અને પછી સ્વરાંજલિએ પાર્થની રીંગ ફિંગરમાં વીંટી મૂકી. બધાએ તાળીઓ પાડી અને તેમના પર ગુલાબની પાંખડીઓનો વરસાદ કર્યો. ત્યારબાદ બધાને ભવ્ય લંચ માટે લંચ ટેબલ પર આમંત્રણ આપવામાં આવ્યું. બધા ખુશ થઈને નવી જોડીને આશીર્વાદ આપ્યા. સમારંભ પછી મહેમાનો ચાલ્યા ગયા. બા આવી ન શકી હોવાથી, તે ઘરે સ્વરાંજલિને મળવાની રાહ જોઈ રહી હતી. પાર્થના બંને માતાપિતાએ સ્વરાંજલિના માતાપિતાને વિનંતી કરી કે તેઓ સ્વરાંજલિને તેમના ઘરે જવાની પરવાનગી આપે, જે તેમણે સહેલાઈથી આપી દીધી. સંગીતાએ પણ સ્વરાંજલિ પાસેથી પરવાનગી લીધી; પાર્થ અને સ્વરાંજલિ બાને મળવા ગયા.

ઘરે જતા, તેઓ બધા યુએસ કોન્સ્યુલેટ ઓફિસ

ગયા અને સ્વરાંજલીના યુએસ માટે વિઝા માટે અરજી કરી. ફોટોગ્રાફ્સ દ્વારા સગાઈનો પુરાવો આપવામાં આવ્યો હતો, લગ્નનું પ્રમાણપત્ર ચાર દિવસ પછી આપવામાં આવશે, અને લગ્નનું આમંત્રણ કાર્ડ પણ જોડવામાં આવ્યું હતું. ફક્ત એક જ વ્યક્તિ સ્વરાંજલિના મામાજીથી બિલકુલ ખુશ નહોતી. કોઈને ખબર નથી, કેમ; તે સંગીતા હતી.

સાસરિયાઓની મુલાકાત

સ્વરાંજલિ અને પાર્થ તેના માતાપિતા સાથે તેના ઘરે ગયા. તે એક ભવ્ય ઘર હતું. બા પ્રવેશદ્વાર પર સ્વરાંજલિની રાહ જોઈ રહ્યા હતા. સ્વરાંજલિ તેને જોઈને ખૂબ ખુશ થઈ. સ્વરાંજલિએ તેના ચરણસ્પર્શ કરવા માટે નમન કર્યું. બાએ તેને ભેટી. તેઓ અંદર આવ્યા. બધા તેને ઘરના જુદા જુદા ભાગો બતાવવા માટે ઉત્સુક હતા. સ્વરાંજલિને પાર્થના રૂમમાં ડોકિયું કરવામાં રસ હતો. હંમેશની જેમ પાર્થ તેને તેના રૂમમાં લઈ જવામાં અચકાઈ રહ્યો હતો કારણ કે તેના રૂમમાં લખ્યું હતું કે 'છોકરાઓ હંમેશા છોકરાઓ હોય છે' પ્રકારનો અવ્યવસ્થિત દેખાવ. સ્વરાંજલિ અનુમાન કરી શકતી હતી અને તેણે આગ્રહ ન કર્યો. સ્વરાંજલિએ એક કપ કોફી સિવાય કંઈ લીધું નહીં. અચાનક, પાર્થની માતાએ સ્વરાંજલિને પોતાની પાસે બોલાવી. તેણીએ તેના કપાળ પર ચુંબન કર્યું, પોતાના હાથમાંથી સોનાની બંગડીઓ લીધી અને

સ્વરાંજલિના હાથમાં મૂકી. સ્વરાંજલિએ તેના પગ સ્પર્શ્યા. તેણીએ સ્વરાંજલિના કાનમાં ફફડાટથી કહ્યું, 'ખુબ ખુબ આભાર દિકરી. (ગુજરાતીમાં દિકરીનો અર્થ દીકરી થાય છે). હવે તમને મારી વહુ તરીકે મેળવીને મને ખૂબ જ રાહત થઈ રહી છે. મને ખાતરી છે કે તમે મારા દીકરાની યોગ્ય રીતે સંભાળ રાખશો. હું આખી જીંદગી તમારો ઋણી રહીશ. પાર્થ ખરેખર સારો છોકરો છે. તે સ્વચ્છ હૃદયનો છે. મને ખબર છે કે તું તેની સાથે ખુશ રહીશ.

ત્યારબાદ તેઓએ શુભેચ્છાઓ પાઠવી અને પાર્થે તેણીને તેના ઘરે મૂકવા માટે પોતાની કાર લીધી. રસ્તામાં, સ્વરાંજલિએ તેના માતાપિતા વિશે ઘણા સારા શબ્દો કહ્યા. તેણીએ કહ્યું, તેણી તેના ઘર અને માતાપિતાને નજીકથી જોઈને ખૂબ ખુશ છે. પાર્થ હવે તેના ઘરમાં પ્રવેશ્યો નહીં. તેની પાસે સુવ્યવસ્થિત કરવા માટે ઘણી બધી બાબતો હતી. તેણે વિદાય લીધી અને ચાલ્યો ગયો.

સ્વરાંજલિ દોડતી દોડતી ઘરમાં આવી અને તેની માતાને જોરથી ગળે લગાવી. પછી તેણીએ તેને બંગડીઓ બતાવી. વાહ! તેઓ ખૂબ જ સુંદર હતા. તેણીએ ખુલ્લા હાથે છત તરફ નજર ફેરવી અને તેના રૂમમાં ગઈ. તેની માતા વિચારવા લાગી કે, આ છોકરીના ત્રણ વર્ષના રાહ જોવાના સમયગાળાનું શું થયું? છોકરીઓ શા માટે પોતાની પ્રતિજ્ઞા સરળતાથી ભૂલી જાય છે? તેણીએ જવાબને પણ યોગ્ય ઠેરવ્યો. તે ખૂબ જ સરળ હતું. છોકરીઓ લવચીક, અનુકૂલનશીલ

અને ગોઠવી શકાય તેવી હોય છે, તેથી જ તેઓ ખૂબ સુંદર હોય છે. છોકરીઓ એ ભગવાનનું શ્રેષ્ઠ સર્જન છે!

લગ્ન

ડી-ડે નજીક આવ્યો. ત્રણ ભાગદોડભર્યા દિવસો ખૂબ જ ઝડપથી પસાર થઈ ગયા. તે ખૂબ જ ઝડપથી થઈ રહ્યું હતું. બધા આમંત્રણ કાર્ડનું વિતરણ કરવામાં, ખરીદી કરવામાં, ઓર્ડર આપવામાં અને સીવેલા ડ્રેસ મટિરિયલ્સ એકત્રિત કરવામાં વ્યસ્ત હતા. સ્વરાંજલિએ રજા લીધી હતી. જ્યારે તે યુનિવર્સિટીમાં તેના લગ્ન કાર્ડ વહેંચવા ગઇ ત્યારે બધા તેના માટે ખુશ હતા. તેણીએ દરેકને વ્યક્તિગત રીતે આમંત્રણ આપ્યું. એક પછી એક મહેમાનો આવવા લાગ્યા. કેટલાક મામાજીના ઘરે રહેવા ગયા. કેટલાક સ્વરાંજલીના કાકાના ઘરે ગયા. નજીકની હોટલમાં આરામથી આરામની વ્યવસ્થા કરવામાં આવી. રસોઈયા તેની ટીમ સાથે તૈયાર હતો. બેન્ડ, શામિયાણા, શણગારેલી ગાડી, ઘરની લાઇટિંગ વગેરે તૈયાર હતું. તે લગ્ન દિવસની પૂર્વસંધ્યા હતી. સીમન પૂજન નામની એક વિધિ હતી. સામાન્ય રીતે મામાજીઓ તેમની ભત્રીજી પ્રત્યે પ્રેમ દર્શાવવા માટે ઘણી ભેટો આપે છે. પણ આ મામાજી પાસે બતાવવા માટે કંઇ નહોતું. ખરેખર, તે અંદરથી રડવા લાગ્યો હતો. તેને સ્વરાંજલિની ગેરહાજરી ખૂબ જ પ્રિય લાગવાની હતી.

અરવિંદ ઘોષ

બંને પરિવારના બધા સભ્યો મહેમાનો સાથે હોલમાં હાજર હતા. મામાજીએ પાર્થનું પૂજન કરવાની પહેલ કરી. કન્યાના બધા સગાસંબંધીઓ એક પછી એક આવ્યા અને વરરાજાને આશીર્વાદ આપ્યા. તેવી જ રીતે, વર પક્ષના બધા સંબંધીઓએ કન્યાને આશીર્વાદ આપ્યા. વરરાજાના પગ ધોવા, મીઠાઈઓ ચઢાવવા વગેરે જેવી બધી વિધિઓ પૂજારીની સૂચના અનુસાર કરવામાં આવી. પછી બંને પક્ષના બધા સમાન સંબંધીઓ એટલે કે કાકા-કાકા, મામા-મામી અને અન્યનો એકબીજા સાથે પરિચય કરાવવામાં આવ્યો અને તેઓએ શુભેચ્છાઓ પાઠવી. ત્યારબાદ મહેંદીનો કાર્યક્રમ યોજાયો, જે દરમિયાન સંગીતનું આયોજન કરવામાં આવ્યું. કેટલાક વ્યાવસાયિક કલાકારો એક પછી એક પોતાનો અવાજ રજૂ કરવા આવ્યા. પછી રાત્રિભોજન પીરસવામાં આવ્યું. રાત્રિભોજન પછી, બધા પોતપોતાના રૂમમાં ગયા જેથી રાત્રે આરામ કરી શકાય અને સવારે વહેલા ઉઠીને લગ્નની તૈયારી કરી શકાય. લગ્ન માટે શ્રેષ્ઠ સમય સવારે સાડા નવ વાગ્યાનો હતો, તે ખૂબ જ ધમાલ મચાવનારો હતો. બધા થાકેલા હોવાથી, તેઓ ઝડપથી સૂઇ ગયા.

સવારે સાડા પાંચ વાગ્યે, મામાજી અને તેમના સાથીઓએ બધાને ઉભા થઇને તૈયાર થવા માટે બૂમ પાડવાનું શરૂ કર્યું. પાર્થના ઘરે હલ્દીનો કાર્યક્રમ ચાલી રહ્યો હતો. ગમે ત્યારે તે સ્વરાંજલિ માટે આવી જશે. બધાએ તે કાર્યક્રમ માટે તૈયાર રહેવું જોઇએ. બરાબર ૬.૧૫ વાગ્યે પાર્થના ઘરેથી

હલ્દી આવી. બધી સ્ત્રીઓ સ્વરાંજલિના ચહેરા, પગ અને હાથ પર હલ્દી લગાવવા માટે એકઠી થઈ.

બધા માટે ગરમ પાણી તૈયાર હતું. દોઢ કલાકમાં બધા તૈયાર થઈ ગયા અને નાસ્તાના ટેબલ પર આવી ગયા. ભાવિકે એક અનોખી વાત ગોઠવી. તેમના મિત્રો દ્વારા, સ્થળ પર જ છોકરાઓ અને છોકરીઓ બંને માટે મેક શિફ્ટ બ્યુટી પાર્લર શરૂ કરવામાં આવ્યા હતા. તેઓએ મહેમાનોનો મેકઅપ તૈયાર કરવામાં મદદ કરી. બંને બાજુના ઘણા મહેમાનોએ તેમના દેખાવને ઉન્નત બનાવવા માટે છેલ્લી ઘડીનો મેકઅપ કર્યો. લગ્ન મંડપમાં ભેગા થવાની જાહેરાત કરવામાં આવી. હોલ આમંત્રિત મહેમાનોથી ભરાઈ ગયો. વરરાજા અને કન્યા બંને હોલની બંને બાજુથી આવ્યા હતા. સ્વરાંજલીની સાથે તેની મિત્ર સંગીતા પણ હતી. તેઓ સમિયાનાના લગ્નમાં આવ્યા હતા. પૂજારીએ ગણપતિ સ્તોત્રથી શરૂઆત કરી, અને લગ્નની વિધિ શરૂ થઈ. માળા, સપ્તપદી, હોમ અને વૈદિક મંત્રોચ્ચારના આદાન-પ્રદાનથી વાતાવરણ શુભ ગીતોથી ભરાઈ ગયું. સમારંભને અનુરૂપ શહેનાઈના સૂરો સંભળાયા. હાજર બધા મહેમાનો ફૂલોની વર્ષા કરીને યુગલને આશીર્વાદ આપી રહ્યા હતા. છેલ્લે પરંપરાગત લગ્નનો અંત લાવવા માટે સિંદુરદાન અને મંગળસૂત્ર પહેરાવવામાં આવ્યું. હંમેશની જેમ, પાર્થે તેના જૂતા ગુમાવ્યા. પોતાના જૂતા પાછા મેળવવા માટે તેને કાવ્યા-ભાવિક એન્ડ કંપનીને મોટી ફી ચૂકવવી પડી.

અરવિંદ ઘોષ

લગ્નનો બીજો ભાગ સત્તાવાર સરકારી મહોર સાથે પુષ્ટિ કરવાનો હતો. લગ્ન રજિસ્ટ્રાર તેમના અધિકારીઓ અને રજિસ્ટર સાથે હાજર હતા. અધિકારીએ સ્વરાંજલિના યુએસ વિઝા માટે અમેરિકન કોન્સ્યુલેટને પ્રમાણપત્રો સાથે આપવા માટે ફોટોગ્રાફ્સ લીધા. બંનેએ રજિસ્ટર પર સહી કરી, નીચે સાક્ષીઓએ સહી કરી. માતાપિતાએ વાલી તરીકે સહી કરી અને રજિસ્ટ્રારે લગ્નના પ્રમાણપત્ર પર સહી કરી. બધા સગાસંબંધીઓ અને મહેમાનોએ નવદંપતીને ભેટોથી આશીર્વાદ આપ્યા અને નજીકમાં ગોઠવાયેલા બુફે લંચ માટે આગળ વધ્યા.

સાંજે ચાર વાગ્યે, પાર્થના માતા-પિતા બિદ્યીના સૌથી મુશ્કેલ અને ભાવનાત્મક સમારોહ માટે પૂછવા આવ્યા. સ્વરાંજલિ તેના માતાપિતાનું ઘર છોડીને પોતાનું નવું જીવન શરૂ કરવા માટે આગળ વધવાની હતી. સ્વરાંજલિએ એકવાર પોતાને પૂછ્યું કે શું તેણે તેના માતાપિતા અને મામાજીને આટલા વહેલા છોડીને જવાનો યોગ્ય નિર્ણય લીધો છે? પણ હવે એ બધું અપ્રસ્તુત હતું. તેણીએ હિંમતવાન બનવું પડશે અને ભવિષ્યના પરિણામોનો સામનો કરવો પડશે. તેણીએ ઘટનાઓના પ્રવાહ સાથે તરતા રહેવાનું અને પ્રવાહની વિરુદ્ધ તરવાનું નહીં, એવું નક્કી કર્યું. હવે સમય આવી ગયો કે દરેક વડીલ જે તેના હૃદયની ખૂબ નજીક છે તેમની પાસેથી પરવાનગી લેવામાં આવે. તેણીએ રડવાનો પ્રયાસ ન કર્યો. પણ તે પોતાના આંસુ રોકી શકી

નહીં. તેણીએ તેના પિતા અને માતાને ગળે લગાવ્યા, અને પછી મામાજી તેની સામે ઉભા હોવાથી તે હલનચલન કરી શકી નહીં. બંનેની આંખોમાંથી આંસુ વહી રહ્યા હતા. પછી મામાજીએ પોતાના હાથ ખોલ્યા અને પોતાની ભત્રીજીને પોતાના હાથમાં લીધી. બંને રડી રહ્યા હતા. પછી મામી, કાવ્યા અને ભાવિક બધા તેની પાસે આવ્યા. બધા રડી રહ્યા હતા. વિદાય લેતા પહેલા, તેણે સંગીતાને છેલ્લી વાર ગળે લગાવી. પોતાનું દુઃખ વ્યક્ત કર્યું, ફરી 'માફ કરશો' કહ્યું તે પહેલાં પાર્થે આવીને તેનો હાથ પકડીને રાહ જોઈ રહેલી કાર તરફ આગળ વધવા કહ્યું. કાર ગોકળગાયની ગતિએ ફાર્મ હાઉસના દરવાજા સુધી આગળ વધી. પછી થોડી ગતિ પકડી. વરરાજાના પરિવારના અન્ય સગાસંબંધીઓ અને મહેમાનો સાથે બીજી ગાડીઓ પણ ગઈ. લગ્ન સમારોહ સારી નોંધો સાથે પૂર્ણ થયો.

અંતિમ પ્રસ્થાન

સ્વરાંજલિ તેના સાસરિયાના ઘરે પહોંચી. એક અઠવાડિયામાં જ બધું બદલાઈ ગયું. તેના ભાગ્યમાં એક રોલર કોસ્ટર સવારી આવી ગઈ છે. તેણીએ ક્યારેય સ્વપ્નમાં પણ સાહસિક લગ્ન કરવાનું વિચાર્યું ન હતું. તે પણ, એક એવી વ્યક્તિ સાથે લગ્ન કર્યા જે ખૂબ શિક્ષિત, આર્થિક રીતે મજબૂત અને એક વ્યક્તિ તરીકે ખૂબ પારદર્શક હતી. તેની પાસે સર્વશક્તિમાન ભગવાનનો આભાર માનવા માટે

અરવિંદ ઘોષ

કોઈ શબ્દો નહોતા. કોઈએ તેની સમાધિ તોડી નાખી. તેણીને જમણા પગથી ચોખાના વાસણને નીચે ઘકેલીને ઘરમાં પ્રવેશવાનું કહેવામાં આવ્યું. પછી તેણીને લાલ પાણીથી ભરેલી એક મોટી ગોળ થાળીમાં ઉભી રહેવાનું કહેવામાં આવ્યું. તેણીને સફેદ કપડા પર ચાલવાનું કહેવામાં આવ્યું, સીધા પૂજા રૂમમાં. ત્યાં તેણીને કુમકુમ પેસ્ટથી તેના હાથના છાપા લગાવવાનું કહેવામાં આવ્યું. પછી બંનેને કેટલીક રમતો રમવાનું કહેવામાં આવ્યું. તેમાંથી એક પાર્થ તેની વીંટી તેના હિપ ઈફ રાઇસની અંદર છુપાવી દેશે અને ત્રણની ગણતરીમાં, સ્વરાંજલિએ તેને શોધી કાઢવાની હતી, જે તેણે કરી.

સ્વરાંજલિ બા ને મળવા માટે બેચેન હતી. નાદુરસ્ત તબિયતને કારણે, બા લગ્ન સમારોહમાં હાજરી આપી શક્યા નહીં. સ્વરાંજલિએ તેની સાસુને પૂછ્યું કે તે બાને મળવા માંગે છે. ખરેખર તો બાના કારણે જ પાર્થના લગ્ન ભારતમાં ભારતીય છોકરી સાથે થયા હતા. સ્વરાંજલિ પાર્થ સાથે બા ને મળવા ગઈ અને તેમના ચરણ સ્પર્શ કર્યા. બા ભાવુક થઈ ગયા અને તેમને ભેટી પડ્યા. બાએ કહ્યું, તેની ઇચ્છા પૂરી થઈ ગઈ છે અને તે તેની પૌત્રીને જોઈ શકશે. તેણીએ સ્વરાંજલિને ઘણા આશીર્વાદ આપ્યા.

સાંજે ઘરની બહાર રિસેપ્શનનું આયોજન કરવામાં આવ્યું હતું. ભવ્ય સ્વાગત સમારંભ હતો. ત્યાં એક સમિયાણા સરસ રીતે શણગારેલું હતું. સ્ટેજ ડેકોરેશન અદ્ભુત હતું. બે રાજા અને રાણી

ખુરશીઓ તૈયાર રાખવામાં આવી હતી. ઘણા મહેમાનો યુગલને ભેટો આપીને આશીર્વાદ આપવા આવ્યા હતા. તેમાંથી ઘણાએ સોનાના દાગીના અને રોકડ રકમ આપી. ઘણી વાર સ્વરાંજલિ મામાજી સાથે આ પ્રકારના લગ્ન સમારંભોમાં હાજરી આપી ચૂકી હતી. આજે રાત્રે, તે પોતે તેના પતિ સાથે મંચ પર બેઠી હતી. પાર્થ તેના બધા સંબંધીઓ અને મહેમાનોનો પરિચય તેણી સાથે કરાવવાનો હતો. પણ તે એક હોશિયાર છોકરો છે. તેમણે એક સામાન્ય પરિચય અપનાવ્યો.

'સ્વરા, કૃપા કરીને તેના પગ સ્પર્શ કર.' તે/તેણી અમારા પરિવારની ખૂબ નજીક છે.' પાર્થે પોતાનું નામ સ્વરાંજલિથી ટૂંકું કરીને સ્વરા કરી દીધું છે. સ્વરાંજલિએ તેની પરિચય શૈલી પર સ્મિત કર્યું. તેણીએ માથું હલાવ્યું અને નમન કરવાનું શરૂ કર્યું. તેણીએ લગભગ બે કલાકના આખા શોનો આનંદ માણ્યો. કોઈ તેમના માટે નારંગીનો રસ લાવ્યું. તે એક સરસ વિરામ હતો. લોકોએ બત્તેર અલગ અલગ સ્ટોલમાંથી પોતાની વાનગીઓનું મિશ્રણ પસંદ કરવા માટે સમય કાઢ્યો. આજકાલ, લોકો થાઈ, ચાઈનીઝ, કોન્ટિનેન્ટલ વગેરે જેવા બિન-ભારતીય ખોરાક પસંદ કરવાનું પસંદ કરે છે. જૈન વાનગીઓ માટે અલગ જગ્યા હતી. કદાચ બધા જ ભારતીય રાજ્યોમાં સ્વતંત્ર સ્ટોલ હતા. લોકોને આઈસ્ક્રીમ સ્લેબ પર ગરમાગરમ ગુલાબ-જામુન, રબડી-જેલાબી, બાસુંદી-રોસોગોલ્લા, વગેરે ખૂબ ગમ્યા.

સ્વરાંજલિ થાકી ગઈ હતી. તેણે પાર્થની ઘડિયાળ તરફ ઈશારો કર્યો; 'કેટલો સમય?' તેણે તેની આંખો દ્વારા પૂછ્યું. 'લગભગ પૂરું થઈ ગયું છે' તેણે ઈશારાથી જવાબ આપ્યો. તેને થાક પણ લાગતો હતો. પાર્થના કાકા આવ્યા અને કહ્યું, 'તમે બંને હવે ઉઠીને જમવા જઈ શકો છો.'

આખરે રાહત અનુભવી, પાર્થે તેનો હાથ પકડીને તેને મંચ પરથી નીચે ઉતારવામાં મદદ કરી. પાર્ટીમાં ત્રણ ચાર છોકરીઓ અને છોકરાઓ તેમની સાથે જોડાયા. પાર્થને ખબર નહોતી કે તેઓ તેને મૂર્ખ બનાવવાનું આયોજન કરી રહ્યા છે. તેમણે તેમને ખુરશીઓ પર બેસવા કહ્યું અને કહ્યું કે તેઓ નવા યુગલ માટે વાનગીઓ લાવશે. તેઓ છ પ્લેટમાં કાચા શાકભાજી, કાચા ભાત, મોટી કાકડી, કાચી દાળ અને પ્રેશર કૂકરવાળો ચૂલો લઈને પાછા આવ્યા. તેમણે સ્વરાંજલિને પાર્થ માટે રસોઈ બનાવવા અને તેને ટ્રીટ આપવા કહ્યું. સ્વરાંજલિ હસવા લાગી અને પૂછ્યું કે તેમનો વાસ્તવિક હેતુ શું હતો.

તેમણે જવાબ આપ્યો, 'જુઓ ભાભી, અહીં તેમના જૂતા છુપાવવાનો કોઈ અવકાશ નથી.' પણ અમે અમારા મનોરંજન માટે એક મોટી ટ્રીટ ઇચ્છીએ છીએ. "તમે પાર્થભાઈને એ આપવાનો વચન આપ્યું હતું.' સ્વરાંજલિએ પાર્થ તરફ જોયું. પાર્થે પૂછ્યું, 'કેટલા?' સ્વરાંજલિએ જવાબ આપ્યો, 'તેઓ પાંચ છે. સંખ્યામાં, તો દસ હજાર આપો.'

પાર્થે કોઇને બોલાવીને તેના કાનમાં કંઇક કહ્યું. તે માણસે માથું હલાવ્યું અને ચાલ્યો ગયો. થોડી વાર પછી તે એક જાડું પેકેટ લઇને પાછો આવ્યો. પાર્થે એ પેકેટ સ્વરાંજલિને આપ્યું. સ્વરાંજલિએ કહ્યું, 'જુઓ, મારી પાસે એક પુરાવો હોવો જોઇએ.' જો તમે બધા સાથે સેલ્ફી લેવા માટે સંમત થાઓ છો, તો ફક્ત ઇશા જ તમને આ પેકેટ આપશે.' બધા સંમત થયા અને સેલ્ફી સેશન પછી, તેઓ બધી વિચિત્ર પ્લેટો અને ચરબીયુક્ત પેકેટ સાથે છૂટા પડ્યા. પાર્થ અને સ્વરાંજલિએ આરામથી રાત્રિભોજન કર્યું. કોઇએ તેમને ખલેલ પહોંચાડી નહીં. રિસેપ્શન એરિયામાંથી પરિવાર ઘરની અંદર આવ્યો ત્યારે સાડા બાર વાગ્યા હતા. નવા યુગલને તેમના રૂમમાં જવાનું કહેવામાં આવ્યું. સ્વરાંજલિ ગભરાઇ ગઇ. પાર્થ તેના મનનો અંદાજ લગાવી શકતો હતો. તે તેનો હાથ પકડીને પોતાના રૂમમાં ગયો. તેમને આશ્ચર્ય થયું કે તે ફૂલોથી ખૂબ જ સુંદર રીતે શણગારેલું હતું. બંને પલંગ પર બેઠા.

પાર્થે કહ્યું, 'માફ કરશો, હમણાં જ આવું છું.' તે ઊભો થયો, પોતાના ડ્રેસર પાસે ગયો, તેને ખોલ્યું અને એક નાનું બોક્સ કાઢ્યું. તે સ્વરાંજલિ પાસે પાછો આવ્યો, તે બોક્સ આપ્યું અને તેને ખોલવા કહ્યું. સ્વરાંજલિએ બોક્સ ખોલ્યું. તે લાંબી સાંકળવાળો એક સુંદર પ્લેટિનમ પેન્ડન્ટ હતો. પાર્થે તેણીને ઊભા રહેવા અને પાછળ ફરવા કહ્યું. પાર્થે તે સાંકળ તેના ગળામાં પહેરાવી. સ્વરાંજલિ પાછળ ફરીને બોલી, 'બધું માટે ખૂબ ખૂબ આભાર.' તેઓ નજીક

અરવિંદ ઘોષ

આવ્યા અને પાર્થે સ્વીચ બંધ કરી દીધી.

વહેલી સવારે સ્વરાંજલિ ઉઠી. પાર્થે તેને રાહ જોવા કહ્યું, પણ તે હસીને ફ્રેશ થવા ગઈ. તેણીએ કપડાં બદલ્યા, ઘરેણાં પાછા મૂક્યા, વાળ સરખાવ્યા અને રૂમની બહાર આવી. ડાઇનિંગ ટેબલ પર, તેણીએ તેના સાસરિયાઓને જોયા. તેમની પાસે ગઈ અને માથું નમાવ્યું. તેઓએ તેણીને આશીર્વાદ આપ્યા અને તેમની પાસે બેસવા કહ્યું. પાર્થની માતાએ તેના ગાલને સ્પર્શ કર્યો અને કહ્યું, 'બહુ ખુબ ખુબ આભાર.' રસોઈયો તેમના માટે ચા અને કોફી લાવ્યો. સ્વરાંજલિએ બા વિશે પૂછ્યું અને તેના રૂમમાં ગઈ. બા તેને જોઈને ખૂબ ખુશ થયા. સ્વરાંજલિએ તેની આગળ પ્રણામ કર્યા. તેણીએ તેને આશીર્વાદ આપ્યા. તેણીએ તેના કપાળ પર ચુંબન કર્યું. સ્વરાંજલિ બહાર આવી અને પૂછ્યું, 'મમ્મી પૂજા રૂમ ક્યાં છે?' પાર્થની માતાએ રૂમ બતાવ્યો. સ્વરાંજલિએ સર્વશક્તિમાન ભગવાન, મામાજી અને તેના માતાપિતાનો ખૂબ આભાર માન્યો. તેના કપાળ પર કુમકુમ લગાવી અને બહાર આવી. તે કોફી ટ્રે લઈને પાર્થ પાસે ગઈ. તેણીએ ટેબલ પર એક ટ્રે રાખી અને તે તેને ઉઠવાનું કહે તે પહેલાં જ પાર્થે તેણીને પોતાની તરફ ખેંચી લીધી. કોઈક રીતે, તે તેનાથી છૂટકારો મેળવવામાં સફળ રહી, હસીને તેના જમણા હાથનો અંગૂઠો બતાવ્યો અને તેને ઉઠીને ફ્રેશ થવા કહ્યું. અનિચ્છાએ તે ઊભો થયો અને વોશરૂમમાં ગયો. થોડી વાર પછી, બંને બહાર આવ્યા અને તેના માતાપિતા સાથે

બેઠા. પાછળથી, બા પણ જૂથમાં જોડાયા.

ભેટ આપેલ હનીમૂન પેકેજ

પાર્થના પિતા દેવાંગભાઈએ સ્વરાંજલિને પેકેટ આપ્યું. તેણે કહ્યું, 'તારા મામાજીએ તારા માટે આપ્યું છે.' સ્વરાંજલિએ પેકેટ ખોલ્યું. તે તેમના ડેસ્ટિનેશન હનીમૂન માટે ગિફ્ટ વાઉચર હતું. તેણીએ હસીને તે પેકેટ પાર્થને આપ્યું. બધા હસી પડ્યા. બાને મજા ન આવી. તેણીને એ જાણીને દુઃખ થયું કે તેનો પૌત્ર એક અઠવાડિયા માટે ઘરેથી જશે અને પછી ફક્ત ત્રણ ચાર દિવસ માટે રહેશે કારણ કે તે તાત્કાલિક અમેરિકા જવાનો હતો.

બા નહોતી ઇચ્છતી કે તેમનો સૌથી પ્રિય પૌત્ર પાર્થ હવે તેમને છોડીને જાય. તેણીને ડર હતો કે, એકવાર તે સ્વરાંજલિ સાથે અમેરિકા જશે, તો તે કદાચ તેને તેના જીવનમાં ફરી જોઈ શકશે નહીં. બા રડવા લાગી. દેવાંગભાઈ બાની હાલતનો અંદાજ લગાવી શક્યા. તે કંઈક કરવા માંગતો હતો. તે કોઈ પણ કારણસર બાને રડવા દેતો નથી. તેણે મામાજીને ફોન કર્યો અને તેમની સાથે વાત કરી. મામાજી પાસે દુનિયાના બધા જ ઉકેલો છે. તેમણે ફક્ત એટલું જ કહ્યું, "દેવાંગભાઈ ચિંતા ના કરો, બધું સારું થઈ જશે. હું કંઈક કરીશ. હું વચન આપું છું કે બા ખુશ થશે." તેણે બધાને સાંજે જમવા માટે આમંત્રણ આપ્યું. ત્યાં સુધીમાં કંઈક ઉકેલ આવી જશે, તેણે વચન

આપ્યું.

પાર્થનો પરિવાર સાંજે સ્વરાંજલિ સાથે આવ્યો. સ્વરાંજલિના પિતાના ઘરનું વાતાવરણ પણ અલગ નહોતું. કોઇ ઇચ્છતું ન હતું કે સ્વરાંજલિ આ બે અઠવાડિયા સુધી દૃષ્ટિથી દૂર રહે. ઘણી ચર્ચા-વિચારણા પછી, બંને પરિવારના સભ્યોએ એવી જગ્યા પસંદ કરવાનું નક્કી કર્યું જ્યાં પાર્થના દાદીજી (બા) સાથે બંને પરિવારો નવા યુગલ સાથે જઇ શકે. તે જ સમયે, પરિવારના બધા સભ્યો નવદંપતીને ખલેલ પહોંચાડ્યા વિના સ્વતંત્ર રીતે રહી શકે છે. તે એક વિચિત્ર પ્રસ્તાવ હતો. બાને એ વાત સમજાવવી મુશ્કેલ હતી કે આ ઉંમરે તે હોટલ, રિસોર્ટ કે ક્લબહાઉસમાં રહી શકે છે. કોઇક રીતે, બા તેમના પૌત્ર સાથે રહેવા તૈયાર થઇ ગયા. બાએ કહ્યું હતું કે, "હું ક્યારેય ક્રુઝમાં ગયો નથી. શું તમે બધા મારા માટે વ્યવસ્થા કરી શકો છો કે હું તે ક્રુઝમાં કાશી (વારાણસી) જઇ શકું?" પાર્થ અને બધા બૂમ પાડી "કેમ નહીં બા? આપણે બધા માટે તેની વ્યવસ્થા કરીશું." મામાજીએ ક્રુઝ ટ્રીપ ગોઠવવાની જવાબદારી લીધી.

મામાજીની દીકરી કાવ્યા અને સ્વરાંજલિ એકબીજાની ખૂબ નજીક હતા. તેઓ બાળપણના બહેન-મિત્રો હતા. તેઓ પિતરાઇ ભાઇઓ કરતાં વધુ મિત્રો હતા. કાવ્યા સ્વરાંજલિ સાથે બેઠી અને ભારતના ક્રુઝમાં વિવિધ સ્થળોના પ્રવાસો શોધવા લાગી. લગ્ન પછી અલગ અલગ વિધિઓ

માટે સ્વરાંજલિને મોટા ભાઈઓ સાથે રહેવું પડતું હોવાથી તે વધુ સમય બેસી શકી નહીં. કાવ્યાએ તેના નાના ભાઈ ભાવિકને ફોન કર્યો, જેથી તે અમદાવાદથી શરૂ થતી ક્રુઝ ટ્રીપ પસંદ કરી શકે. તેઓએ વારાણસીને આવરી લેતી અનેક ક્રુઝ ટ્રિપ્સ પર વ્યાપક સંશોધન કર્યું. તેમણે બે સફરોની યાદી બનાવી જેમાં બંને પરિવારના બધા સભ્યોને જરૂરી સુવિધાઓ હતી. પહેલું "નદી ગંગા વિલાસ" હતું અને બીજું "કૃષ્ણનું ઓએસિસ" હતું.

પરંતુ બંને ક્રુઝ કોલકાતાથી શરૂ થયા હતા. "કોઈ વાંધો નથી", મામાજીએ કહ્યું.

તેણે બાને સંતોષ આપે તેવું શ્રેષ્ઠ શોધવાનું કહ્યું. કાવ્યા અને ભાવિકે બંને ક્રુઝની સુવિધાઓની તુલના કરી. તેમને "ગંગા વિલાસ નદી" બીજા કરતા વધુ સારી લાગી.

તૈયારી

તેમણે ક્રુઝ જહાજ "નદી ગંગા વિલાસ" પર એક પાવર પોઈન્ટ પ્રેઝન્ટેશન તૈયાર કર્યું જે બંને પરિવારના તમામ સભ્યોને બતાવવા માટે નક્કી કરવામાં આવ્યું. પ્રેઝન્ટેશનમાં નીચે આપેલા મુદ્દાઓનું વર્ણન પૂરતી માહિતી સાથે કરવામાં આવ્યું હતું, જે નીચે સ્લાઇડ બાય સ્લાઇડ આપવામાં આવી છે:

સ્લાઇડ1: જહાજ

'નદી ગંગા વિલાસ' એક અદ્ભુત જહાજ છે જે વૈભવી અને સુસંસ્કૃતતામાં શ્રેષ્ઠતા પ્રદાન કરવા માટે રચાયેલ છે. ૬૦ મીટરથી વધુ લંબાઈવાળા આ તરતા મહેલમાં ત્રણ ડેક અને વિવિધ પ્રકારની સુંદર જગ્યાઓ છે. આ ક્રૂઝ ૧૮૦ મહેમાનોને સમાવી શકાય તે રીતે ડિઝાઇન કરવામાં આવ્યું છે જે એક આત્મીય અને વ્યક્તિગત અનુભવ સુનિશ્ચિત કરે છે.

સ્લાઇડ2: રહેવાની વ્યવસ્થા

"ધ રિવર ગંગા વિલાસ" માં દરેક ડેક પર 18 સુનિયોજિત સ્યુટ છે. દરેક સ્યુટ આધુનિક સુવિધાઓ પ્રદાન કરતી વખતે ભારતના સમૃદ્ધ સાંસ્કૃતિક વારસાને પ્રતિબિંબિત કરવા માટે ડિઝાઇન કરવામાં આવ્યો છે. દરેક ડેક આ વિશ્વના વિશાળ વિસ્તારને સમર્પિત છે. પહેલા માળનું ડેક "એશિયા ડેક" છે, બીજા માળનું ડેક "યુરોપ અને યુએસ ડેક" છે અને ત્રીજા માળનું ડેક "ઇન્ડિયા ડેક" છે. દરેક ડેકના દરેક સ્યુટને એશિયા, યુરોપ અને અમેરિકા અને ભારત જેવા તે ક્ષેત્રના દેશોની થીમથી શણગારવામાં આવે છે. દરેક ડેકમાં એક પ્રેસિડેન્શિયલ સ્યુટ, ત્રણ ડિલક્સ સ્યુટ અને ડેકની બંને બાજુ પાંચ સ્ટાન્ડર્ડ સ્યુટ છે, એટલે કે એક ડેક પર 18 સ્યુટ છે. ક્રૂઝની આગળ અને પાછળ પ્રેસિડેન્શિયલ સ્યુટ આવેલા છે જે ગંગા નદીના ત્રણ બાજુના દૃશ્યો દર્શાવે છે.

a) દરેક સ્યુટમાં ગંગાના મનોહર દૃશ્યો જોવા માટે ખાનગી બાલ્કનીનો સમાવેશ થાય છે.

b) વૈભવી પથારી

c) પ્રીમિયમ ટોયલેટરીઝ અને ભવ્ય ફિટિંગથી સજ્જ એન-સ્યુટ બાથરૂમ.

d) સ્માર્ટ ટીવી, વાઇફાઇ, મ્યુઝિકલ સિસ્ટમ વગેરે સાથે મનોરંજન સિસ્ટમો

સ્લાઇડ3: ભોજન અને ભોજન

"ગંગા વિલાસ નદી" પર ભોજન કરવું એ એક સ્વાદિષ્ટ અનુભવ છે. આ જહાજમાં દરેક ડેક પર અને ગ્રાઉન્ડ ફ્લોર પર અનેક ડાઇનિંગ સ્થળો છે જે એક અનોખી રાંધણ સાહસ ઓફર કરે છે; સ્થાનિક રીતે મેળવેલા ઘટકોનો ઉપયોગ કરીને ટોચના શેફ દ્વારા સંચાલિત. આ ઉપરાંત, દરેક ડેક અને ગ્રાઉન્ડ ફ્લોર પર 24X7 આઉટડોર કાફે છે જે ગંગા નદીના મનોહર દૃશ્યો સાથે નાસ્તા અને પીણાં ઓફર કરે છે. વિનંતી પર ખાનગી ભોજન પણ ઉપલબ્ધ છે, જે મહેમાનોને તેમની બાલ્કનીમાં રોમેન્ટિક ભોજનનો આનંદ માણવાની મંજૂરી આપે છે.

સ્લાઇડ4: મનોરંજન અને સાંસ્કૃતિક અનુભવો

"ધ રિવર ગંગા વિલાસ" ક્રૂઝિંગ અનુભવને વધારવા માટે વિવિધ મનોરંજન અને સાંસ્કૃતિક પ્રવૃત્તિઓ પ્રદાન કરે છે. સાંસ્કૃતિક કાર્યક્રમોમાં પરંપરાગત નૃત્યો, સંગીત સંધ્યા; જહાજના રસોઈયાઓ સાથે રસોઈ વર્ગો; લાંબા વિરામ દરમિયાન ધાર્મિક પ્રવચનો વગેરેનો સમાવેશ થતો હતો.

સ્લાઇડ5: સુખાકારી અને મનોરંજન

"ધ રિવર ગંગા વિલાસ" અત્યાધુનિક વેલનેસ સુવિધાઓથી સજ્જ છે જે મહેમાનોને 'સ્પા'; 'આયુર્વેદિક મસાજ'; 'ફિટનેસ સેન્ટર્સ'; 'યોગ ડેક' અને બીજી ઘણી સુવિધાઓથી આરામ અને તાજગી આપે છે.

સ્લાઇડ6: પર્યટન

તેમાં કોલકાતા, બેલુર મઠ અને દક્ષિણેશ્વર કાલી મંદિર, માર્બલ પેલેસ, પ્રતિષ્ઠિત વિક્ટોરિયા મેમોરિયલ અને સુંદરવન વગેરેનો સમાવેશ થાય છે.

પછી તે બંગાળની ભૂતપૂર્વ રાજધાની મુર્શિદાબાદ જશે જ્યાં તે બાદશાહ સિરાઝ-ઉદ-દૌલાનો 'હઝર દુઆરી મહેલ' બતાવશે.

આ પ્રવાસ કાર્યક્રમમાં બુદ્ધનું પ્રખ્યાત સ્થળ 'બોધગયા'નો સમાવેશ થાય છે.

અને છેલ્લે યાત્રા વારાણસીના પ્રખ્યાત કાશી વિશ્વનાથ મંદિરમાં સમાપ્ત થશે અને કોલકાતા પરત ફરશે.

પ્રસ્તુતિ એટલી અસરકારક હતી કે બધા પ્રભાવિત થયા. મામાજી અને પાર્થના પિતા દેવાંગભાઈ બંનેએ લગભગ એકસાથે બૂમ પાડી, “હું ટ્રીપને સ્પોન્સર કરીશ”.

પાર્થે કહ્યું, “બાને આપણા બધા સાથે આ સફર ચોક્કસ ગમશે. ચાલો, બા ને જઈને જણાવીએ કે ક્રુઝ ટ્રીપ તેમની ઈચ્છા મુજબ નક્કી થઈ ગઈ છે.”

કુલ ખર્ચને બે સમાન ભાગોમાં વહેંચવાનો નિર્ણય લેવામાં આવ્યો. મામાજી અને દેવાંગભાઈ બંને સંયુક્ત રીતે આ ટ્રિપને સ્પોન્સર કરશે. બુકિંગ નીચે મુજબ કરવામાં આવ્યું હતું:

બે પ્રેસિડેન્શિયલ સ્યુટ: પાર્થ-સ્વરાંજલિ અને દેવાંગભાઈ-ફાલ્ગુનીબેન, બા તરીકે, પ્રેસિડેન્શિયલ સ્યુટમાં રહેવાનો ઇનકાર કર્યો. ડીલક્સ સ્યુટમાં: બા-કાવ્યા, સુપર ડીલક્સ સ્યુટમાં: મામાજી-હેતલબેન-ભાવિક, અને બીજા ડીલક્સ સ્યુટમાં: ધર્મેશભાઈ અને માલતીબેન (સ્વરાંજલિના માતા-પિતા)ને મૂકવામાં આવ્યા હતા. ફક્ત પાર્થ-સ્વરાંજલિનો પ્રેસિડેન્શિયલ સ્યુટ ટોચના ડેકથી ખૂબ દૂર હતો. બાકીના બધા રૂમ ક્રૂઝની વિરુદ્ધ બાજુએ એક જ ક્લસ્ટરમાં હતા. પૂરતી ખાલી જગ્યા હતી, ઉપરના ડેક પર ટેરેસ હતું જે બીજા ડેકમાં ઉપલબ્ધ નહોતું. તે જગ્યાઓમાં, સ્વિમિંગ પૂલ, જીમ, પુસ્તકાલય, મનોરંજન હોલ, રેસ્ટોરન્ટ, રમતો ખંડ અને કાર્ડ રૂમ વગેરે હતા. તે બે તબક્કાની મુસાફરી હતી; અમદાવાદથી કોલકાતા ફ્લાઇટ દ્વારા અને પછી કોલકાતામાં 'રિવર ગંગા વિલાસ' ક્રૂઝ પર બોર્ડિંગ. બધી રીટર્ન જર્ની બુકિંગ થઈ ગઈ હતી.

ક્રૂઝ લાઇનરે બુકિંગમાં નોંધપાત્ર ડિસ્કાઉન્ટ આપ્યું. તેમજ તેમને બે લક્ઝરી કાર પણ સોંપવામાં આવી હતી જે ક્રૂઝમાં તેમની સાથે મુસાફરી કરશે. ધાર્મિક અને પર્યટન મહત્ત્વના સ્થળો દર્શાવવામાં કોઈ સમસ્યા ન હોવી જોઈએ. બા ક્યારેય કોલકાતા અને બોધગયા ગયા નહોતા. લગભગ સાઠ વર્ષ પહેલાં, તે તેના પતિ સાથે એકવાર વારાણસી ગઈ હતી. પરંતુ પહોંચવાનો રસ્તો

એટલો સાંકડો હતો કે તે યોગ્ય દર્શન કરી શકતી ન હતી. તેણીએ સાંભળ્યું છે કે હવે દરેક તીર્થસ્થળ સરળતાથી સુલભ છે. આ ઉંમરે આ તક આપવા બદલ તેણીએ ભગવાન શિવનો આભાર માન્યો. તેણી વધુ ખુશ હતી કારણ કે તેનો પૌત્ર તેને તરત જ છોડીને જતો ન હતો. તે હંમેશા તેની નજીક રહેશે.

ફક્ત એક દિવસ બાકી હતો; ઘણી બધી બાબતોને સુવ્યવસ્થિત કરવાની હતી. લગ્નના ફોટા અને લગ્નનું પ્રમાણપત્ર તૈયાર હતું. તેમને અમેરિકન કોન્સ્યુલેટમાં હાથથી પહોંચાડવા જોઈએ. અધિકારીએ માહિતી આપી કે નવદંપતીએ લગ્નના પ્રમાણપત્ર સાથે પોતાને રજૂ કરવા પડશે. પાર્થ અને સ્વરાંજલિ તૈયાર થયા અને કોન્સ્યુલેટ ઓફિસ ગયા. અમેરિકા જતા પહેલા તેમને અમેરિકન વિઝા મળી જવો જોઈએ. નહિતર, આખી યોજના જોખમમાં મુકાઈ જશે. ત્રણેય ઘરોમાં પેકિંગ શરૂ થઈ ગયું. હિરેનભાઈ (મામાજી), ધર્મેશભાઈ (સ્વરાંજલિના પિતા) અને દેવાંગભાઈ (પાર્થના પિતા)એ તૈયારીઓનું નિરીક્ષણ કર્યું.

ભાવિક અને કાવ્યા પોતાનું પેકિંગ પૂરું કર્યા પછી માલતી માસી ને મદદ કરવા સ્વરાંજલી ના ઘરે ગયા. સર્ટિફિકેટ સબમિટ કર્યા પછી સ્વરાંજલિ પાર્થ સાથે ઘરે આવી. તે બાના રૂમમાં ગઈ અને તેને સામાન પેક કરવામાં મદદ કરી; પછી તે તેના સાસુ ફાલ્ગુનીબેનને મદદ કરવા ગઈ. સ્વરાંજલિને એક દયાળુ, મદદગાર સ્વભાવની છોકરી તરીકે જોઈને તેઓ ખૂબ ખુશ થયા. સાંજે, સ્વરાંજલિએ વડીલો પાસેથી રસોડામાં જઈને તેમના માટે કંઈક નવું તૈયાર કરવાની પરવાનગી લીધી. શરૂઆતમાં તેઓ

ખચકાટ અનુભવતા હતા, પરંતુ સ્વરાંજલિની ઇચ્છા જોઈને, તેઓએ તેને 'હા' કહી દીધી. સ્વરાંજલિએ બધા માટે વેજીટેબલ બિરિયાની તૈયાર કરી. બા અને બીજા બધા સભ્યોને તેની તૈયારી ગમી. બધાએ તેને આશીર્વાદ આપ્યા. રાત્રિભોજન પછી, તેણે બા સિવાય બધા માટે કોફી બનાવી. તે પહેલાથી જ તેના રૂમમાં નિવૃત્ત થઇ ગઈ હતી. તેઓ થોડો સમય સાથે બેઠા અને ભવિષ્યની યોજના વિશે ચર્ચા કરી. તેમણે નક્કી કર્યું કે સ્વરાંજલિ તેની તપાસ માટે ભારત આવશે. જો પાર્થ તેની સાથે આવી શકે તો કોઈ વાંધો નથી, નહીંતર દેવાંગભાઈ સ્વરાંજલિને ભારત લાવવા માટે યુએસ જશે. સ્વરાંજલિએ પોતાના નસીબ વિશે વિચાર્યું. તેણીને ખૂબ જ સરસ અને મદદગાર સાસરિયાં મળ્યા હતા. સૂવાનો સમય થઈ ગયો હતો.

કબૂલાત

પાર્થ અને સ્વરાંજલિ તેમના રૂમમાં પ્રવેશ્યા અને દરવાજો બંધ કરી દીધો. સ્વરાંજલિ ફ્રેશ થવા માટે વોશરૂમ ગઈ. આખો દિવસ બંને માટે ખૂબ જ દોડધામભર્યો રહ્યો. તે આવ્યા પછી, પાર્થ પોતાને ફ્રેશ કરવા ગયો. પાર્થ પાછો આવ્યો ત્યારે સ્વરા પહેલેથી જ પલંગ પર સૂઈ ગઈ હતી. પાર્થ તેની બાજુમાં આવીને બેઠો. પાર્થે સ્વરાંજલિને કહ્યું, "સ્વરા, આજે હું તને એક એવી વાત કહીશ જે તને થોડી પરેશાન કરી શકે છે, પણ હું તારી સાથે સંતાકૂકડી રમીને મારું જીવન શરૂ કરી શકતો નથી." સ્વરાંજલિ ગભરાઈ ગઈ. તે તરત જ ઉભી થઈ અને તેની બાજુમાં બેઠી.

અરવિંદ ઘોષ

પાર્થે તેનો હાથ પકડીને કહ્યું, "હું એક અમેરિકન છોકરી સાથે સંબંધમાં હતો. મારા પિતાને અમારા વિશે ખબર પડી અને તેઓ અમેરિકા આવ્યા. તેણે મને અને છોકરી લૌરાને અમારા સાંસ્કૃતિક તફાવતો વિશે સમજાવ્યા. તે અમને મનાવવામાં સફળ થયો અને અમે અમારા સંબંધોનો અંત લાવ્યો. પણ હું તમને ખાતરી આપી શકું છું કે અમે ક્યારેય અમારી મર્યાદા ઓળંગી નથી. તે મારી બીજી મિત્ર જ હતી. મને ખાતરી છે કે તમે મને સમજી શકશો."

સ્વરાંજલિ માત્ર એક પરિપક્વ છોકરી નથી પણ ખૂબ જ બુદ્ધિશાળી પણ છે.

તેણીએ હસીને કહ્યું, "આ અમેરિકામાં સામાન્ય છે. આજકાલ ભારતમાં પણ તે સામાન્ય છે. ભવિષ્યમાં જો તારે તે છોકરી સાથે કોઈ લેવાદેવા ન હોય તો મને કોઈ વાંધો નથી. મને વચન આપો કે."

સ્વરાનું આશ્વાસન સાંભળીને પાર્થને ખૂબ જ રાહત થઈ, તેણે સ્વરાને પોતાની પાસે ખેંચી અને કહ્યું, "મારા પરના વિશ્વાસ બદલ ખૂબ ખૂબ આભાર. હું તમને વચન આપું છું કે હું આપણા લગ્ન પ્રત્યે પ્રામાણિક રહીશ. તે મારો શબ્દ છે.

સ્વરાંજલિ જાણતી હતી કે પાર્થ જૂઠું બોલતો નથી અને તેથી તેણે ઝડપથી પાર્થના તાજેતરના ભૂતકાળને બાજુ પર રાખ્યો. તેઓ સૂતા પહેલા થોડી વધુ સમય વાતો કરતા રહ્યા.

બીજા દિવસે સવારે, પાર્થને સ્વરાંજલિ પલંગ પર ન મળી. સવારના ૭ વાગી ગયા હતા. તે ઉતાવળે વોશરૂમ

ગયો અને ફ્રેશ થઇને ડાઇનિંગ ટેબલ પર આવ્યો. તેણે સ્વરાંજલિને તેના માતાપિતાને સવારની ચા પીરસતી જોઇ. સ્નાન કર્યા પછી પણ તેના વાળ ભીના હતા. તે તેજસ્વી અને સુંદર દેખાતી હતી. તેણીએ પાર્થને બેસવાનો ઇશારો કર્યો અને તેને તેની પસંદગીની કોફી પીરસી. તેણીને તેની પસંદગી પહેલેથી જ ખબર હતી. પછી તે ખાંડ વગરની ચા લઇને બાના રૂમમાં ગઇ. બા તૈયાર થઇ રહી હતી. તેણીએ બાને મદદ કરી અને તેમને ચા પીરસી. પરંતુ તે પહેલાં તે તેના ચરણ સ્પર્શ કરવા અને આશીર્વાદ મેળવવા માટે નમન કરવાનું ભૂલતી ન હતી. તે બા સાથે તેમના ડાઇનિંગ ટેબલ પર પાછી આવી અને સાથે બેસીને વાત કરી. છેલ્લા ઘણા દિવસોથી સ્વરાંજલિએ રિહર્સલ (રિયાઝ) કર્યું ન હતું. તેણીએ પાર્થને ભાવિકને ફોન કરીને તેના ઘરે તાનપુરા લાવવાનું કહેવા વિનંતી કરી. તે રિયાઝ માટે ફક્ત એક કલાકનો સમય લેશે. એક કલાકમાં ભાવિક તેના તાનપુરા સાથે આવ્યો. ફાલ્ગુનીબેને તેમને મીઠાઇ અને ચા પીરસ્યા. બીજા બધા સાથે નાસ્તો કર્યા પછી, તે ચાલ્યો ગયો.

બા ખુશ થઇ ગયા

સ્વરાંજલિ બે હેતુઓ માટે ગાવા માંગતી હતી. પ્રથમ, તે ઇચ્છતી હતી કે તેનો દૈનિક અભ્યાસ ચાલુ રહે જે આખા અઠવાડિયા માટે બંધ રહ્યો હતો; બીજું, તે બાને ખુશ કરવા માંગતી હતી. તેથી તે પોતાના તાનપુરાને બાના રૂમમાં લઇ ગઇ અને ત્યાં જ સ્થાયી થઇ ગઇ. બા પોતાની પૌત્રીને ખાસ કરીને પોતાના માટે ગાતી જોઇને

ખૂબ ખુશ થયા. આગળનો એક કલાક ખૂબ જ રોમાંચક રહ્યો. સ્વરાંજલિએ બાની બધી ફાર્માઇશ (માંગણી) પૂરી કરી. 'મીરા કે પ્રભુ' થી લઇને 'જય જગદીશ' સુધી.., અને ઘણું બધું. ઘણા સમય પછી, બા એટલી ખુશ હતી કે જાણે તેમના બધા સપના પૂરા થયા હોય. પાર્થ દૂરથી બધું જોઇ રહ્યો હતો. તેણે અમેરિકા આવવા અને તેને અને લૌરા બંનેને તેમના સાંસ્કૃતિક તફાવતો વિશે સમજાવવા બદલ અંદરથી તેના પિતાનો આભાર માન્યો. ભગવાનનો આભાર કે તે અને લૌરા અલગ થવા માટે સંમત થયા. સ્વરા તેના પરિવાર માટે એકદમ પરફેક્ટ છે. તે ફક્ત એક રત્ન છે. તે સ્વરાંજલિને ખુશ રાખવા માટે બધું જ કરશે. તેના રિયાઝ પછી, બંનેએ ખરીદી માટે બહાર જવાની પરવાનગી લીધી.

સ્વરાંજલિના કહેવા પર પાર્થે સંગીતાને ફોન કર્યો અને નજીકના રેસ્ટોરન્ટમાં આવવા કહ્યું. સંગીતા યુનિવર્સિટી કેમ્પસમાં હતી. તેણી આવવા સંમત થઇ. થોડા સમય પછી ત્રણેય હસવા લાગ્યા અને મુક્તપણે વાતો કરવા લાગ્યા. કોઇ ગેરસમજ નહોતી. તેમની વાતોમાં, મામાજી સૌથી મોટા ગુનેગાર બન્યા. પણ સંગીતાએ મામાજીને પહેલેથી જ માફ કરી દીધા હતા. તેણે કેટલી કાળજીપૂર્વક બધું આયોજન કર્યું અને બીજા દિવસે સ્વરાંજલિને પાર્થ સાથે વાત કરવા માટે મનાવી લીધી. સારા નોટ્સ અને શુભેચ્છાઓ સાથે સંગીતા ફરીથી કેમ્પસ જવા રવાના થઇ ગઇ.

બંને એક વિભાગીય દુકાનમાં ગયા અને આ પ્રવાસ માટે જરૂરી કેટલીક વસ્તુઓ ખરીદી. ઘરે પાછા ફરતા પહેલા, બંને મામાજીના ઘરે ગયા. પાર્થે તેના માટે ભાગલપુરી

સિલ્કનો કુર્તો ખરીધ્યો હતો. મામાજી ખૂબ ખુશ થયા અને પાર્થને આશીર્વાદ આપ્યા. સ્વરાંજલી પાસે મામાજીનો આભાર માનવા માટે શબ્દો નહોતા. તેમણે જ આ લગ્ન શક્ય બનાવ્યા. તે ખૂબ જ નસીબદાર હતી કે એક તરફ મામાજી અને બીજી તરફ પાર્થ હતા. મામાજીનો વારંવાર આભાર માનતી વખતે તે રડી રહી હતી. તેઓ ઘરે પાછા આવ્યા અને પાર્થ તેના પિતા સાથે કેટલાક નાણાકીય સોદાઓને અંતિમ સ્વરૂપ આપવા માટે બેઠો. સ્વરાંજલિ તેના રૂમમાં ગઈ અને તેનું પેકિંગ પૂરું કર્યું. તેણીએ પાર્થના કપડાં પલંગ પર રાખ્યા અને પાર્થ તેના પેકિંગને અંતિમ સ્વરૂપ આપવા આવે તેની રાહ જોવા લાગી. તે પછી તે આજના રાત્રિભોજનની તૈયારીનું નિરીક્ષણ કરવા રસોડામાં ગઈ. ડાઇનિંગ ટેબલ પર સ્વરાંજલિ બા પાસે બેઠી અને પાર્થને બીજી બાજુ બાની બાજુમાં બેસવા કહ્યું. સ્વરાંજલિના દરેક કાર્યથી બા પહેલા કરતાં વધુ ખુશ થઈ ગઈ. રાત્રિભોજન પછી બાએ સ્વરાંજલિને પોતાની પાસે બોલાવી અને પોતાની હીરા જડિત વીંટી કાઢીને સ્વરાંજલિની આંગળીમાં મૂકી. ફરી એકવાર સ્વરાંજલિની આંખોમાંથી આંસુ સરી પડ્યા. આ પરિવાર પાર્થને કેટલો પ્રેમ કરે છે! પાર્થની માતા ફાલ્ગુનીબેને હસતાં હસતાં કહ્યું, "તમે સ્વરાને જાણો છો, જ્યારે પણ મેં બાને તે હીરાની વીંટી ભેટમાં આપવાનું કહ્યું, ત્યારે તેમણે સ્પષ્ટ ના પાડી અને કહ્યું કે આ મારી પૌત્રી માટે છે. આજે તે વીંટીને તેનો વાસ્તવિક માલિક મળ્યો.

રાત્રિભોજન પછી, બધાએ સ્વરાંજલિ પાસેથી કોફીની માંગણી કરી. તે બધાને ખુશ કરીને ખુશ હતી. તે

રસોડામાં ગઈ અને ચાર કપ કોફી ભરેલી ટ્રે લાવી અને તેના રૂમમાં ગઈ. "મને કહો કોણ વધારે નસીબદાર છે, તમે કે હું?" સ્વરાંજલિએ પાર્થને પૂછ્યું. પાર્થ પલંગ પર સૂતો હતો અને તે તેની પાસે બેઠી હતી અને તેના વાળ ચાવી રહી હતી. "નિઃશંકપણે તે હું છું, કારણ કે હું તમને અને આ અદ્ભુત પરિવારને પ્રેમ કરું છું." પાર્થે તેનો હાથ પકડીને કહ્યું. "કદાચ એ હું જ છું." મેં ક્યારેય કલ્પના પણ નહોતી કરી કે અચાનક મારું જીવન આ રીતે યુ-ટર્ન લેશે. બે અઠવાડિયામાં મને એક છોકરી જે સપના જોઈ શકે છે તેના કરતાં પણ વધુ મળ્યું. સ્વરાંજલિએ જવાબ આપ્યો.

તેણીએ પાર્થને બા દ્વારા ભેટમાં આપેલી હીરાની વીંટી બતાવી. પાર્થે તે રિંગ ફિંગર ખેંચી અને તે રિંગને ચુંબન કર્યું. "મેં બાને ક્યારેય આટલા ખુશ જોયા નથી. ખુબ ખુબ આભાર." તેણે કહ્યું અને તેણીને પોતાની તરફ ખેંચી. સ્વરાંજલિને પાર્થના હાથ ખૂબ જ સક્રિય લાગ્યા. તેણીએ તેના હાથ પર હળવો થપ્પડ મારી. તેણીએ તેની તરફ જોયું. 'તું નિરાશાજનક છે' તેણીએ કહ્યું અને તેનો હાથ તેની કમર પરથી બહાર કાઢ્યો. પછી તેણીએ હસતાં હસતાં છોકરી જેવો દેખાવ કર્યો. પાર્થ તેના 'મોનાલિસા' સ્મિતને ચૂક્યો નહીં.

પ્રકરણ છ
રહસ્યમય હનીમૂન માટે યાત્રા શરૂ થાય છે

કોલકાતા: દક્ષિણેશ્વર મંદિર, બેલુર મઠ

બીજા દિવસે, બધા સભ્યો, હિરેનભાઈ, હેતલબેન, ભાવિક, કાવ્યા, ધર્મેશભાઈ, માલતીબેન, દેવાંગભાઈ, બા, ફાલ્ગુનીબેન, પાર્થ અને સ્વરાંજલી, કોલકાતા જતી ફ્લાઇટના નિર્ધારિત સમયના બે કલાક પહેલા અમદાવાદ એરપોર્ટ પર ભેગા થયા. ચેક-ઇન અને બોર્ડિંગ પાસ લીધા પછી, તેઓ વેઇટિંગ હોલમાં ગયા. ફ્લાઇટ યોગ્ય સમયે હતી અને જાહેરાત થતાં જ, તેઓ અનુક્રમે પોતાના બોર્ડિંગ પાસ સાથે કતારમાં જોડાયા. સ્વરાંજલિ હંમેશા બા સાથે તેના બોર્ડિંગ પાસ સાથે રહેતી. તેઓ વિમાનમાં પ્રવેશ્યા અને તેમને સોંપાયેલ બેઠક લીધી. વરિષ્ઠ નાગરિક તરીકે બાને આગળની હરોળમાં બેસાડવામાં આવ્યા હતા. પાર્થ અને સ્વરાંજલિ તેની સાથે બેઠા. તેણીએ તેને સીટબેલ્ટ બાંધવામાં મદદ કરી અને આરામદાયક રહેવા કહ્યું. ટેકઓફ દરમિયાન, સ્વરાંજલિએ વિમાન હવામાં ઉડાન ભરે ત્યાં સુધી બાનો હાથ પકડી રાખ્યો. કોલકાતા એરપોર્ટ પહોંચવામાં લગભગ અઢી કલાક લાગ્યા. ફ્લાઇટ દરમિયાન તેઓએ ટિકિટ સાથે અગાઉ બુક

કરાવેલ ચા, કોફી અને નાસ્તો લીધો. તેઓ વિમાનમાંથી નીચે ઉતર્યા અને ક્રૂઝ સ્વાગત ટીમ દ્વારા તેમનું સ્વાગત કરવામાં આવ્યું. એરપોર્ટની બહાર બે લકઝરી કાર તેમની રાહ જોઈ રહી હતી.

તેમને સીધા 'ગંગા વિલાસ નદી' લઇ જવામાં આવ્યા. એટેન્ડન્ટે બુકિંગ દરમિયાન આપેલા રૂમ નંબરો સાથે સામાન પર લગાવવા માટે ટેગ્સ આપ્યા. તે મુજબ ટેગ લગાવવામાં આવ્યા હતા. એટેન્ડન્ટે તે બેગ લીધી અને ટ્રોલી પર મૂકી. લગેજ લિફ્ટ દ્વારા, તેમને ઉપરના ડેક પર મોકલવામાં આવ્યા. સામાન આદરણીય રૂમમાં રાખવામાં આવ્યો હતો. રૂમોને બરાબર તાળા લગાવેલા હતા અને ચાવીઓ હિરેનભાઈને આપવામાં આવી હતી. મહેમાનોને સ્વાગત પીણું આપવામાં આવ્યું. પછી તેમને પોતપોતાના રૂમમાં જવા વિનંતી કરવામાં આવી. તે એક મોટું વહાણ હતું. તેઓ બધા ઉપરના તૂતકના રૂમમાં જતા પહેલા નીચેના તૂતકને જોવા માંગતા હતા. આખા ક્રૂઝમાં બંને બાજુ મોટી બારીઓ હતી. જો મહેમાનો ગંગા પવનનો આનંદ માણવા માંગતા હોય તો બારીઓ ખોલી શકાય છે.

બીજી બાજુના છેડે તેમને એક મોટો સ્વિમિંગ પૂલ મળ્યો. સ્વરાંજલિએ કાવ્યાને ફોન કર્યો અને બાને તેના રૂમમાં લઇ જવા કહ્યું. એ મુજબ, કાવ્યા બાને તેના રૂમમાં લઇ ગઈ. તે એક સુંદર રીતે શણગારેલો ઓરડો હતો જેમાં નદીના નજારાનો આનંદ માણવા માટે બાલ્કની સાથે બધી સુવિધાઓ હતી. કાવ્યાએ બાને પોતાનો સામાન ખોલવામાં મદદ કરી અને વોશરૂમ તરફ દોરી. થોડી વાર પછી બા બહાર આવી અને કાવ્યાને ફ્રેશ થવા કહ્યું.

કાવ્યાને સ્વરાંજલિનો ફોન આવ્યો કે બધું બરાબર છે કે નહીં. કાવ્યાએ માહિતી આપી કે બા ખૂબ ખુશ અને આરામદાયક છે. બા ખાંડ વગરની ચા પીવા માંગતી હતી. કાવ્યાએ સ્વરાંજલિને તે પ્રમાણે જાણ કરી. થોડી વાર પછી, દરવાજો ખખડાવ્યો; એક વેઇટર ચા અને કેટલાક નાસ્તાની ટ્રે લઇને આવ્યો. ચા પીધા પછી, બા થોડો આરામ કરવા માંગતા હતા. આખો દિવસ ખૂબ જ ધમાલ મચી ગઈ. પલંગ તૈયાર હતો; કાવ્યાએ AC ને 27 ડિગ્રી પર ગોઠવ્યું. બા સૂવા ગયા. કાવ્યાએ તેને પાતળા ધાબળામાં ઢાંકી દીધી. પછી તેણીએ પરવાનગી લીધી અને કેબિનમાંથી બહાર આવી. તે પૂલની બાજુમાં જૂથમાં જોડાઈ. તેઓ ગપસપ કરી રહ્યા હતા અને હસતા હતા. બધા બંગાળી નાસ્તો કરી રહ્યા હતા જેમાં પુરી, દામ આલુ અને પ્રખ્યાત રસોગુલ્લાનો સમાવેશ થતો હતો. કાવ્યા તેમની સાથે જોડાઈ.

ભાવિક પોતાની પ્લેટ હાથમાં લઇને ડેકના છેડા પાસે ગયો જ્યાંથી ગંગા નદીનો 180 ડિગ્રીનો દૃશ્ય આબેહૂબ અને સ્પષ્ટ દેખાતો હતો. તેણે ત્યાંથી બૂમ પાડી અને પથ અને સ્વરાંજલિને બોલાવ્યા. તેણે ઉતાવળે તેમના માટે બે ખુરશીઓ ગોઠવી. તેઓ પહોંચ્યા ત્યાં સુધીમાં, વેઇટર બે ગ્લાસ અને સ્પ્રાઇટની બોટલ લઇને આવ્યો. પાર્થે ભાવિકનો આભાર માન્યો અને હસતાં હસતાં ત્યાંથી જવાનો ઈશારો કર્યો. ભાવિક હસ્યો અને ક્રૂઝના અન્ય વિસ્તારો શોધવા માટે તે સ્થળ છોડી ગયો. પાર્થે બોટલ ખોલી અને બે ગ્લાસમાં સ્પ્રાઇટ રેડ્યું. પછી તેણે એક સ્વરાંજલિને આપ્યું અને બીજું પોતાના માટે લીધું. તેઓ પ્રેમી પંખીની જેમ ટ્વિટર કરવા લાગ્યા. એક ક્રૂઝ જહાજ

અરવિંદ ઘોષ

વિરુદ્ધ દિશામાંથી પસાર થઇ રહ્યું હતું. બીજા જહાજના મુસાફરોએ હાથ હલાવ્યા, પાર્થ અને સ્વરાંજલિએ પણ જવાબ આપ્યો. થોડા સમય પછી, બધાએ પોતપોતાના રૂમમાં જવાનું નક્કી કર્યું. ગંગા નદીના સ્પષ્ટ દૃશ્યથી તેમના રૂમ આટલા સુંદર રીતે શણગારેલા જોઈને તેઓ ખૂબ ખુશ થયા.

જાહેરાત આવી કે ક્રૂઝ હવે તેની સફર શરૂ કરશે. કોલકાતાનો એક ટૂંકો પ્રવાસ યોજાશે જેમાં વિક્ટોરિયા મેમોરિયલ, બિરલા પ્લેનેટોરિયમ, ભારતીય સંગ્રહાલય અને રાષ્ટ્રીય પુસ્તકાલય જેવા વિવિધ પર્યટન સ્થળો જોવા મળશે. પહેલું સ્ટોપ બેલુર મઠ હશે. તે રામકૃષ્ણ મિશનનું મુખ્ય મથક છે, જેની સ્થાપના રામકૃષ્ણ પરમહંસના મુખ્ય શિષ્ય સ્વામી વિવેકાનંદ દ્વારા કરવામાં આવી હતી. ત્યાં પહોંચવામાં લગભગ એક કલાક લાગશે. યાત્રાધામ જોવા માટે મુસાફરો માટે એક કલાકનો રોકાણ રહેશે. ક્રૂઝ સપોર્ટિંગ સ્ટાફ તરફથી ખૂબ જ મજા આવતા, વિશાળ પાણીનું જહાજ આગળ વધવા લાગ્યું. અચાનક "દુર્ગા દુર્ગા" ના ગર્જનાભર્યા અવાજે વાતાવરણને ઘેરી લીધું. ક્રૂઝના તમામ મુસાફરોએ સલામત મુસાફરી માટે દેવી દુર્ગાના નામનો જાપ કર્યો. આ બંગાળની જૂની પરંપરા છે. દરેક ઘરમાં જ્યારે પણ કોઇ પોતાના કામ માટે ઘરની બહાર જાય છે, ત્યારે વૃદ્ધ સભ્ય હંમેશા "દુર્ગા દુર્ગા" નો જાપ કરીને માતા દેવીને આશીર્વાદ આપવા માટે પ્રાર્થના કરે છે.

કોલકાતા શહેર પ્રવાસ: ભારતના સાંસ્કૃતિક હૃદયની શોધખોળ

કોલકાતાની આસપાસના ટૂંકા પ્રવાસ માટે ક્રુઝ લાઇનર "રિવર ગંગા વિલાસ" એ બસોની વ્યવસ્થા કરી હતી. પણ પ્રવાસ બસમાંથી જ થશે. કોઈ બસમાંથી નીચે ઉતરતું નહીં. ગાઇડ બધી જગ્યાઓ ખૂબ જ વિગતવાર સમજાવશે.

કોલકાતા, જેને ઘણીવાર આનંદનું શહેર કહેવામાં આવે છે, તે એક જીવંત મહાનગર છે જે વસાહતી આકર્ષણને આધુનિક ગતિશીલતા સાથે મિશ્રિત કરે છે. તમારા શહેરનો પ્રવાસ પ્રતિષ્ઠિત વિક્ટોરિયા મેમોરિયલથી શરૂ થાય છે, જે લીલાછમ બગીચાઓથી ઘેરાયેલું એક અદ્ભુત સફેદ-માર્બલ સ્મારક છે. રાણી વિક્ટોરિયાના માનમાં બનેલ આ સ્મારકમાં એક પ્રભાવશાળી સંગ્રહાલય છે જેમાં ભારતના વસાહતી ભૂતકાળમાં ઊંડાણપૂર્વકના પ્રદર્શનો મૂકવામાં આવ્યા છે. આગળ, તમે ભારતીય સંગ્રહાલયની મુલાકાત લો, જે ભારતના સૌથી જૂના અને સૌથી મોટા સંગ્રહાલયોમાંનું એક છે. તેના વિશાળ સંગ્રહમાં પ્રાચીન કલાકૃતિઓ, શિલ્પો અને એક આકર્ષક ઇજિપ્તીયન મમીનો સમાવેશ થાય છે. આ

સંગ્રહાલય ભારતના સમૃદ્ધ ઇતિહાસ અને વૈવિધ્યસભર સંસ્કૃતિઓમાં ઊંડો ઝલક પ્રદાન કરે છે.

અહીંથી, ગોથિક પુનરુત્થાન શૈલીના સ્થાપત્ય અજાયબી, સેન્ટ પોલ કેથેડ્રલ તરફ જાઓ. તેનું શાંત વાતાવરણ અને સુંદર રંગીન કાચની બારીઓ શહેરના ધમાલભર્યા જીવનમાંથી શાંતિપૂર્ણ છટકી જવાની તક આપે છે. ખરીદદારો માટે સ્વર્ગ, ધમધમતા ન્યુ માર્કેટ વિસ્તારની મુલાકાત લઈને તમારા પ્રવાસને ચાલુ રાખો. અહીં, તમે પરંપરાગત કાપડથી લઈને આધુનિક ફેશન સુધીની દરેક વસ્તુ વેચતી અસંખ્ય દુકાનોની શોધખોળ કરી શકો છો, અને પુચકાં અને કાઠી રોલ જેવા સ્થાનિક સ્ટ્રીટ ફૂડનો સ્વાદ માણી શકો છો.

ખરીદીની મોજમજા પછી, શાંત અને વિશાળ મેદાન તરફ પ્રયાણ કરો, જેને ધણીવાર કોલકાતાના ફેફસાં તરીકે ઓળખવામાં આવે છે. આ વિશાળ શહેરી ઉદ્યાન આરામથી ફરવા માટે યોગ્ય છે અને ક્રિકેટ મેચ, ધોડેસવારી અને પિકનિક સાથે કોલકાતાના રોજિંદા જીવનની ઝલક આપે છે. દિવસ ઢળતાની સાથે જ, સાઉથ પાર્ક સ્ટ્રીટ કબ્રસ્તાન તરફ જાઓ, જે એક ઐતિહાસિક અને શાંત સ્થળ છે, જ્યાં તમે જૂના કબરોનું અન્વેષણ કરી શકો છો અને શહેરના વસાહતી ભૂતકાળ પર ચિંતન કરી શકો છો. શહેરના મનોરંજન કેન્દ્ર, પાર્ક સ્ટ્રીટ પર તમારા પ્રવાસનું સમાપન કરો, જ્યાં તમે તેના ધણા પ્રતિષ્ઠિત રેસ્ટોરન્ટ્સમાંથી એકમાં ભોજન કરી શકો છો, જેમાં પરંપરાગત બંગાળી ભોજન અને

સમકાલીન વાનગીઓનો આનંદ માણી શકો છો. કોલકાતાનો સમૃદ્ધ સાંસ્કૃતિક વારસો, સ્થાપત્ય સુંદરતા અને જીવંત શેરી જીવન તેને એક એવું શહેર બનાવે છે જે દરેક મુલાકાતી માટે એક અવિસ્મરણીય અનુભવ પ્રદાન કરે છે. મુસાફરો સફર માટે ક્રૂઝમાં જોડાયા.

"ગંગા વિલાસ નદી" બેલુર મઠ તરફ વહાણ ચલાવે છે.

ક્રૂઝની સામે પ્રખ્યાત હાવડા બ્રિજ અને પૃષ્ઠભૂમિમાં વિવેકાનંદ બ્રિજનું અવલોકન બધા માટે મંત્રમુગ્ધ કરી દે તેવું હતું. નાની અને ઊંચી ઇમારતોવાળા કાંઠા ધીમે ધીમે વિરુદ્ધ દિશામાં પસાર થઈ રહ્યા હતા; અને હાવડા બ્રિજ નજીક આવતો ગયો. તેઓએ પહેલી વાર બાંધકામની વિશાળતા જોઈ. તે અજાયબી હતી. પાર્થ અને સ્વરાંજલિ બાલ્કનીમાં બેઠા હતા અને ત્યાંથી પસાર થતી માનવજાતની અદ્ભુત રચનાનું નિરીક્ષણ કરી રહ્યા હતા. જ્યારે તેઓ પુલ નીચેથી પસાર થયા, ત્યારે તેઓને પોતાની આંખો પર વિશ્વાસ ન થયો. ઉપર 10 લેનનો રસ્તો બનાવવા માટે લાંબા લોખંડના બીમના ક્રેસ ક્રોસ જોડાવાની જટિલતા. ધીમે ધીમે તેમનું વહાણ એટલું નજીકથી પસાર થયું કે એવું લાગ્યું કે તેઓ સરળતાથી પુલને સ્પર્શ કરી શકે છે. તે એક સાપેક્ષ લાગણી હતી. તે ઘણું ઉપર હતું; છતાં તેઓ ખૂબ નજીક અનુભવતા હતા. તે

અરવિંદ ઘોષ

મોહક હતું. ધીમે ધીમે બ્રિજ ક્રૂઝને ઓળંગીને પાછળ ગયો. ફરી એકવાર તેઓએ પુલના બંને છેડેથી હજારો વાહનો અને રાહદારીઓ ગંગા નદી પાર કરતા જોયા. સ્વરાંજલિ પાર્થની ખૂબ નજીક બેઠી હતી. તે તમાશા ફિલ્મનું ગીત "અગર તુમ સાથ હો..." ગાતી હતી. પાર્થે તેનો હાથ પકડ્યો. સ્વરાંજલિએ પાર્થના ખભા પર માથું મૂકીને પોતાનું ગણગણવાનું ચાલુ રાખ્યું. કોઇને ખબર નથી કે હવે આ દંપતી ગંગા નદીના ઠંડા પવનનો આનંદ માણી રહું છે કે પછી તેઓ કંઇ અનુભવવા માટે ત્યાગની સમાધિ અવસ્થામાં હતા. પણ તેઓ તેમના એકતાના દરેક ક્ષણનો આનંદ માણી રહ્યા હતા. તેમને ખ્યાલ પણ ન હતો કે બેલુર મઠનું તેમનું પહેલું સ્થળ આવી ગયું છે. તેમને એક જાહેરાત સંભળાઇ કે એક કલાકનો વિરામ રહેશે. બધાએ વહાણમાંથી નીચે ઉતરીને મંદિર જવું જોઇએ. "ભોગ" પહેલાં પ્રાર્થના ટૂંક સમયમાં શરૂ થશે. ત્યારબાદ 'પ્રવચન' થશે. બા ખૂબ ખુશ હતા. કાવ્યાએ તેને ક્રૂઝમાંથી નીચે ઉતરવામાં મદદ કરી. બધા સભ્યો પણ બા ને અનુસર્યા. આ સમય સુધીમાં સ્વરાંજલિ અને પાર્થ બંને તેમની સાથે જોડાઇ ગયા. બધા 250 મુસાફરો નીચે ઉતર્યા અને મંદિરના મુખ્ય દરવાજા તરફ આગળ વધ્યા. ક્રૂઝ મેનેજમેન્ટે રામકૃષ્ણ મિશનના મંદિર અને મુખ્યાલયના દરેક એકમનું મહત્વ દર્શાવવા અને તેનું વર્ણન કરવા માટે 25 મુસાફરોના 10 જૂથો

બનાવવા માટે પહેલાથી જ 10 વ્યક્તિઓ નક્કી કરી હતી. પાર્થના પરિવારને પણ તેમના માર્ગદર્શક દ્વારા પ્રવાસ માટે લઇ જવામાં આવ્યા હતા. પાર્થે સૂચવ્યું કે બાને આટલું બધું ચાલવાની જરૂર નથી. તેમણે મઠના મુખ્ય મહારાજજી દ્વારા થતી પૂજા, ભોગ, આરતી અને ઉપદેશામાં હાજરી આપવી જોઈએ. બધાએ પ્રસ્તાવ પર સંમતિ આપી. સ્વરાંજલિએ પાર્થને કહ્યું કે તે બા સાથે રહે અને તેને તેમની સાથે રહેવા વિનંતી કરી. પાર્થ સંમત થયો. બાએ ભગવાનનો આભાર માન્યો કે પાર્થ થોડા સમય માટે તેની સાથે રહેશે.

પાર્થ, સ્વરાંજલિ અને બા મંદિર ગયા, ત્યારબાદ પરિવારના અન્ય સભ્યો પણ ગયા. તે બધા પૂજામાં હાજર રહ્યા. ત્યારબાદ ત્રણેય સિવાય બધા જ જોવાલાયક સ્થળોના પ્રવાસ માટે હોલ છોડી ગયા. ભોગ અને આરતી પછી મહારાજજી આવ્યા અને તેમના મંચ પર બેઠા. શુભેચ્છા પાઠવ્યા પછી તેમણે રામકૃષ્ણ પરમહંસના સ્તવનથી શરૂઆત કરી અને પોતાનું ભાષણ શરૂ કર્યું. તેમણે વ્યાખ્યાનના વિષય વિશે કહ્યું. તે સ્વામી વિવેકાનંદ દ્વારા મઠની સ્થાપનાના ઇતિહાસ વિશે હતું. તેમણે વિગતોનું ક્રમશઃ વર્ણન કર્યું.

પહેલું પગલું:
ફાઉન્ડેશન અને વિઝન:

અરવિંદ ઘોષ

રામકૃષ્ણ મઠ અને મિશનનું મુખ્ય મથક બેલુર મઠની સ્થાપના શ્રી રામકૃષ્ણ પરમહંસના મુખ્ય શિષ્ય સ્વામી વિવેકાનંદ દ્વારા કરવામાં આવી હતી. સ્વામી વિવેકાનંદે ૧૮૯૭માં હુગલી નદી (ગંગા) ના પશ્ચિમ કિનારે દક્ષિણેશ્વર કાલી મંદિરની સામે બેલુર મઠની સ્થાપના કરી હતી જયાં શ્રી રામકૃષ્ણ પરમહંસ તેમના દેવી માતા કાલીની પૂજા કરતા હતા. સ્વામી વિવેકાનંદ એવું કંઈક બનાવવા માંગતા હતા જે ફક્ત તેમના ગુરુના વારસાનું જ રક્ષણ ન કરે, પરંતુ એક એવું આધ્યાત્મિક કેન્દ્ર પણ બનાવશે જે તેમના ગુરુ શ્રી રામકૃષ્ણના ઉપદેશો અને ફિલસૂફીને મૂર્તિમંત કરે. સ્વામી વિવેકાનંદે બેલુર મઠની કલ્પના એક એવી જગ્યા તરીકે કરી હતી જ્યાં ધાર્મિક સંવાદિતા, સમાજ સેવા અને આધ્યાત્મિક અભ્યાસ સુમેળભર્યા રીતે સાથે રહી શકે. તેનો હેતુ વેદાંતિક ઉપદેશોના પ્રચાર માટે એક કેન્દ્ર તરીકે અને રામકૃષ્ણ મિશનની વિવિધ પરોપકારી પ્રવૃત્તિઓ માટે એક આધાર તરીકે સેવા આપવાનો હતો. મઠની સ્થાપત્ય રચના આ દ્રષ્ટિકોણને પ્રતિબિંબિત કરે છે, જે હિન્દુ, ખ્રિસ્તી અને ઇસ્લામિક રૂપરેખાઓને જોડે છે, જે બધા ધર્મોની એકતાનું પ્રતીક છે.

બીજું પગલું:

સ્થાપત્ય મહત્વ:

૧૯૩૮માં પ્રતિષ્ઠિત બેલુર મઠનું મુખ્ય મંદિર એક સ્થાપત્ય અજાયબી છે. શ્રી રામકૃષ્ણના સીધા શિષ્ય અને સિવિલ એન્જિનિયર સ્વામી વિવેકાનંદ દ્વારા ડિઝાઇન કરાયેલ, મંદિરની અનોખી ડિઝાઇન રામકૃષ્ણ ચળવળના મુખ્ય સિદ્ધાંત - ધર્મોની સુમેળ - નું પ્રતીક છે. મંદિર સ્થાપત્યમાં વિવિધ ધાર્મિક શૈલીઓના તત્વોનો સમાવેશ થાય છે:

હિન્દુ સ્થાપત્ય: મંદિરનો પ્રવેશદ્વાર બૌદ્ધ સ્તૂપ જેવો દેખાય છે, જ્યારે મધ્ય ગુંબજ ભારતીય સ્થાપત્યથી પ્રેરિત છે.

ખ્રિસ્તી સ્થાપત્ય: મુખ્ય પ્રાર્થના ખંડની ઊંચી છત અને કમાનો ખ્રિસ્તી કેથેડ્રલની સ્થાપત્ય શૈલીને પ્રતિબિંબિત કરે છે.

ઇસ્લામિક સ્થાપત્ય: બારીઓ અને બાલ્કનીઓમાં મુઘલ સ્થાપત્યની યાદ અપાવે તેવી જટિલ ડિઝાઇન છે.

મંદિરની ડિઝાઇનનો ઉદ્દેશ્ય એ સંદેશ આપવાનો છે કે બધા માર્ગો એક જ દૈવી ધ્યેય તરફ દોરી જાય છે, વિવિધ ધર્મોની એકતા અને સુમેળ પર ભાર મૂકે છે.

પગલું ત્રણ:
વિકાસ અને વિસ્તરણ:

બેલુર મઠ તેની સ્થાપનાથી જ નોંધપાત્ર રીતે વિકસ્યો છે. સ્વામી વિવેકાનંદ અને તેમના ભાઈ શિષ્યોએ શ્રી રામકૃષ્ણના ઉપદેશોનો ફેલાવો કરવામાં અને ભારત અને વિદેશમાં વિવિધ કેન્દ્રો સ્થાપવામાં પોતાનું જીવન વિતાવ્યું. બેલુર મઠ આ પ્રવૃત્તિઓનું મુખ્ય કેન્દ્ર બન્યું, જે રામકૃષ્ણ મઠ અને મિશનના આધ્યાત્મિક અને સામાજિક પ્રયાસોને માર્ગદર્શન આપતું હતું. આજે, બેલુર મઠમાં એક મઠ સહિત અનેક સંસ્થાઓનો સમાવેશ થાય છે. એક મંદિર શ્રી રામકૃષ્ણ, શૈક્ષણિક અને સખાવતી સંસ્થાઓને સમર્પિત છે. બેલુર મઠનું શાંત વાતાવરણ વિશ્વભરના હજારો મુલાકાતીઓ, ભક્તો અને આધ્યાત્મિક સાધકોને આકર્ષે છે.

ચોથું પગલું:

રામકૃષ્ણ મિશનનું પ્રતીક:

રામકૃષ્ણ મિશનનું પ્રતીક સ્વામી વિવેકાનંદ દ્વારા ડિઝાઇન કરવામાં આવ્યું હતું. તે પ્રતીકવાદમાં પહોંચ ધરાવે છે અને મિશનના મુખ્ય દર્શનને સમાવિષ્ટ કરે છે. પ્રતીકમાં મૂળભૂત રીતે 6 તત્વો હોય છે જે નીચે મુજબ વર્ણવેલ છે:

તત્વ ૧: હંસ: પરમાત્મા (સર્વોચ્ચ સ્વ) નું પ્રતિનિધિત્વ કરતો, હંસ શુદ્ધતા અને આધ્યાત્મિક સમજણનું પ્રતીક છે. તે સાચાને ખોટાથી,

વાસ્તવિકને અવાસ્તવિકથી અલગ કરવાની ક્ષમતા દર્શાવે છે, જે આધ્યાત્મિક અભ્યાસનું મુખ્ય પાસું છે.

તત્વ ૨: કમળ: કમળ પરમાત્મા, આધ્યાત્મિક આવરણ અને શુદ્ધતાનું પ્રતીક છે. હિન્દુ ધર્મમાં કમળ એ ગુણાતીતતા અને આત્મસાક્ષાત્કારનું પ્રતીક છે, કારણ કે તે કાદવવાળા પાણીમાં ઉગવા છતાં અકબંધ રહે છે.

તત્વ ૩: લહેરાતું પાણી: લહેરાતું પાણી કર્મ (કાર્ય) અને સંસાર (વિશ્વ)નું પ્રતિનિધિત્વ કરે છે. તરંગો જીવનની અવિરત પ્રવૃત્તિ અને જન્મ, મૃત્યુ અને પુનર્જન્મના સતત ચક્રને દર્શાવે છે. આસક્તિ વિના નિઃસ્વાર્થ કાર્યમાં પ્રવૃત્ત રહેવું એ મુક્તિનો માર્ગ છે.

તત્વ ૪: ઉગતો સૂર્ય: ઉગતો સૂર્ય જ્ઞાન (જ્ઞાન)નું પ્રતીક છે. જેમ સૂર્ય અંધકારને દૂર કરે છે, તેમ સાચું જ્ઞાન અજ્ઞાનને દૂર કરે છે અને આધ્યાત્મિક જાગૃતિ તરફ દોરી જાય છે.

તત્વ ૫: ઘેરાયેલો નાગ: નાગ યોગ અને કુંડલિની શક્તિ (આધ્યાત્મિક ઊર્જા)નું પ્રતિનિધિત્વ કરે છે.

તે આધ્યાત્મિક શક્તિના જાગૃતિ અને આત્મજ્ઞાન પ્રાપ્ત કરવા માટે જરૂરી શિસ્તનું પ્રતીક છે.

તત્વ ૬: સૂત્ર: "આત્મનોમોક્ષાર્થમજગતિતાય ચ" નો અર્થ "પોતાના મુક્તિ માટે અને વિશ્વના કલ્યાણ માટે" થાય છે. આ બેવડો હેતુ મિશનના વ્યક્તિગત આધ્યાત્મિક વિકાસ અને સામાજિક સેવા બંને પરના ભારને પ્રતિબિંબિત કરે છે. આમ, આ પ્રતીક ચાર યોગોના સુમેળભર્યા મિશ્રણને દર્શાવે છે, એટલે કે કર્મયોગ (નિઃસ્વાર્થ કાર્યનો માર્ગ), ભક્તિ યોગ (ભક્તિનો માર્ગ), જ્ઞાન યોગ (જ્ઞાનનો માર્ગ) અને રાજયોગ (ધ્યાનનો માર્ગ), જે આત્મ-સાક્ષાત્કાર અને માનવતાની સેવાના અંતિમ લક્ષ્ય તરફ દોરી જાય છે.

પગલું પાંચ:
રામકૃષ્ણ મિશનની પ્રવૃત્તિઓ:

શ્રી રામકૃષ્ણ અને સ્વામી વિવેકાનંદના ઉપદેશોથી પ્રેરિત રામકૃષ્ણ મિશન, આધ્યાત્મિક, શૈક્ષણિક અને સામાજિક ઉત્થાન માટે વિવિધ પ્રવૃત્તિઓ હાથ ધરે છે. આ પ્રવૃત્તિઓને વ્યાપક રીતે આધ્યાત્મિક, શૈક્ષણિક, તબીબી અને રાહત કાર્યમાં વર્ગીકૃત કરી શકાય છે.

1. આધ્યાત્મિક પ્રવૃત્તિઓ:

પ્રવચનો અને વર્ગો: મિશન વેદાંત અને શ્રી રામકૃષ્ણના ઉપદેશોનો ફેલાવો કરવા માટે નિયમિત આધ્યાત્મિક પ્રવચનો, વર્ગો અને એકાંતનું આયોજન કરે છે. આ સત્રો વ્યક્તિઓને તેમની આધ્યાત્મિક યાત્રામાં મદદ કરવા અને ધ્યાન, પ્રાર્થના અને નૈતિક જીવન પર માર્ગદર્શન આપવા માટે રચાયેલ છે.

પ્રકાશનો: આ મિશન આધ્યાત્મિક અને દાર્શનિક વિષયો પર પુસ્તકો, સામયિકો અને સામયિકો પ્રકાશિત કરે છે. નોંધપાત્ર પ્રકાશનોમાં "સ્વામી વિવેકાનંદના સંપૂર્ણ કાર્યો" અને "રામકૃષ્ણ-વિવેકાનંદ વ્યાખ્યાન"નો સમાવેશ થાય છે.

કેન્દ્રો અને આશ્રમો: આ મિશન ભારત અને વિદેશમાં અસંખ્ય કેન્દ્રો અને આશ્રમો ચલાવે છે જે આધ્યાત્મિક અભ્યાસ, ધ્યાન અને આત્મ-સાક્ષાત્કાર માટે અનુકૂળ વાતાવરણ પ્રદાન કરે છે.

2. શૈક્ષણિક પ્રવૃત્તિઓ:

શાળાઓ અને કોલેજો: આ મિશન શાળાઓ, કોલેજો અને વ્યાવસાયિક તાલીમ કેન્દ્રો ચલાવે છે, જે હજારો વિધાર્થીઓને ગુણવત્તાયુક્ત શિક્ષણ પૂરું પાડે છે. આ સંસ્થાઓ શૈક્ષણિક શ્રેષ્ઠતાને નૈતિક અને આધ્યાત્મિક મૂલ્યો સાથે જોડીને સર્વાંગી શિક્ષણ આપવાનું લક્ષ્ય રાખે છે.

અરવિંદ ઘોષ

શિષ્યવૃત્તિ અને સહાય: આ મિશન ગરીબ વિધાર્થીઓને શિષ્યવૃત્તિ, મફત શિક્ષણ અને અન્ય પ્રકારની સહાય પૂરી પાડે છે, જેથી ખાતરી થાય કે નાણાકીય અવરોધો તેમની શૈક્ષણિક આકાંક્ષાઓને અવરોધે નહીં.

3. તબીબી પ્રવૃત્તિઓ:

હોસ્પિટલો અને દવાખાનાઓ: આ મિશન શહેરી અને ગ્રામીણ બંને વિસ્તારોમાં લોકોને તબીબી સેવાઓ પૂરી પાડતી હોસ્પિટલો, દવાખાનાઓ અને મોબાઇલ તબીબી એકમો ચલાવે છે. આ સુવિધાઓ વ્યાપક આરોગ્યસંભાળ પૂરી પાડે છે, જેમાં બહારના દર્દીઓ અને ઇનપેશન્ટ સેવાઓ, શસ્ત્રક્રિયાઓ અને વિશિષ્ટ સારવારનો સમાવેશ થાય છે.

આરોગ્ય શિબિરો: આ મિશન દૂરના અને વંચિત વિસ્તારોમાં તબીબી સંભાળ પૂરી પાડવા માટે નિયમિત આરોગ્ય શિબિરો અને આઉટરીચ કાર્યક્રમોનું આયોજન કરે છે. આ શિબિરોમાં સામાન્ય આરોગ્ય તપાસ, આંખના શિબિર અને રસીકરણ ડ્રાઇવ જેવી સેવાઓ પ્રદાન કરવામાં આવે છે.

4. રાહત અને પુનર્વસન કાર્ય:

આપત્તિ રાહત: આ મિશન તેના ઝડપી અને કાર્યક્ષમ આપત્તિ રાહત કાર્ય માટે જાણીતું છે. તે પૂર, ભૂકંપ અને ચક્રવાત જેવી કુદરતી આફતોના પીડિતોને તાત્કાલિક સહાય અને લાંબા ગાળાના પુનર્વસન પૂરું પાડે છે. રાહત પ્રયાસોમાં ખોરાક, કપડાં, આશ્રય અને તબીબી સંભાળનું વિતરણ શામેલ છે.

સમાજ કલ્યાણ; આ મિશન વિવિધ સામાજિક કલ્યાણ પ્રોજેક્ટ્સ હાથ ધરે છે, જેમાં ગ્રામીણ વિકાસ, મહિલા સશક્તિકરણ અને હાંસિયામાં ધકેલાઈ ગયેલા સમુદાયોને ટેકો આપવાનો સમાવેશ થાય છે. આ પહેલનો ઉદ્દેશ્ય લાભાર્થીઓના જીવનની ગુણવત્તા સુધારવા અને આત્મનિર્ભરતાને પ્રોત્સાહન આપવાનો છે.

જ્યારે મહારાજજીએ શ્રી રામકૃષ્ણ મિશનની પ્રવૃત્તિઓનું વર્ણન પૂરું કર્યું, ત્યારે બા ભાવુક થઇ ગયા. તે પોતાની તરફથી કંઈક કરવા માંગતી હતી. તેણીએ પાર્થ અને સ્વરાંજલિને પોતાની ઇચ્છા વિશે કહ્યું. તેમણે મિશનની તબીબી પ્રવૃત્તિઓ માટે એમ્બ્યુલન્સનું દાન કરવાનું નક્કી કર્યું. તેઓ મહારાજજી પાસે ગયા અને પોતાની ઇચ્છા વ્યક્ત કરી. મહારાજજી ખૂબ ખુશ થયા અને સભાની સામે જાહેરાત કરવામાં આવી. સભા પ્રાર્થના સાથે

અરવિંદ ઘોષ

સમાપ્ત થઇ. હજુ અડધો કલાક બાકી હતો. તેઓ હોલની બહાર આવ્યા અને પરિવારના અન્ય સભ્યો સાથે જોડાયા. બાએ શ્રી રામકૃષ્ણ મઠને એમ્બ્યુલન્સ દાન કરવાનું નક્કી કર્યું છે તે જાણીને તેઓ ખૂબ ખુશ થયા. દેવાંગભાઇ ગ્રુપથી થોડે દૂર ગયા. તે બા ને સરપ્રાઇઝ આપવા માંગતો હતો. તેમણે તાત્કાલિક અમદાવાદમાં તેમના મેનેજરનો સંપર્ક કર્યો અને સૂચના આપી કે તેઓ કોલકાતામાં એમ્બ્યુલન્સનો વેપાર કરતા ડીલરનો સંપર્ક કરે. તેમણે અડધા કલાકની અંદર એમ્બ્યુલન્સ પહોંચાડવી પડશે. તેણે શક્ય તેટલી ઝડપથી પૈસા ટ્રાન્સફર કરવા જોઇએ.

અડધા કલાકમાં, એક નવી એમ્બ્યુલન્સ પરિસરમાં આવી. મહારાજજી અને અન્ય સાધુઓને ડિલિવરી લેવા માટે બોલાવવામાં આવ્યા. બધાને આશ્ચર્ય થયું, ખાસ કરીને બા. પાર્થ, બા અને સ્વરાંજલિએ એમ્બ્યુલન્સની ચાવી બેલુર મઠના મુખ્ય સંતને પહોંચાડી. જ્યારે તેમને નામ વિશે પૂછવામાં આવ્યું ત્યારે તેમણે ફક્ત 'અમદાવાદનો દવે પરિવાર' કહ્યું. તેઓ પાછા આવ્યા અને ક્રુઝ પર સવારી કરી. ક્રુઝ મેનેજમેન્ટે લંચના સમયની જાહેરાત કરી. બધા પોતપોતાના ડેકના ડાઇનિંગ હોલમાં ભેગા થયા. પાર્થ અને સ્વરાંજલિ ફ્રેશ થયા અને બધા સાથે ડાઇનિંગ હોલમાં જોડાયા. જહાજ પરના અન્ય મહેમાનોએ શ્રી રામકૃષ્ણ મિશનને એમ્બ્યુલન્સ ભેટ આપવાના તેમના ઝડપી પગલાની પ્રશંસા કરી.

દેવાંગભાઇને એ જોઇને ખૂબ આનંદ થયો કે તેમની માતા સંતુષ્ટ છે. તેણે શાંતિથી તેની પત્ની ફાલ્ગુનીબેનને કહ્યું કે પાર્થ અને સ્વરાંજલિ હંમેશા બા સાથે છે.

ત્યાં 30 ટેબલ હતા જેમાં દરેકમાં ચાર ખુરશીઓ હતી. બધાએ બાના રૂમની બાજુમાં બેસવાનું નક્કી કર્યું. સહાયકોએ સળંગ 5 ટેબલ જોડ્યા અને આદેશ મુજબ લંચ ગોઠવ્યું. પાર્થ અને સ્વરાંજલિએ બાનો સાથ ન છોડ્યો. તેઓ તેની બાજુમાં બેઠા. તેઓ બધાએ બેલુર મઠમાં પોતાના અનુભવો વર્ણવવાનું શરૂ કર્યું. અચાનક બા બોલી, "તમને ખબર છે, જ્યારે મેં મિશન માટે કંઇક કરવાનું નક્કી કર્યું, ત્યારે એમ્બ્યુલન્સ ભેટમાં આપવાનો આ વિચાર કોણે આપ્યો?"

"કોનો વિચાર બા?" બધાએ એકસાથે બૂમ પાડી.

"આ વિચાર સ્વરાંજલિએ આપ્યો હતો." બધાએ સ્વરાંજલિ તરફ જોયું અને તેની હાજરીની પ્રશંસા કરી.

ડેક સ્પીકરમાં જાહેરાત આવી. "આજે, 7 વાગ્યે જહાજ દક્ષિણેશ્વર કાલીબારી મંદિરમાં પૂજા આરતી માટે લંગર કરશે. હવે બપોરના ૨ વાગ્યા છે. આપણે ગંગા સાગર તરફ જઇ રહ્યા છીએ. આપણે ડાયમંડ હાર્બર બંદર વિસ્તારમાં લંગર લગાવીશું. પછી કાલી મંદિર પાછા આવો. બધા ખુશ હતા. બધા પોતપોતાના કેબિન તરફ આગળ

વધ્યા. બાને કાવ્યાને સોંપી દેવામાં આવી. પાર્થ અને સ્વરાંજલિ ડેકની વિરુદ્ધ બાજુએ તેમના કેબિન તરફ ગયા. પાર્થે ઠંડા નારંગીનો રસ પીવા માટે ફ્રીઝ ખોલ્યું. સ્વરાંજલિએ તેને ગ્લાસ લેવામાં મદદ કરી. બંને સોફા પર બેઠા અને એક જ ગ્લાસમાંથી જ્યુસ પીતા. જ્યારે તેઓ કામ પૂરું કરી રહ્યા હતા, ત્યારે પાર્થે તેણીને નજીક આવવા કહ્યું. તેઓ નજીક આવી ગયા, ખૂબ નજીક. પાર્થે તેના બંને હાથ બચ્ચા પર મૂક્યા અને ધીમે ધીમે તેના કપાળ પર, પછી તેની આંખો પર અને પછી તેના હોઠ પર ચુંબન કર્યું. સ્વરાંજલિએ તેના ખભા પર માથું મૂક્યું. તેઓ ઘણો સમય એ જ સ્થિતિમાં બેઠા રહ્યા. પછી તેઓ થોડો આરામ કરવા સૂઈ ગયા. સ્વરાંજલિ પાર્થ સામે જોઇ રહી. બે અઠવાડિયા પહેલા જ આ માણસ અજાણ્યો હતો અને હવે તે સૌથી નજીક છે. તે ત્રણ વર્ષ રાહ જોવા માંગતી હતી. જો મામાજી પોતાના જેવું વર્તન ન કરે તો શું થાય; જો પાર્થ સંગીતાને પસંદ કરી શકે તો શું થાય? તેણીએ દરેક વસ્તુ માટે સર્વશક્તિમાનનો આભાર માન્યો. તેણીએ ધીમે ધીમે તેના વાળ પર હાથ ફેરવ્યો. પાર્થને તેનો સ્પર્શ ગમ્યો. તે સ્વરાંજલિ સામે જોઇ રહ્યો હતો. તેઓએ એકબીજાને જોયા અને હસ્યા.

ક્રુઝ વિવેકાનંદ બ્રિજ તરફ જઇ રહ્યું હતું. તે બીજો એક ચમત્કાર હતો. દૂરથી એવું લાગતું હતું કે કોઇ જાદુગર બંને હાથમાં દોરડા પકડીને વિશાળ પુલને

પકડી રહ્યો છે. ધીમે ધીમે તે નજીક આવ્યું. બધા મુસાફરો નદી પર માણસની અનોખી રચનાના મનોહર સૌંદર્યનો આનંદ માણી રહ્યા હતા. હાવડા બ્રિજની જેમ, ક્રૂઝે નીચેથી પુલ પાર કર્યો. બધા પ્રવાસીઓ નીચેથી તેની અનોખી રચના જોવા માટે ઉપર જોઈ રહ્યા હતા. સાંજે ૪.૩૦ વાગ્યા સુધીમાં ક્રૂઝ બંદર નજીક પહોંચી ગયું. તે એક કલાક સુધી ત્યાં લંગર માર્યું. ઘણા મુસાફરો બંદર જોવા માટે નીચે ઉતર્યા. સૂર્યાસ્ત જોયા પછી, વહાણ કાલીબારી પાછા જવા રવાના થશે.

હુગલી નદી અને બંગાળની ખાડીના સંગમ પર સ્થિત ડાયમંડ હાર્બર, કોલકાતાના ધમધમતા શહેરી જીવનથી એક શાંત અને મનોહર એકાંત સ્થળ છે. આ બંદર ઇતિહાસથી ભરેલું છે, તેનું નામ વસાહતી ભવ્યતા અને દરિયાઈ સાહસોની છબીઓ ઉજાગર કરે છે. જેમ જેમ તમે ડાયમંડ હાર્બરની નજીક પહોંચો છો, હવા વધુ તાજી બને છે, એક સૂક્ષ્મ ખારી વાસ સાથે ભળી જાય છે જે નજીકના સમુદ્ર તરફ સંકેત આપે છે. શહેરી અંધાધૂંધીથી વધુ શાંત વાતાવરણમાં લેન્ડસ્કેપ સંક્રમણ થાય છે, જ્યાં લીલીછમ લીટીઓ, નદી કિનારા અને પામ વૃક્ષોનો સૌમ્ય હલનચલન પવનમાં એક લયબદ્ધ નૃત્ય બનાવે છે. આ બંદર પોતે કુદરતી સૌંદર્ય અને ઐતિહાસિક આકર્ષણનું મિશ્રણ છે. હુગલી નદીના પાણી સૂર્યપ્રકાશમાં ચમકે છે, તેમની સપાટી ઘણીવાર બોટ અને ફેરીથી ભરેલી હોય છે જે

અરવિંદ ઘોષ

શાંત વાતાવરણમાં જીવંત સ્પર્શ ઉમેરે છે. દરિયા કિનારે, વસાહતી યુગની ઇમારતો ભૂતકાળના યુગના મૂક સાક્ષી તરીકે ઉભી છે, તેમના ક્ષતિગ્રસ્ત રવેશ વેપાર અને શોધખોળની વાર્તાઓ કહે છે.

ડાયમંડ હાર્બરના મુખ્ય આકર્ષણોમાંનું એક સૂર્યાસ્તનો પ્રભાવશાળી દૃશ્ય છે. જેમ જેમ સૂર્ય તેના આથમવાનું શરૂ કરે છે, આકાશ નારંગી, ગુલાબી અને સોનાના જીવંત રંગોના કેનવાસમાં પરિવર્તિત થાય છે - બંદર પર એક જાદુઈ ચમક ફેલાવે છે. નદી પર આથમતા સૂર્યનું પ્રતિબિંબ એક મંત્રમુગ્ધ કરનારું દૃશ્ય બનાવે છે, જે સહેલગાહ પર શાંત સાંજની સહેલ માટે યોગ્ય છે. બંદર સ્થાનિક જીવનશૈલીની ઝલક પણ આપે છે. માછીમારો તેમની જાળ નાખતા જોઈ શકાય છે, તેમના સિલુએટ્સ અસ્ત થતા સૂર્યની પૃષ્ઠભૂમિ સામે એક મનોહર દૃશ્ય બનાવે છે. નજીકનું બજાર ખૂબ જ ધમધમતું હોય છે, જે દિવસના નવા કેચ અને વિવિધ સ્થાનિક સ્વાદિષ્ટ વાનગીઓનો આનંદ માણે છે, જે તેને આંખો અને સ્વાદના શોખીનો બંને માટે આનંદદાયક બનાવે છે. તેના કુદરતી અને ઐતિહાસિક આકર્ષણ ઉપરાંત, ડાયમંડ હાર્બર નજીકના વિવિધ આકર્ષણોનું પ્રવેશદ્વાર પણ છે. વાર્ષિક ગંગાસાગર મેળા માટે પ્રખ્યાત સાગર ટાપુ અને તેની સ્વચ્છ રેતી અને શાંત પાણી સાથેનો બકખાલી બીચ ફક્ત થોડા જ અંતરે છે, જે શોધખોળ અને આરામ માટે વધુ તકો પ્રદાન કરે છે. સારમાં, ડાયમંડ હાર્બર પ્રકૃતિ, ઇતિહાસ અને

સ્થાનિક સંસ્કૃતિનું સંપૂર્ણ મિશ્રણ છે, જે તેને એક મોહક એસ્કેપ બનાવે છે જે શાંતિ અને સાહસનો સ્પર્શ આપે છે.

ડાયમંડ હાર્બર ખાતે હુગલી નદી પર સૂર્યાસ્ત જોવા માટે એક સુંદર મજા હતી. ભારતના પશ્ચિમ ભાગની સરખામણીમાં પૂર્વમાં સૂર્ય વહેલો આથમે છે. સાંજે પોણા છ વાગ્યા સુધીમાં, બધા ક્રુઝ સભ્યો ડેકની રેલિંગ પાસે ભેગા થયા. મુસાફરો માટે ત્રણ લાંબી સીડીઓ મૂકવામાં આવી હતી જેથી તેઓ બેસીને સૂર્યાસ્તનો આનંદ માણી શકે અને ક્રુઝ કેન્ટીન દ્વારા સાંજના નાસ્તા સાથે એક કપ કોફી અથવા ચા પીરસવામાં આવે.

જેમ જેમ સૂર્ય નીચે ડૂબતો જાય છે, તેમ તેમ રંગો વધુ તીવ્ર બને છે, જે કિરમજી અને વાયોલેટના સમૃધ્ધ શેડ્સમાં ઘેરા બને છે. પ્રકૃતિની કલાત્મકતાનું શ્રેષ્ઠ કૃતિ, આકાશ હવે આશ્ચર્ય અને શાંતિની ભાવના જગાડે છે. દિવસથી રાતમાં સંક્રમણ એક ગહન શાંતિ દ્વારા ચિહ્નિત થયેલ છે, જાણે કે વિશ્વ રોજિંદા ચમત્કારના સાક્ષી બનવા માટે થોભી રહ્યું છે. ક્રુઝ પરના યુગલો અને પરિવારો સહેલગાહ પર ભેગા થાય છે, તેમના ચહેરા ઝાંખા પ્રકાશથી પ્રકાશિત થાય છે, અને તે ક્ષણની શાંત સુંદરતાનો આનંદ માણે છે. સૂર્યાસ્તના સહિયારા અનુભવથી દરેક વ્યક્તિ એકબીજા સાથે ખેંચાઇ જાય છે, તેથી વાતાવરણ શાંતિ અને એકતાની ભાવનાથી ભરેલું છે. પશ્ચિમી

આકાશ ક્ષણિક રીતે ઉત્તર ગોળાર્ધના રંગબેરંગી નૃત્ય કરતા આકાશમાં પરિવર્તિત થાય છે. ક્ષિતિજમાં દર સેકન્ડે બદલાતા લાખો રંગો ભગવાનની પોતાની ડિઝાઇન બનાવે છે જે મનમોહક હતા. આ ક્ષણિક ક્ષણોમાં, ડાયમંડ હાર્બર જાદુ અને શાંતિનું સ્થળ બની જાય છે, જ્યાં સમય સ્થિર લાગે છે, અને પ્રકૃતિની સુંદરતા કેન્દ્ર સ્થાને આવે છે, જે તેને જોનારા બધા પર અમીટ છાપ છોડી જાય છે. બા હાથ જોડીને સૂર્યદેવની પૂજા કરી રહ્યા હતા. તેણીએ ક્યારેય અપેક્ષા નહોતી રાખી કે તેનો પૌત્ર પાર્થ તેના માટે આવી તક ઊભી કરશે. છેલ્લા બે અઠવાડિયાથી જે કંઈ બન્યું તે માટે તેણીએ સર્વશક્તિમાનનો આભાર માન્યો.

તે એક મોહક સાંજની વિદાય હતી. અચાનક ક્રુઝની બધી રંગબેરંગી લાઈટો એકસાથે ઝળહળી ઉઠી અને રાત્રિનો ઝળહળતો આક્રમણ સર્જાયો. બધા મુસાફરો પોતપોતાના ડેક પર પાછા ફર્યા હતા. ક્રુઝે દક્ષિણેશ્વર કાલી મંદિર તરફ પાછા ફરવાની જાહેરાત કરવા માટે લાંબો હોર્ન વગાડ્યો. વહાણ ફરી એક વાર વિવેકાનંદ સેતુ પાર કરીને હાવડા બ્રિજ તરફ આગળ વધ્યું. બંને પુલને રંગબેરંગી નૃત્ય કરતી લાઈટોથી શણગારવામાં આવ્યા હતા. જ્યારે વહાણ બે પુલની વચ્ચે પહોંચ્યું, ત્યારે એકની બીજા કરતાં શ્રેષ્ઠતાનો નિર્ણય કરવો મુશ્કેલ બની ગયો. બંને કોલકાતાના પ્રતિક છે. બધી જૂની સુંદર રીતે શણગારેલી વસાહતી

ઇમારતો ત્યાંથી પસાર થઇ રહી હતી. નાની જેટીઓ નાની લોન્ચ દ્વારા દૈનિક મુસાફરોને પરિવહન કરવામાં વ્યસ્ત હતી. ફેરી બોટને ફાનસ લટકાવીને ધીમે ધીમે પસાર કરવામાં આવતી હતી. જ્યારે તેઓ ભાનમાં આવ્યા, ત્યારે તેઓ વિશાળ હાવડા બ્રિજની નજીક હતા. દૂરથી તેમને તેમની સામે એક વિશાળ ભારતનો ત્રિરંગો દેખાયો. સાંજના સમયે, પુલ પરની લાઇટ સિવાય બીજું કંઇ દેખાતું નહોતું. હવે તેમને ફક્ત ભારતનો ધ્વજ દેખાયો. તે વિશાળ અને મોહક હતું. તે બોલ્ડ અને સુંદર હતું. મુસાફરોના આખા જૂથે એકસાથે તાળીઓ પાડી જેનો અવાજ દરેક ડેકમાંથી ગુંજતો હતો. તે બધા માટે એક યાદગાર અનુભવ હતો. બા આ અજાયબીઓ જોવા માટે ખૂબ જ નસીબદાર હતા.

ત્યાં એક જાહેરાત થઈ: "આપણે દક્ષિણેશ્વર કાલી મંદિર પહોંચી ગયા છીએ. બધા મુસાફરોને વિનંતી છે કે તેઓ ઉતરીને મંદિરમાં પૂજા અને આરતી જોવા જાય. એક કલાકમાં પાછા આવો."

પાર્થ અને સ્વરાંજલિ ગ્રુપ સાથે રહેવા માટે સામેની બાજુ આવ્યા. સ્વરાંજલિએ બાનો હાથ પકડીને તેને ક્રુઝમાંથી નીચે ઉતારવામાં મદદ કરી. જેટ્ટી પરથી, તેઓ રસ્તા પર આવ્યા. મુસાફરોને મંદિર સુધી લઇ જવા માટે છ બસો ઉભી હતી. ક્રુઝ સત્તાવાળાઓએ બધી ઇલેક્ટ્રોનિક વસ્તુઓ, કેમેરા,

અરવિંદ ઘોષ

સ્માર્ટ ઘડિયાળો વગેરે પહેલેથી જ એકત્રિત કરી લીધી હતી. તેઓએ પોતાના જૂતા પણ છોડી દેવા કહ્યું. કોઈને પણ તેના માટે કતારમાં ઊભા રહેવાની જરૂર નહોતી. સુરક્ષા તપાસ પછી, તેઓ બધા એક ખૂબ મોટા આંગણામાં આવ્યા. બે કતાર બનાવવામાં આવી હતી, એક પુરુષો માટે અને બીજી મહિલાઓ માટે. વરિષ્ઠ લોકોને આગળ રહેવાનું પસંદ કરવામાં આવતું હતું. 'જય મા કાલી' ના નારા વાતાવરણમાં ગુંજી રહ્યા હતા. આંગણાની વચ્ચેથી દૂરથી મોટું પ્રખ્યાત જૂનું કાલી મંદિર દેખાતું હતું. ગંગા નદીના કિનારે જમણી બાજુએ, શિવના ૧૨ મંદિરો આવેલા હતા. રજા હોવાથી ભીડ વધુ હતી. માર્ગદર્શકે આ રાહ જોવાના સમયનો લાભ લઈને મંદિરનું મહત્વ વર્ણવ્યું.

મંદિરનું વિઝન અને બાંધકામ:

દક્ષિણેશ્વર કાલી મંદિર કોલકાતામાં હુગલી નદીના પૂર્વ કિનારે આવેલું છે. તે બેલુર મઠના વિરુદ્ધ કિનારે આવેલું છે. આ મંદિર ભારતના સૌથી આદરણીય આધ્યાત્મિક સ્થળોમાંનું એક છે. આ મંદિર સંકુલની સ્થાપના ૧૯મી સદીમાં બંગાળમાં એક પરોપકારી અને અગ્રણી વ્યક્તિ રાણી રાશમોણી દ્વારા કરવામાં આવી હતી, જે હિન્દુ દેવી કાલી પ્રત્યેની તેમની ભક્તિ માટે જાણીતી હતી.

તેણી તેના આધ્યાત્મિક અનુભવોથી ખૂબ પ્રભાવિત થઈ હતી. દંતકથા અનુસાર, દેવી કાલી તેમના સ્વપ્નમાં પ્રગટ થયા અને તેમને ગંગાના કિનારે એક મંદિર બનાવવા અને ત્યાં તેમની મૂર્તિ સ્થાપિત કરવા આદેશ આપ્યો. રાણી રાશમોણીએ ગંગા નદીના કિનારે દક્ષિણેશ્વર ગામમાં એક રમણીય જમીન પસંદ કરી. બાંધકામ ૧૮૪૭ માં શરૂ થયું હતું, અને પૂર્ણ થવામાં આઠ વર્ષ લાગ્યા હતા, જેમાં નોંધપાત્ર નાણાકીય સંસાધનો અને ઝીણવટભર્યા આયોજનનો સમાવેશ થતો હતો. રાણી રાશમોણીએ જાતે બાંધકામનું નિરીક્ષણ કર્યું, ખાતરી કરી કે મંદિરની ડિઝાઇન પરંપરાગત હિન્દુ સ્થાપત્ય શૈલીને પ્રતિબિંબિત કરે છે. આ મંદિર સંકુલ 25 એકરમાં ફેલાયેલું છે જેમાં દેવી કાલીને સમર્પિત મુખ્ય મંદિર, ભગવાન શિવને સમર્પિત બાર નાના મંદિરો, રાધા કૃષ્ણ મંદિર અને નદી પર સ્નાન ધાટનો સમાવેશ થાય છે.

ઉદ્ઘાટન અને અભિષેક:

દક્ષિણેશ્વર કાલી મંદિરનું ઔપચારિક ઉદ્ઘાટન ૩૧ મે, ૧૮૫૫ ના રોજ થયું હતું. આ પવિત્ર સમારોહ એક ભવ્ય સમારોહ હતો, જેમાં અસંખ્ય ભક્તો, પૂજારીઓ અને તે સમયના અગ્રણી વ્યક્તિઓએ

હાજરી આપી હતી. રાણી રશ્મોનીએ મુખ્ય મંદિરના ગર્ભગૃહમાં 'ભવતારિણી' (કાલીનું એક સ્વરૂપ)ની સુંદર મૂર્તિ સ્થાપિત કરી. દેવતાને શિવની છાતી પર ઊભેલા દર્શાવવામાં આવ્યા છે, જે દૈવી શક્તિ અને ચેતનાના જોડાણનું પ્રતીક છે. આ મંદિર ઝડપથી એક તીર્થસ્થળ બની ગયું, જેના કારણે સમગ્ર બંગાળ અને તેની બહારના ભક્તો અહીં આવ્યા. તે આધ્યાત્મિક અને ધાર્મિક પ્રવૃત્તિઓનું કેન્દ્ર પણ બન્યું, જેમાં દૈનિક પૂજા, તહેવારો અને સખાવતી કાર્યોનો સમાવેશ થાય છે.

રામકૃષ્ણ પરમહંસ અને દક્ષિણેશ્વરઃ

૧૮૩૬માં પશ્ચિમ બંગાળના કમરપુકુર ગામમાં ગદાધર ચટ્ટોપાધ્યાય તરીકે જન્મેલા શ્રી રામકૃષ્ણમાં નાનપણથી જ ગહન આધ્યાત્મિક વૃત્તિઓ જોવા મળી હતી. તેઓ દિવ્યતા પ્રત્યે ખૂબ જ ઝુકાવ ધરાવતા હતા અને આધ્યાત્મિક અનુભવો માટે તીવ્ર ઝંખના ધરાવતા હતા. ૧૮૫૫ માં, મંદિરના ઉદ્ઘાટન પછી તરત જ, રામકૃષ્ણના મોટા ભાઈ રામકુમાર ચટ્ટોપાધ્યાયને રાણી રાશ્મોણી દ્વારા મંદિરના મુખ્ય પૂજારી તરીકે નિયુક્ત કરવામાં આવ્યા. તેમના મૃત્યુ પછી, રામકૃષ્ણ મુખ્ય પુરોહિત બન્યા. દક્ષિણેશ્વરમાં રામકૃષ્ણનો કાર્યકાળ તીવ્ર આધ્યાત્મિક અભ્યાસ અને રહસ્યમય અનુભવોનો સમયગાળો હતો. આ સમયગાળા દરમિયાન,

રામકૃષ્ણએ વિવિધ આધ્યાત્મિક શિસ્તનો અભ્યાસ કર્યો, દિવ્યતાની અનુભૂતિ માટે વિવિધ માર્ગોનો અભ્યાસ કર્યો. તેમણે તાંત્રિક સાધના, વેદાંતિક ધ્યાન અને ભક્તિ યોગનો અભ્યાસ કર્યો. આ વિવિધ પ્રથાઓ દ્વારા, રામકૃષ્ણને સમજાયું કે બધી ઉપાસનાઓની એકતા એક દિવ્યતા તરફ દોરી જાય છે.

માતા કાલીના દર્શન:

રામકૃષ્ણની આધ્યાત્મિક યાત્રામાં સૌથી મહત્વપૂર્ણ ક્ષણોમાંની એક એવી ઘટના બની જ્યારે તેમને દેવી કાલીના પ્રત્યક્ષ દર્શન થયા. દેવીના દર્શન ન કરી શકવાથી ઝંખના અને નિરાશાની લાગણીથી ભરાઈ ગયેલા રામકૃષ્ણએ પોતાનું જીવન સમાપ્ત કરવાનો નિર્ણય લીધો. તે પોતાનો જીવ લેવાના ઇરાદાથી મંદિરમાં લટકતી તલવાર તરફ દોડી ગયો. તે નિર્ણાયક ક્ષણે, તેમને દેવી કાલીનું ગહન દર્શન થયું, જે તેમને એક તેજસ્વી, કરુણાપૂર્ણ વ્યક્તિ તરીકે દેખાયા. આ દ્રષ્ટિએ તેમની શ્રદ્ધા અને ભક્તિને પુનઃસ્થાપિત કરી, દિવ્યતા પ્રત્યેની તેમની સમજણમાં પરિવર્તન લાવ્યું.

દક્ષિણેશ્વરમાં રામકૃષ્ણની હાજરીએ તેમના ચુંબકીય વ્યક્તિત્વ અને ગહન આધ્યાત્મિક જ્ઞાનથી આકર્ષાયેલા અસંખ્ય શિષ્યો અને ભક્તોને આકર્ષ્યા. તેમાં નરેન્દ્રનાથ દત્ત પણ હતા, જે પાછળથી સ્વામી

વિવેકાનંદ બન્યા, અને રામકૃષ્ણના ઉપદેશોને વિશ્વભરમાં ફેલાવવામાં મહત્વપૂર્ણ ભૂમિકા ભજવી. પાછળથી વિવેકાનંદે પોતાનો વારસો આગળ ધપાવ્યો, રામકૃષ્ણ મઠ અને મિશનની સ્થાપના કરી, જે હિન્દુ ધર્મને પુનર્જીવિત કરવામાં અને સમાજ સેવાને પ્રોત્સાહન આપવામાં મહત્વપૂર્ણ ભૂમિકા ભજવી. માર્ગદર્શકનું વર્ણન પૂરું થયું ત્યાં સુધીમાં, મંદિરના ગર્ભગૃહના મુખ્ય દરવાજા પર કતાર પહોંચી ગઈ. બા અને બીજાઓ દેવી કાલીના ઉદાર રૂપથી લગભગ સંમોહિત થઇ ગયા હતા. દેવી કાલી તેમને વ્યક્તિગત રીતે અને વ્યક્તિગત રીતે જોઇ રહી હતી. બધાએ આંખો બંધ કરી અને તેમના સ્વાસ્થ્ય માટે પ્રાર્થના કરી. તેમની પાછળ ઘણા બધા લોકો હોવાથી, તેમને આગળ વધવાનું કહેવામાં આવ્યું. બા, પાર્થ, સ્વરાંજલિ, દેવાંગભાઈ, મામાજી અને બીજા બધાએ માતા કાલીના દર્શનની આવી તક ઊભી કરવા બદલ પરમાત્માનો આભાર માન્યો. આરતીની જાહેરાત કરવામાં આવી. બધા ભક્તો હરોળમાં ઉભા રહ્યા. મુખ્ય પૂજારીએ મંત્ર જાપ શરૂ કર્યા અને આરતી શરૂ થઇ. ત્યાં હાજર દરેક ભક્ત મંત્રના સૂર પર ધીમે ધીમે તાળીઓ પાડી રહ્યા હતા. આરતી પછી, બધાએ આરતીની જ્યોતનો આનંદ માણ્યો અને પ્રસાદનું વિતરણ બધાને કરવામાં આવ્યું. બાએ પાર્થને જરૂરી રકમ આપીને પૂજા કરવા કહ્યું. યાદી મુજબ પાર્થે એક દિવસના

પૂજા ખર્ચ માટે રૂ. ૫૦૦૦/- ચૂકવ્યા. પછી તેઓ તેમના ક્રૂઝ પર પાછા આવ્યા.

હવે તેમનું આગામી સ્થળ અવિભાજિત બંગાળ પ્રાંતની રાજધાની મુર્શિદાબાદ હશે. તે કાલે વહેલી સવારે 5 વાગ્યા સુધીમાં ત્યાં લંગર કરશે. પણ હવે રાત્રિભોજનનો સમય થઇ ગયો છે. બધા પોતપોતાના રૂમમાં ગયા. મામાજીએ બધાને બાના રૂમમાં ભેગા થઇને રાત્રિભોજન માટે જવા કહ્યું. પાર્થ અને સ્વરાંજલિ પોતાના રૂમમાં પહોંચ્યા કે તરત જ એક ફોન આવ્યો. મામાજી બીજી બાજુ હતા.

તેણે કહ્યું, "તમારે આવવાની જરૂર નથી. એક કલાક પછી તમારા રૂમમાં રાત્રિભોજન પીરસવામાં આવશે.

પાર્થ આશ્ચર્યચકિત થઇ ગયો અને તેને મામાજી વિશે ખૂબ જ મીઠી વાત લાગી અને તેણે મામાજીનો આભાર માન્યો.

પાર્થે સ્વરાંજલિને કહ્યું, "સ્વરા, મારે કબૂલ કરવું જોઇએ કે તારા મામાજી એક વ્યક્તિત્વનો રત્ન છે. તમે જાણો છો કે તેણે હવે શું કહ્યું? તેણે કહ્યું, એક કલાક પછી અમારા રૂમમાં રાત્રિભોજન પીરસવામાં આવશે. એનો અર્થ એ કે કોઇ અમને એક કલાક માટે પણ ખલેલ પહોંચાડશે નહીં.

પાર્થ સ્વરાંજલિ પાસે ગયો. તેણે ધીમે ધીમે તેનો ચહેરો ખૂબ નજીક લીધો અને તેને હળવેથી ચુંબન કર્યું. સ્વરાંજલિ તેના માટે તૈયાર નહોતી. તે હલનચલન કરી શકતી નહોતી. તેણીને ખ્યાલ આવ્યો કે તેના હાથ પણ તેની તરફ આગળ વધી રહ્યા છે. તેણીએ તેની પીઠ મજબૂતીથી પકડી રાખી. તેણીએ પાર્થની પહોળી છાતી પર પોતાનો ચહેરો રાખ્યો. તે પાર્થને રોકી શકી નહીં; બંનેએ એકબીજાને મજબૂતીથી પકડી રાખ્યા. પાર્થ તેને પલંગ તરફ ખેંચી ગયો. પાર્થે તેના શરીરને ખેંચીને તેને આરામદાયક બનાવ્યો. તેણે સ્વરાંજલિને પોતાની પાસે આવવા કહ્યું. સ્વરાંજલિ તેની બાજુમાં સૂઇ ગઇ અને હળવેથી પાર્થની છાતી પર માથું રાખ્યું. તેઓ થાકેલા હતા અને સૂઇ ગયા. દોઢ કલાક પછી, દરવાજાની ઘંટડી વાગી. બંને ઉભા થયા અને પલંગ પરથી નીચે ઉતર્યા. પાર્થ દરવાજો ખોલવા ગયો. એક વેઇટર તેમનું ભોજન લઇને ઊભો હતો. પાર્થે તેને અંદર આવવા કહ્યું. રાત્રિભોજન પીરસવામાં આવ્યું. તે શાકાહારી ખંડીય ભોજન હતું. પાર્થે વેઇટરને ટિપ્સ તરીકે ૧૦૦ રૂપિયા આપ્યા. તેણે આભાર માન્યો અને ચાલ્યો ગયો. તેઓ ટેબલ પર બેઠા અને આરામથી રાત્રિભોજન કર્યું. જ્યારે તેઓએ રાત્રિભોજન પૂરું કર્યું ત્યારે રાતના 9.30 વાગ્યા હતા. સ્વરાંજલિએ કહ્યું, "ચાલો, આપણે બીજી બાજુ જઇને તપાસ કરીએ કે બધાએ બરાબર રાત્રિભોજન કર્યું છે કે

રહસ્યમય હનીમૂન

નહીં." તે મુજબ, તેઓ આ બાજુ આવ્યા અને જોયું કે બા સિવાય બધા તેમના રાત્રિભોજનનો આનંદ માણી રહ્યા હતા. બા પહેલાથી જ તેના રૂમમાં નિવૃત્ત થઇ ગઇ હતી. બંને ગ્રુપમાં જોડાયા. તેઓએ આજના પ્રવાસના પોતાના અનુભવો વર્ણવ્યા. બધા ખૂબ ખુશ હતા. લગભગ રાતના ૧૦ વાગ્યા હતા. મામાજી અને દેવાંગભાઇ બંનેએ ગાઢ ઊંઘ લેવાનું સૂચન કર્યું જેથી બીજા દિવસે તેઓ આનંદ પ્રવાસ માટે ફ્રેશ થઇ શકે. 'શુભ રાત્રિ' કહીને તેઓ પોતપોતાના કેબિનમાં ગયા.

પાર્થ સ્વરાંજલિ સાથે બાલ્કનીમાં બેઠો અને ગંગા નદીના રાત્રિના દ્રશ્યનો આનંદ માણ્યો. તેમના વહાણની બાજુમાં ઘણી હોડીઓ મુસાફરી કરી રહી હતી. નદીની ઘેરી પૃષ્ઠભૂમિમાં, હોડીઓના નાના લટકતા લાઇટ્સ અને આકાશમાં ચમકતા તારાઓએ સંયુક્ત રીતે એક જાદુઈ ક્ષણ બનાવી. ઘણી વાર સુધી, તેઓએ એક પણ શબ્દ બોલ્યા વિના તેમના હાથ પકડી રાખ્યા.

પાર્થ સ્વરાંજલિનું મન વાંચી શકતો હતો. "તમે તમારા ભવિષ્ય અને અમેરિકામાં તમારા જીવન વિશે વિચારી રહ્યા છો, ખરું ને?" પાર્થે સ્વરાંજલિને પૂછ્યું. પણ તેણીએ કોઇ જવાબ ન આપ્યો. ફક્ત તેની તરફ જોયું અને સ્મિત કર્યું. થોડી વાર પછી બંને રૂમમાં આવ્યા.

અરવિંદ ઘોષ

બીજા દિવસે જ્યારે તેઓ ઉભા થયા, ત્યારે વહાણ પહેલેથી જ ગતિમાં હતું. તેઓ ઘણા સમય પહેલા કોલકાતા છોડીને મુર્શિદાબાદ તરફ ગયા હતા. તેઓ બીજા દિવસે વહેલી સવારે ત્યાં પહોંચી જશે. તેમની પાસે ક્રૂઝ પર આખો દિવસ હોય છે જેથી તેઓ તેમની ઇચ્છા મુજબ સમય વિતાવી શકે. સવારે ૮.૩૦ વાગ્યે, તેઓ બધા સ્વિમિંગ પૂલ પાસે ભેગા થયા. ઘણા મુસાફરો પૂલમાં તરી રહ્યા હતા. વિનંતી પર, પરિચારકે ગોળાકાર બેઠક વ્યવસ્થા કરી. ઓર્ડર મુજબ તેમને અલગ અલગ જ્યુસ પીરસવામાં આવ્યા. ત્યારબાદ મિષ્ટીદોઇ સાથે આલૂ પરાઠા પીરસવામાં આવ્યો અને છેલ્લે કોલકાતાનું પ્રખ્યાત ચમચમ (એક પ્રકારની સ્વાદિષ્ટ મીઠાઈ) પીરસવામાં આવી. વડીલો સહિત બધા જૂથને ખૂબ મજા આવી. નાસ્તાના લગભગ અડધા કલાક પછી, જ્યારે લગભગ બધા મુસાફરો ત્યાંથી નીકળી ગયા, ત્યારે સ્વરાંજલિએ જાહેરાત કરી કે તેઓ ખાસ કરીને બા માટે મહેફિલનું આયોજન કરશે. બાએ સ્વરાંજલિને વિનંતી કરી હતી અને તે ભૂલ્યા નહીં. બા ખૂબ ખુશ હતા. સવારે જ સ્વરાંજલિએ ડેક મેનેજરને સંગીતનાં સાધનો અને માઇકની વ્યવસ્થા કરવા વિનંતી કરી હતી. કાવ્યાને યોજના ખબર હતી. તે તરત જ હેલ્પ ડેસ્ક પર ગઈ અને સહાયકોને જરૂરી સાધનો અને માઇક સિસ્ટમ, કાર્પેટ અને સ્વરાંજલિને જૂથની સામે બેસવા માટે એક મંચ લાવવા કહ્યું. ક્રૂઝનું

સંગીતમય જૂથ સ્વરાંજલિને સાથ આપવા માટે ખૂબ જ ખુશ હતું. મંચ પર કોર્ડલેસ માઇક રાખવામાં આવ્યો હતો. આ કાર્યક્રમ માટે ફ્રન્ટ ઓફિસ સ્ટાફમાંથી એકને નિયુક્ત કરવામાં આવ્યો હતો. જહાજના સંગીત જૂથને પૃષ્ઠભૂમિ સ્કોર આપવા માટે આમંત્રણ આપવામાં આવ્યું હતું. સ્વરાંજલિએ તાનપુરાને બદલે તેનું ગિટાર સેટ કર્યું. કીબોર્ડ, ઢોલ અને તબલા અને વાદકો સાથેના અન્ય વાઘો તૈયાર હતા. ચંદનની લાકડીની સુગંધથી વાતાવરણ સંપૂર્ણ બનાવવામાં આવ્યું હતું.

મહેફિલનો પ્રારંભ સ્વરાંજલિથી થયો હતો. તેણીએ કિશોરી અમોનકરનું પ્રખ્યાત 'પડા ઘુંગરુ બાંધે મીરા નાચે રે' ભજન રજૂ કર્યું. બધાએ તાળીઓ પાડી. પછી તેણે લતા મંગેશકરનું ભજન, 'તુમ્હી હો માતા, પિતા તુમ્હી હો' ગાયું; આ ભજન, તેણીએ પાર્થના માતા-પિતાને સમર્પિત કર્યું. પાર્થના માતા-પિતા બંને ભાવુક થઈ ગયા. હવે ક્રૂઝના મ્યુઝિકલ બેન્ડનો વારો હતો. તેઓએ, બાળકોની માંગમાં અરિજિત સિંહના 'ફિર ભી તુમ કો ચાહુંગા' અને 'તુમ્હારી અધુરી કહાની' ગાયાં. બધાએ ફરી તાળીઓ પાડી. વચ્ચે ચા અને નાસ્તો પીરસવામાં આવ્યો. આ મહેફિલ સુપર-ડુપર સફળ રહી હતી. સ્વરાંજલિના માતાપિતાને એ જોઈને ગર્વ થયો કે તેમની પુત્રીને દવે

પરિવારમાં પૂરા દિલથી સ્વીકારવામાં આવી છે. તેઓએ ભગવાનનો આભાર માન્યો. પછી મેનેજરે તેમને રેસ્ટોરન્ટમાં એક કપ કોફી માટે આમંત્રણ આપ્યું. મહેફિલ પૂરી થઇ ગઇ.

કાવ્યા બાને આરામ કરવા માંગતી હતી તેથી તે તેને તેના રૂમમાં લઇ ગઇ. તે સુવા ગઇ. કાવ્યા ગ્રુપમાં જોડાવા માટે પાછી આવી. તેમણે સિનિયર અને જુનિયર તરીકે અનુક્રમે ચાર અને છ સભ્યોના બે જૂથો બનાવ્યા. વરિષ્ઠ નાગરિકો ન્યૂઝપેપર અને મેગેઝિન વાંચવા માટે લાઇબ્રેરીમાં જવાનું પસંદ કરતા હતા. જુનિયર જૂથ જહાજનું અન્વેષણ કરવા માંગતો હતો. તેઓ ઉપરના માળે એન્જિન રૂમમાં ગયા. તેઓ ચક્ર લેવા માંગતા હતા. તેઓએ ફક્ત એક જ વ્યક્તિને એન્જિન રૂમમાં પ્રવેશવાની મંજૂરી આપી. કાવ્યા સર્વસંમતિથી પસંદ થઇ, તે અંદર ગઇ. બધા કાયના દરવાજાની બહાર ઉભા હતા. કાવ્યા વ્હીલ પર હતી. તે પાંચ મિનિટ માટે ત્યાં હતી. તેમણે એન્જિન રૂમમાં કાવ્યા ઓન વ્હીલનો કોઇ ફોટો ન લેવા કહ્યું કારણ કે કોઇને અંદર જવાની મંજૂરી નથી.

તેઓ પહેલા માળે આવેલા મનોરંજન રૂમમાં ગયા. રમવાની ઘણી સુવિધાઓ હતી. તેઓ કેરમની રમત રમ્યા. સ્વરાંજલિ અને તેની

જોડીદાર કાવ્યાએ 29-07થી જીત મેળવી હતી. પાર્થને દંડ તરીકે આઇસ્ક્રીમ પાર્ટીનું આયોજન કરવું પડશે. નજીકમાં મસાજ અને સ્પા સેન્ટર હતું. તેમણે કાલે તે અજમાવવાનું નક્કી કર્યું. તેઓ અહીં વધારાના કપડાં સાથે તૈયાર થઈને આવતા. બપોરના ભોજનની જાહેરાત સંભળાઈ. પેકેજમાં બધું જ સમાવિષ્ટ હોવાથી, તેમને વાનગીઓની ચિંતા કરવાની જરૂર નથી. રેસ્ટોરન્ટે પહેલેથી જ બધું જ સારી રીતે પ્લાન કર્યું હતું. તેના બદલે તે અપેક્ષા કરતાં વધુ હતું. દસ લોકોના દરેક જૂથ માટે બે વેઈટર સોંપવામાં આવ્યા હતા. આજે મામાજીએ રેસ્ટોરન્ટના મેનેજરને ગુજરાતી ભોજન પીરસવાનું કહ્યું હતું. ખમણ-ઢોકળા, ખમણી, લોયોટો બ્રેડ-બટર-ચીઝ, પનીર ટિક્કાથી લઈને પિઝા, સિઝલર, ચપાતી, દાળ-મખની, જીરા-ભાત, આલૂ-માતર, ભરતા, શેઓ-તમાતર, ગજર-કા-હલવો, ખીર, ગરમ અને ઠંડા, કોફી અને વિવિધ પ્રકારના જ્યુસ પર. જેમને દક્ષિણ ભારતીય જોઈતું હતું, તેમને બધું જ ઉપલબ્ધ હતું. મામાજી દૂરથી બધું જોઈ રહ્યા હતા. તે જૂથમાં છેલ્લે જોડાયો. ભવ્ય લંચ પછી, તેમના આશ્ચર્ય વચ્ચે, વેઈટર તેમને પાનખાનામાં લઈ ગયો. તે કુઝ મેનેજમેન્ટ તરફથી પ્રશંસાત્મક હાવભાવ હતો. બા સહિત બધાએ પાનનો ઓર્ડર આપ્યો. તે એક અવિસ્મરણીય અનોખો

અરવિંદ ઘોષ

અનુભવ હતો. ત્યારબાદ તેઓ તેમના આદરણીય કેબિન તરફ આગળ વધ્યા.

સ્વરાંજલિ બાના રૂમમાં આવી. તેણીએ કાવ્યાને થોડા સમય માટે બહાર જવાનો ઈશારો કર્યો. બા પલંગ પર આરામ કરી રહી હતી. સ્વરાંજલિ પલંગ પર બા ના પગ પાસે બેઠી. તેણીએ બાના પગ સ્પર્શ કર્યા અને માલિશ કરવાનું શરૂ કર્યું. બા તેના સ્મિતને જોઈ રહી હતી. બા જાણતી હતી કે સ્વરાંજલિ તેની પાસે દરેક વસ્તુ માટે આભાર માનવા આવી હતી. પણ સ્વરાંજલિને ખબર નહોતી કે બા પણ ત્રણ વર્ષ સુધી લગ્ન ન કરવાનો નિર્ણય બદલવા બદલ તેના આભારી છે. તે મામાજીનો પણ આભારી હતી જેમણે આ શક્ય બનાવ્યું. પણ તે ચૂપ રહી. બા પહેલા સ્વરાંજલિને સાંભળવા માંગતી હતી. પણ સ્વરાંજલિ કંઈ બોલી નહિ. તેના બદલે તેણે બાને પલંગ પર બેસવાનું કહ્યું. તેણીએ બાને બેસવામાં મદદ કરી. અને પછી અચાનક સ્વરાંજલિએ બાને ભેટી પડી. બા તેના માટે તૈયાર ન હતા. તેણીએ પણ તેને ગળે લગાવી. બંને મહિલાઓની આંખોમાંથી આંસુ વહી રહ્યા હતા. બંને ચૂપ હતા.

છેલ્લે, બા ગણગણાટ કરી, "દીકરા (મારા બાળક), તું એક દેવદૂત છે. આપણે નસીબદાર

છીએ. હું આજે તમને મારો શબ્દ આપું છું. મારો આખો પરિવાર તમારી સાથે રહેશે, ભલે તેમને પાર્થની વિરુદ્ધ જવું પડે. અમે બધા મારા પૌત્ર પાર્થ વિશે ચિંતિત હતા. તે ખૂબ જ સરળ વ્યક્તિ છે. કોઈપણ વ્યક્તિ તેની વાતોથી તેને પ્રભાવિત કરી શકે છે. હવે જ્યારે તમે તેના જીવનમાં આવ્યા છો, ત્યારે અમને એટલી રાહત થઈ છે કે તમે કલ્પના પણ નહીં કરી શકો. તમે જે રીતે એક પરિપક્વ સ્ત્રીની જેમ બધું સંભાળ્યું, તે પ્રશંસનીય છે." ઘણા સમય સુધી, તેઓએ તેમની ભવિષ્યની યોજનાઓ વિશે ઘણી વાતો કરી. પછી બાએ તેને સૂઈ જવા કહ્યું. તેણીએ કાવ્યાને ફોન કર્યો અને પાર્થ પાસે ગઈ.

તે બાલ્કનીમાં તેની રાહ જોઈ રહ્યો હતો. "મને ખબર છે કે તું બાના રૂમમાં ગયો હતો. તે ખૂબ જ ખુશ હશે. તું માત્ર સુંદર દેખાતી બુદ્ધિશાળી છોકરી જ નથી પણ તારી કરુણાના કૃત્યથી કોઈને પણ પ્રભાવિત કરી શકે છે." પાર્થે ઉત્સુકતાથી કહ્યું.

સ્વરાંજલિએ હસતાં હસતાં જવાબ આપ્યો, "માત્ર તે ખુશ નથી, પણ મારા પ્રિય પતિ, તેણીએ કહ્યું હતું કે જો હું ક્યારેય તમારી વિરુદ્ધ ફરિયાદ કરીશ તો આખો દવે પરિવાર મારી સાથે રહેશે."

પાર્થે જવાબ આપ્યો, "મને ખબર હતી. તમે જાદુગર છો. તમે કોઈપણને પ્રભાવિત કરી શકો છો. પણ મને સમજાતું નથી કે તમારા પોતાના લોકો પણ તમારા પર આટલા બધા નિર્ભર કેમ છે, ખાસ કરીને મામાજી. તેઓ કહે છે કે તમે મુશ્કેલીનિવારક છો. તમારા પિતરાઈ ભાઈ-બહેનો પણ તમારા પ્રત્યે એટલા જ લગાવ ધરાવે છે. તે બધા તમને ખુશ જોવા માંગે છે, અને હવે મારા પરિવારના સભ્યો પણ 'તમને ખુશ કરો' જૂથમાં જોડાયા છે. મને તારી ઈર્ષ્યા થાય છે. પણ મને ખુશી છે કે તમે આટલા ઓછા સમયમાં મારા માતા-પિતા અને બાનું દિલ જીતી લીધું છે. બે અઠવાડિયામાં આપણે ભારત છોડીશું ત્યારે તેમને ખરાબ લાગશે. અરે, મારી પાસે એક વિચાર છે. શું આપણે બા ને પણ સાથે લઈ જઈ શકીએ?"

સ્વરાંજલિ હસતી. તેણીએ કહ્યું, "હું મારી પરીક્ષા માટે અહીં આવીશ. તે વખતે હું બા અને મારા સાસરિયાં સાથે રહીશ. હું ધ્યાન રાખીશ. મારી તપાસ પછી, જ્યારે હું પાછો જઈશ, ત્યારે હું બાને મારી સાથે અમેરિકા જવા વિનંતી કરીશ."

તેઓ તેમના કેબિનમાં આવ્યા. તેઓ પલંગ પર સૂઈ ગયા. સ્વરાંજલિએ તેની છાતી પર

હાથ રાખીને કહ્યું, "શું હું તમને એક વાત વિનંતી કરી શકું? મને ખાતરી છે કે તમે મને નિરાશ નહીં કરો. પાર્થ તેની ઇચ્છાનો અંદાજ લગાવી શકતો હતો પણ તે તેની પાસેથી સાંભળવા માંગતો હતો. તેણે સ્વરાંજલિને કંઈપણ માંગવા માટે ઈશારો કર્યો.

તેણીએ કહ્યું, "ભારતીય મહિલાના જીવનમાં બે મોટા પરિવર્તન આવે છે. પહેલું, જ્યારે તેણી કોઈ અજાણ્યા વ્યક્તિ સાથે લગ્ન કરે છે અને બીજું જ્યારે તે બાળકની માતા બને છે. વચ્ચે તેની પોતાની મહત્ત્વાકાંક્ષાઓ ભટકાઈ જાય છે. મારા કિસ્સામાં, હું ખૂબ જ ભાગ્યશાળી છું કે તમને મારા પતિ તરીકે મળ્યા. મારા સંશોધન માટે મામાજીએ મને ત્રણ વર્ષ સુધી લગ્ન ન કરવાના મારા વચનને તોડવા માટે મનાવી લીધા. પણ હવે મારી તમને એક વિનંતી છે. શું આપણે બાળકનું આયોજન કરતા પહેલા ત્રણ વર્ષ નહીં તો ઓછામાં ઓછા બે વર્ષ રાહ જોઈ શકીએ છીએ?"

પાર્થે જવાબ આપ્યો, "મેં એવું અનુમાન લગાવ્યું હતું, અને હું ખુશ છું. હું મારો શબ્દ આપું છું કે હું તમને ટેકો આપીશ. પણ તમારે બાને મનાવવી પડશે જે અઘરું હશે."

સ્વરાંજલિને રાહત થઈ. તેણીએ હસીને કહ્યું, "તમે ચિંતા ના કરો, હું વ્યવસ્થા કરી લઈશ."

પાર્થે તેણીને પોતાની પાસે ખેંચી અને કહ્યું, "હવે બધું ભૂલી જા. ચાલો આપણા રહસ્યમય હનીમૂનનો આનંદ માણીએ.

બીજા દિવસે સવારે પાર્થ ગંગા નદી પર સૂર્યોદય જોવા માટે ખૂબ વહેલો ઉઠ્યો. સૂર્ય ઉગવાની તૈયારીમાં હતો, તે ઉતાવળે અંદર ગયો અને સ્વરાંજલિને હલાવી. સ્વરાંજલિએ આંખો ખોલી. તેણે કહ્યું, "સ્વરા, જલ્દી આવ. આપણે આજના સૂર્યોદયના સાક્ષી બનીશું.

સ્વરાંજલિ ઉતાવળે પલંગ છોડીને બહાર આવી. તેઓ ઓબ્ઝર્વેશન ડેક તરફ આગળ વધ્યા. સ્વરાંજલિ અને પાર્થ, નવપરિણીત યુગલ, તેમના ક્રૂઝના ઓબ્ઝર્વેશન ડેકની બાલ્કનીમાં હાથમાં હાથ નાખીને ઉભા હતા. જેમ જેમ પરોઢનો પહેલો પ્રકાશ અંધકારને દૂર કરવા લાગ્યો તેમ તેમ આસપાસનું વાતાવરણ અદ્ભુત સૌંદર્યના નજારામાં પરિવર્તિત થઈ ગયું. આકાશ એક કેનવાસ જેવું હતું જે અસંખ્ય રંગોથી રંગાયેલું હતું. રાત્રિના આકાશના ઊંડા વાદળી અને જાંબલી રંગના અવશેષો સાથે ગુલાબી, નારંગી અને સોનાના રંગો એકીકૃત રીતે ભળી ગયા. દરેક ક્ષણ એક નવો રંગ લઈને આવતી હોય તેવું લાગતું હતું, જાણે કોઈ અદ્રશ્ય કલાકાર કામ કરી રહ્યો હોય, વાસ્તવિક સમયમાં એક માસ્ટરપીસ બનાવી રહ્યો હોય. ક્ષિતિજ નીચે હજુ પણ આંશિક રીતે છુપાયેલ સૂર્યે તેના પ્રથમ સોનેરી કિરણો મોકલ્યા,

જે ગંગાના પાણીમાં નાચતા હતા. શાંત અને શાંત નદી, એક વિશાળ અરીસાની જેમ કામ કરી રહી હતી, જે ઉપર રંગોના વિસ્ફોટને પ્રતિબિંબિત કરી રહી હતી. પાણીની સપાટી પરના લહેરો પ્રતિબિંબમાં ગતિશીલ રચના ઉમેરતા હતા, જેનાથી એવું લાગતું હતું કે રંગો જીવંત હતા, દરેક સૌમ્ય તરંગ સાથે ચમકતા અને બદલાતા હતા. હવા ઠંડી અને તાજગીની લાગણીથી ભરેલી હતી, જે તેની સાથે નદીની સૂક્ષ્મ સુગંધ અને નદી કિનારાથી આવતી ફૂલોની દૂરથી આવતી સુગંધ લઈ જતી હતી. પક્ષીઓએ તેમના સવારના સમૂહગીતનો પ્રારંભ કર્યો, તેમના ગીતો સ્વરાંજલિ અને પાર્થ સમક્ષ પ્રગટ થતા દ્રશ્ય વૈભવનો મધુર અને સુરીલો સાથ હતો. જેમ જેમ સૂર્ય ઉપર ચઢતો ગયો, તેમ તેમ તે ધીમે ધીમે પોતાને વધુ પ્રગટ કરતો ગયો, તેનું સોનેરી વર્તુળ ધીમે ધીમે અને ભવ્ય રીતે ઉભરી રહ્યું હતું. પ્રકાશ વધુ મજબૂત, વધુ દૃઢ બન્યો, લાંબા પડછાયા પાડતો ગયો અને ગંગામાં ચમકતા સોનાનો માર્ગ બનાવતો ગયો. આ દંપતી દૂરથી પવિત્ર ઘાટ જોઈ શકતા હતા, જ્યાં વહેલી સવારની આધ્યાત્મિક વિધિઓ શરૂ થઈ રહી હતી, જે દ્રશ્યમાં આધ્યાત્મિક શાંતિનો સ્પર્શ ઉમેરતી હતી. સ્વરાંજલિ અને પાર્થને ફક્ત એકબીજા સાથે જ નહીં, પણ આ પ્રાચીન નદી સાથે પણ ઊંડો જોડાણ અનુભવાયો, જેણે અસંખ્ય સૂર્યોદય જોયા છે અને પેઢી દર પેઢીની વાર્તાઓ તેના પાણીમાં સંગ્રહિત કરી છે. તેઓ મૌનથી

અરવિંદ ઘોષ

ઊભા રહ્યા, સુંદરતા અને ક્ષણને આત્મસાત કરી રહ્યા, એવું અનુભવી રહ્યા કે જાણે તેઓ કોઈ કાલાતીત અને શાશ્વત વસ્તુનો ભાગ હોય. આ મોહક દૃશ્યે તેમને મંત્રમુગ્ધ કરી દીધા, તેમના હ્રદય શાંતિ અને આનંદની ગહન ભાવનાથી ભરાઈ ગયા. આ એક એવી ક્ષણ હતી જેણે તેમની સાથે નવી સફરની સુંદર શરૂઆતનું વચન આપ્યું હતું, એક એવી સ્મૃતિ જે તેમના મનમાં હંમેશા માટે કોતરાયેલી રહેશે, તેમને જીવનના જાદુ અને અજાયબીઓની યાદ અપાવશે.

સ્વરાંજલિએ ફફડાટથી કહ્યું, "ખૂબ સુંદર છે. જે રીતે રંગો આકાશને રંગે છે, એવું લાગે છે કે કોઈ કલાકાર તેની શ્રેષ્ઠ રચનાને રંગી રહ્યો છે.

પાર્થે સ્વરાંજલિને પાછળથી પકડી, તેના ખભા પર પોતાની રામરામ મૂકી અને કહ્યું, "તે ખૂબ જ સુંદર છે, બિલકુલ તારા જેવું. દરેક સૂર્યોદય મને તમારી સાથે એક નવા સુંદર દિવસના વચનની યાદ અપાવશે. તેઓ તેમના પ્રેસિડેન્શિયલ સ્યુટમાં પાછા આવ્યા અને ફ્રેશ થવા લાગ્યા. તેઓ શક્ય તેટલી ઝડપથી ટુકડીના અન્ય સભ્યો સાથે જોડાવા માંગતા હતા.

સવારે ૮ વાગ્યે તેઓ બાના રૂમમાં નાસ્તા માટે ભેગા થયા. તે એક મોટો ઓરડો હોવાથી, બધાને આરામથી સમાવવા માટે પૂરતી જગ્યા હતી. તેમણે ફળોના રસથી શરૂઆત કરી અને પછી પોતપોતાની

પસંદગીનો નાસ્તો કર્યો.

પાર્થના પિતા દેવાંગભાઇ કંઇક જાહેર કરવા માંગતા હતા. તેમણે તેમના પત્ની ફાલ્ગુનીબેન સાથે આ અંગે ચર્ચા કરી હતી. પણ બાને કંઇ ખબર નહોતી. ફાલ્ગુનીબેનનો સંકેત મળ્યા પછી, તે પોતાના સોફા પરથી ઉભા થયા અને નાટકીય શૈલીમાં બોલવા લાગ્યા, "મહિલાઓ અને સજ્જનો, હું દેવાંગ દવે છું, "ડેવ એન્ડ સન્સ" ના ચેરમેન અને મેનેજિંગ ડિરેક્ટર. મારી માતા, મારી પત્ની અને મારો દીકરો આ કંપનીના ડિરેક્ટર છે. મને એ જાહેરાત કરતાં ખૂબ આનંદ થાય છે કે અમારી કંપની હવે મારી પુત્રવધૂ શ્રીમતી સ્વરાંજલિ દવેને અમારી કંપનીના બોર્ડમાં બીજા ડિરેક્ટર તરીકે નિયુક્ત કરી રહી છે. તેણીને નફાની વહેંચણી સહિત અન્ય ડિરેક્ટરો તરીકેની તમામ સુવિધાઓનો આનંદ માણશે. ચાલો, આપણા નવા ડિરેક્ટર શ્રીમતી સ્વરાંજલી દવેનું આપણા બોર્ડમાં સ્વાગત કરીએ.

બા ખૂબ ખુશ હતા. તેની સાથે બધાએ તાળીઓ પાડી અને સ્વરાંજલિને અભિનંદન આપ્યા. સ્વરાંજલિ સ્તબ્ધ અને આશ્ચર્યચકિત થઇ ગઇ. પાર્થ પણ આશ્ચર્યચકિત થયો અને ખૂબ ખુશ થયો. સ્વરાંજલિ પ્રતિક્રિયા આપે તે પહેલાં, દેવાંગભાઇ તરફથી બીજી જાહેરાત આવી. તેમણે કહ્યું, "હવે હું અમારા નવા

અરવિંદ ઘોષ

ડિરેકટર શ્રીમતી સ્વરાંજલિ દવેને આ શુભ પ્રસંગે સ્વીકૃતિ ભાષણ તરીકે થોડા શબ્દો બોલવા વિનંતી કરું છું."

સ્વરાંજલિ મંત્રમુગ્ધ થઇ ગઇ. તેણીને પોતાના કાન પર વિશ્વાસ નહોતો આવતો. તેના માતાપિતા આશ્ચર્યચકિત થઇ ગયા. તેના મામાજીના પરિવારના સભ્યો સ્તબ્ધ થઇ ગયા. સ્વરાંજલિ પોતાની સીટ પરથી ખસી શકતી નહોતી. પાર્થના કહેવા પર, તે ઊભી થઇ અને હાથ જોડીને બધાનું સ્વાગત કર્યું. તેણીએ શરૂઆત કરી,

"બધાને શુભ સવાર, મારામાં જવાબ આપવાની હિંમત નથી. મને આશ્ચર્ય અને સ્તબ્ધતા થઇ છે અને મને સન્માન પણ મળે છે. હું મારા બધા વડીલો સમક્ષ નમન કરું છું. ડેવ એન્ડ સન્સમાં ડિરેકટરની ભૂમિકા સ્વીકારતી વખતે હું આજે તમારી સમક્ષ અપાર કૃતજ્ઞતા અને નમ્રતા સાથે ઉભો છું. આ ક્ષણ મારા માટે અતિ ખાસ છે, ફક્ત તેની જવાબદારી અને સન્માનને કારણે જ નહીં, પણ એટલા માટે પણ કે હું તેને મારા માટે સૌથી વધુ મહત્વ ધરાવતા લોકો સાથે શેર કરી શકું છું; મારો પરિવાર, મારા સાસરિયાં, મારા સૌથી મૂલ્યવાન મામાજીનો પરિવાર અને મારી પ્રિય દાદી, બા.

સૌ પ્રથમ, હું મારા સાસરિયાઓનો આભાર માનું છું

કે તેમણે મને આ મહત્વપૂર્ણ જવાબદારી સોંપી. તમારા અતૂટ સમર્થન અને મારી ક્ષમતાઓમાંના વિશ્વાસે મને આ ભૂમિકામાં પગ મૂકવાનો આત્મવિશ્વાસ આપ્યો છે. મારા પ્રિય પતિ, તમારા સતત પ્રોત્સાહન અને પ્રેમ મારા માટે કરોડરજ્જુ રહ્યા છે, અને મારામાં તમારા સંપૂર્ણ વિશ્વાસ માટે હું ખૂબ આભારી છું.

મારા પોતાના પરિવાર માટે, ખાસ કરીને મારા સૌથી આદરણીય મામાજી માટે, જે મારા જીવનભર માર્ગદર્શક પ્રકાશ અને શાણપણનો સ્ત્રોત રહ્યા છે, તમારા ઉપદેશો અને મૂલ્યોએ મને આજે હું જે વ્યક્તિ છું તે બનાવવામાં મદદ કરી છે. મને આશા છે કે મારા જીવનના આ નવા પ્રકરણમાં તમને ગર્વ થશે. તમે મને શીખવ્યું છે કે 'કંઈ પણ અશક્ય નથી', આ લગ્ન સહિત.

બા, તમારા આશીર્વાદ અને શાણપણ એ પાયો છે જેના પર હું ઊભો છું. તમારી શક્તિ અને સ્થિતિસ્થાપકતાએ મને હંમેશા પ્રેરણા આપી છે, અને હું વચન આપું છું કે તમે આપણા બધામાં જે મૂલ્યો અને સિદ્ધાંતો સ્થાપિત કર્યા છે તે જાળવી રાખીશ. દિગ્દર્શકની ભૂમિકા નિભાવવી એ સન્માન અને પડકાર બંને છે. "દેવ એન્ડ સન્સ" પાસે શ્રેષ્ઠતા, પ્રામાણિકતા અને નવીનતાનો સમૃદ્ધ વારસો છે, જે આ પરિવારના દરેક સભ્યની મહેનત અને સમર્પણ દ્વારા બનાવવામાં આવ્યો છે. હું આ વારસો ચાલુ રાખવા માટે પ્રતિબદ્ધ છું, ખાતરી કરું

છું કે અમારી કંપની માત્ર સમૃદ્ધ જ નહીં પણ બદલાતા સમય સાથે અનુકૂલન અને વિકાસ પણ કરે છે. હું તમારા બધા સાથે નજીકથી કામ કરવા, સાંભળવા, શીખવા અને કરુણા અને પ્રામાણિકતા સાથે નેતૃત્વ કરવા આતુર છું. સાથે મળીને, આપણે આગળના પડકારોનો સામનો કરીશું અને આપણી સામે આવનારી તકોનો લાભ લઈશું, આપણે જે કંઈ કરીએ છીએ તેના મૂળ મૂલ્યોને હંમેશા ધ્યાનમાં રાખીને. આ અદ્ભુત સન્માન માટે ફરી એકવાર આભાર. હું તમારા બધા સાથે આ સફર શરૂ કરવા માટે આતુર છું, નવી ઊંચાઈઓ હાંસલ કરવાનો પ્રયાસ કરીશ અને આપણા સહિયારા સપનાઓને વાસ્તવિકતા બનાવીશ."

બા સહિત દરેક સભ્ય ઉભા થઈ ગયા. બધાએ તાળીઓ પાડી. સ્વરાંજલિ દરેક વડીલ પાસે તેમના ચરણ સ્પર્શ કરવા અને આશીર્વાદ લેવા ગઈ. તેણીએ કાવ્યા અને ભાવિકને ગળે લગાવ્યા; છેલ્લે તે પાર્થ પાસે ગઈ. તેમણે એકબીજાને જોયા. પાર્થે કહ્યું, "અભિનંદન. 'ડેવ એન્ડ સન્સ' ના ડિરેક્ટર બોર્ડમાં આપનું સ્વાગત છે. સ્વરાંજલીની આંખો ભીની હતી. તે પોતાના આંસુ છુપાવવામાં નિષ્ફળ ગઈ.

આગલા દિવસે નક્કી કર્યા મુજબ, પાર્થ, સ્વરાંજલિ, કાવ્યા અને ભાવિક સ્પા જવા માટે તૈયાર થયા. તેઓ પોતાના બેક પેક અને કેટલાક કપડાં લઈને મસાજ અને સ્પા સેન્ટર

તરફ આગળ વધ્યા. પાર્થના માતા-પિતા બા સાથે રહ્યા અને સ્વરાંજલિના માતા-પિતા મામાજીની કેબિનમાં ગયા.

પાર્થે અમેરિકામાં ઘણી વખત સ્પા ટ્રીટમેન્ટ લીધી હતી. પરંતુ બાકીના ત્રણ પહેલી વાર સ્પા ક્યુબિકલ્સ ગયા. પુરુષો અને મહિલાઓ માટે અનુક્રમે બે વિભાગ હતા. બધાએ સ્ટીમ બાથ પસંદ કર્યો. કર્મચારીઓએ તેમને નિયમનિત વરાળ પ્રવાહવાળા નાના કોષોમાં મૂક્યા. ગ્રાહકોની જરૂરિયાત મુજબ તાપમાન સેટ કર્યા પછી, એટેન્ડન્ટ્સ ક્યુબિકલ્સમાંથી બહાર આવ્યા. એકવાર કોષોની અંદર વરાળ આવવા લાગી, પછી પરસેવો થવા લાગ્યો. આગળના અડધા કલાક સુધી ભારે પરસેવા સાથે, બધાએ આરામ કર્યો અને સ્ટીમ બાથનો આનંદ માણ્યો. ત્યારબાદ બધાએ ઠંડા સ્નાન કર્યા અને પોતાના ખાસ ક્યુબિકલમાં સજ્જ થઈ ગયા. બધા માટે ખૂબ જ સરસ અનુભવ હતો. તેઓ થાકી ગયા હતા. થોડો આરામ કરવાનો સમય થઈ ગયો હતો.

સ્વરાંજલિ માટે પાર્થનો હાથ ઓશીકું બની ગયો; તેના હાથ પર માથું રાખીને પાર્થની છાતી પર હાથ મૂકવો એ સ્વરાંજલિ માટે સૂવા માટે સૌથી આરામદાયક મુદ્રા હતી. ટેલિફોન વાગવાના અવાજથી તેઓ જાગી

અરવિંદ ઘોષ

ગયા. પાર્થે ફોન રિસીવ કર્યો. એ મામાજી હતા. બપોરના ૧.૩૦ વાગ્યા હતા. તેઓ બધા ડાઇનિંગ એરિયામાં રાહ જોઇ રહ્યા હતા. "મામાજી, શું તમે મેનેજરને અમારા સ્યુટમાં અમારું લંચ મોકલવા માટે કહી શકો છો?" પાર્થે મામાજીને વિનંતી કરી. મામાજીએ રેસ્ટોરન્ટના મેનેજરને તે મુજબ સૂચના આપી. મામાજીએ બધા માટે ભોજનની વ્યવસ્થાનું નિરીક્ષણ કર્યું.

મુર્શિદાબાદ આગમન:

ક્રૂઝ બપોરે ૩ વાગ્યા સુધીમાં મુર્શિદાબાદ પહોંચી ગયું. તે વીસ કલાક ત્યાં લંગર મારશે. તે બીજા દિવસે બપોરે ૧ વાગ્યે ફરી આગળ વધશે. મામાજીએ બધી વૃદ્ધ મહિલાઓ માટે વ્હીલચેરની વ્યવસ્થા કરી દીધી હતી. પાર્થ અને સ્વરાંજલિ વડીલો સાથે જોડાયા અને બધા સાથે મળીને ક્રૂઝમાંથી ઉતર્યા. ચાર એટેન્ડન્ટસે વ્હીલચેરની જવાબદારી સંભાળી. તેમને વિવિધ પર્યટન સ્થળોએ લઇ જવા માટે એક મીની બસ તૈયાર હતી.

મુર્શિદાબાદ પહોંચતાની સાથે જ ઐતિહાસિક

સ્મારકોથી ભરેલું શાંત લેન્ડસ્કેપ તમને તરત જ ભૂતકાળમાં લઈ જાય છે. આ શહેર ભાગીરથી નદીના કિનારે વસેલું છે, અને નદીનો સૌમ્ય પ્રવાહ આ સ્થળના શાંત આકર્ષણમાં વધારો કરે છે. તમારી યાત્રા શરૂ કરવાનો શ્રેષ્ઠ રસ્તો એ છે કે શહેરના હૃદય - હજાર દુઆરી પેલેસની મુલાકાત લેવી. બસે તેમને મહેલના દરવાજા પર ઉતાર્યા. મહેલના માર્ગદર્શકના સક્ષમ માર્ગદર્શન હેઠળ ઇતિહાસની સફર શરૂ થઈ.

હજાર દુઆરી મહેલ:

હજાર દુઆરી, જેનો અર્થ "હજાર દરવાજાઓનો મહેલ" થાય છે, તે નવાબ નાઝિમ હુમાયુ જાહના શાસનકાળ દરમિયાન બંધાયેલો એક ભવ્ય મહેલ છે. ૧૮૩૭માં બંધાયેલ, આ ભવ્ય રચના યુરોપિયન અને મુઘલ સ્થાપત્ય શૈલીનું મિશ્રણ દર્શાવે છે. જેમ જેમ તમે અંદર પગ મુકશો, તેમ તેમ તમે મહેલના વિશાળ કદ અને વૈભવથી આશ્ચર્યચકિત થઈ જશો. ભવ્ય સીડી, મોટા ઝુમ્મર અને જટિલ કલાકૃતિ નવાબની ભવ્ય જીવનશૈલી દર્શાવે છે.

પરિચય: હજાર દુઆરી, જેનો અર્થ "હજાર દરવાજાઓનો મહેલ" થાય છે, તે પશ્ચિમ બંગાળના મુર્શિદાબાદમાં સ્થિત એક મહત્વપૂર્ણ સ્થાપત્ય અજાયબી છે. આ ભવ્ય મહેલ આ પ્રદેશના સમૃદ્ધ

અરવિંદ ઘોષ

ઇતિહાસ અને સાંસ્કૃતિક વારસાનો પુરાવો છે. ૧૯મી સદી દરમિયાન બંધાયેલું, તે ભારતના સૌથી પ્રખ્યાત ઐતિહાસિક સ્થળોમાંનું એક છે.

ઐતિહાસિક પૃષ્ઠભૂમિ: હજાર દુઆરીનું બાંધકામ બંગાળ, બિહાર અને ઓરિસ્સા (બંગાળ પ્રાંત)ના નવાબ નાઝીમ હુમાયુ જાહ દ્વારા કરવામાં આવ્યું હતું. આ મહેલ ૧૮૨૯ અને ૧૮૩૭ ની વચ્ચે બંગાળ કોર્પ્સ ઓફ એન્જિનિયર્સના કર્નલ ડંકન મેકલિયોડની દેખરેખ હેઠળ બનાવવામાં આવ્યો હતો. નવાબનો ઉદ્દેશ્ય યુરોપિયન મહેલોની ભવ્યતાને ટક્કર આપતી એક એવી રચના બનાવવાનો હતો, અને હજાર દુઆરીને મુઘલ અને યુરોપિયન સ્થાપત્ય શૈલીના મિશ્રણને પ્રતિબિંબિત કરવા માટે ડિઝાઇન કરવામાં આવી હતી.

સ્થાપત્ય ડિઝાઇન: હજાર દુઆરી એ 41 એકર વિસ્તારમાં ફેલાયેલું એક વિશાળ ત્રણ માળનું માળખું છે. આ મહેલ તેની ભવ્ય ડિઝાઇન અને જટિલ વિગતો માટે પ્રખ્યાત છે. તેના બાંધકામમાં વપરાતી પ્રાથમિક સામગ્રી ઈંટ અને ચૂનાના મોર્ટાર છે, જે તેને મજબૂત અને પ્રભાવશાળી દેખાવ આપે છે.

રવેશ અને બાહ્ય ભાગ: મહેલનો રવેશ શાસ્ત્રીય સ્તંભો અને થાંભલાઓથી શણગારેલો છે, જે તેના શાહી સૌંદર્યમાં વધારો કરે છે. બાહ્ય ભાગની સૌથી આકર્ષક વિશેષતા એ છે કે તેમાં અસંખ્ય

દરવાજા છે; કુલ ૧૦૦૦ દરવાજા, જેમાંથી ૯૦૦ વાસ્તવિક છે અને બાકીના ખોટા છે. ધુસણખોરોને મૂંઝવણમાં મૂકવા માટે ખોટા દરવાજા મૂકવામાં આવે છે. આ ચતુરાઈભરી ડિઝાઇનનો હેતુ સંભવિત જાસૂસોને મૂંઝવણમાં મૂકવા અને સુરક્ષા વધારવાનો હતો.

આંતરિક ભાગ: હજાર દુઆરીનો આંતરિક ભાગ પણ એટલો જ પ્રભાવશાળી છે, જેમાં વિશાળ હોલ, ભવ્ય સીડીઓ અને ભવ્ય રૂમ છે. આ મહેલમાં ચિત્રો, ફર્નિચર, હસ્તપ્રતો અને શસ્ત્રો સહિતની કલાકૃતિઓનો સમૃદ્ધ સંગ્રહ છે. ભવ્ય દરબાર હોલ જ્યાં નવાબ દરબાર રાખતા હતા તે એક મુખ્ય આકર્ષણ છે, જેમાં રાણી વિક્ટોરિયા દ્વારા ભેટ આપવામાં આવેલ ભવ્ય ઝુમ્મર છે.

મુખ્ય વિશેષતાઓ:

દરબાર હોલ: દરબાર હોલ હજાર દુઆરીનું કેન્દ્રબિંદુ છે, જે તેની ઊંચી છત, સુશોભિત સજાવટ અને ભવ્ય ઝુમ્મર દ્વારા વર્ગીકૃત થયેલ છે. હોલની દિવાલો નવાબ અને અન્ય મહાનુભાવોના ચિત્રોથી શણગારેલી છે, જે પ્રદેશના ઇતિહાસની ઝલક આપે છે.

પુસ્તકાલય: આ મહેલમાં દુર્લભ પુસ્તકો, હસ્તપ્રતો અને ઐતિહાસિક દસ્તાવેજોનો વિશાળ સંગ્રહ ધરાવતું એક વિશાળ પુસ્તકાલય છે. બંગાળના ઇતિહાસમાં રસ ધરાવતા ઇતિહાસકારો અને

સંશોધકો માટે આ પુસ્તકાલય એક ખજાનો છે.

આર્મ્સ ગેલેરી: આર્મ્સ ગેલેરીમાં તલવારો, ખંજર, હથિયારો અને તોપો સહિત શસ્ત્રોનો અદ્ભુત સંગ્રહ છે. આ કલાકૃતિઓ બંગાળના નવાબના લશ્કરી કૌશલ્ય અને સમૃદ્ધ વારસાને પ્રતિબિંબિત કરે છે.

સંગ્રહાલય: હજાર દુઆરીના નોંધપાત્ર ભાગને સંગ્રહાલયમાં રૂપાંતરિત કરવામાં આવ્યો છે, જે નવાબની વૈભવ અને જીવનશૈલી દર્શાવે છે. મુલાકાતીઓ કાળના ફર્નિચર અને સજાવટથી સજ્જ વિવિધ રૂમોની શોધ કરી શકે છે, જે મહેલના રહેવાસીઓના વૈભવી જીવનની ઝલક આપે છે.

સાંસ્કૃતિક મહત્વ: હજાર દુઆરી માત્ર એક સ્થાપત્ય અજાયબી નથી પણ મુર્શિદાબાદના ભવ્ય ભૂતકાળનું સાંસ્કૃતિક પ્રતીક પણ છે. તે મુઘલ અને યુરોપીય પ્રભાવોના સંગમનું પ્રતિનિધિત્વ કરે છે, જે નવાબના દરબારના વૈશ્વિક સ્વભાવને પ્રતિબિંબિત કરે છે. આ મહેલ ૧૮મી અને ૧૯મી સદી દરમિયાન રાજકીય અને સાંસ્કૃતિક કેન્દ્ર તરીકે મુર્શિદાબાદના મહત્વની યાદ અપાવે છે.

ગાઈડે આગળ કહ્યું, વર્તમાન સમયની સુસંગતતા: આજે, હજાર દુઆરી એક લોકપ્રિય પર્યટન આકર્ષણ છે, જે વિશ્વભરના મુલાકાતીઓને આકર્ષે છે. તેનું સંચાલન ભારતીય પુરાતત્વ સર્વેક્ષણ (ASI) દ્વારા

કરવામાં આવે છે, જેણે તેની ઐતિહાસિક અને સ્થાપત્ય અખંડિતતાને જાળવવા માટે અનેક પુનઃસ્થાપન પ્રોજેક્ટસ હાથ ધર્યા છે. આ મહેલ અને તેનું સંગ્રહાલય બંગાળના ઇતિહાસ, સંસ્કૃતિ અને વારસામાં રસપ્રદ સમજ આપે છે, જે તેને ઇતિહાસ ઉત્સાહીઓ અને પ્રવાસીઓ બંને માટે એક આવશ્યક મુલાકાત બનાવે છે.

હજાર દુઆરી મુર્શિદાબાદના સ્થાપત્ય કલા અને ઐતિહાસિક મહત્વનો પુરાવો છે. તેની ભવ્ય ડિઝાઇન, સમૃદ્ધ આંતરિક સુશોભન અને સાંસ્કૃતિક મહત્વ તેને ભારતના સૌથી પ્રિય વારસા સ્થળોમાંનું એક બનાવે છે. નવાબના વારસાના પ્રતીક તરીકે, હજાર દુઆરી બંગાળના ભવ્ય ભૂતકાળની ગૌરવપૂર્ણ યાદ અપાવતા મુલાકાતીઓની કલ્પનાને મોહિત કરવાનું ચાલુ રાખે છે. મહેલની મુલાકાત લીધા પછી બસ તેમને ઘણા વધુ મહત્વપૂર્ણ સ્થળોએ લઇ ગઈ.

કટરા મસ્જિદ:

મુર્શિદાબાદમાં જોવાલાયક બીજું એક સ્થળ કટરા મસ્જિદ છે. ૧૭૨૪માં નવાબ મુર્શીદ કુલી ખાન દ્વારા બંધાયેલી આ મસ્જિદ બંગાળમાં મુઘલ સ્થાપત્યના શ્રેષ્ઠ ઉદાહરણોમાંની એક છે. મસ્જિદના ઉંચા મિનારા અને કમાનવાળા પ્રવેશદ્વાર જોવાલાયક છે. કમાનોની હરોળથી ઘેરાયેલું

અરવિંદ ઘોષ

આંતરિક આંગણું શાંતિ અને આધ્યાત્મિકતાની ભાવનાને પ્રસરે છે. મસ્જિદ સંકુલમાં નવાબ મુર્શીદ કુલી ખાનનો મકબરો આવેલો છે, જે તેના ઐતિહાસિક મહત્વમાં વધારો કરે છે.

નિઝામત ઇમામબારા:

હજાર દુઆરી મહેલથી થોડે દૂર, નિઝામત ઇમામ્બારા આવેલું છે; તે ભારતના સૌથી મોટા ઇમામ્બારાઓમાંથી એક છે. ૧૮૪૭માં નવાબ નાઝીમ મન્સુર અલી ખાન દ્વારા બંધાયેલો આ ઇમામબારા શિયા મુસ્લિમો માટે ધાર્મિક મહત્વ ધરાવતું સ્થળ છે. આ ભવ્ય માળખું, તેના અસંખ્ય ઓરડાઓ અને હોલ સાથે, એક સ્થાપત્ય અજાયબી છે. ઉચ્ચ છત અને સુશોભિત ઝુમ્મર સાથેનો મધ્ય હોલ વિવિધ ધાર્મિક સમારંભો અને મેળાવડા માટે ઉપયોગમાં લેવાય છે.

મોતીઝીલ પાર્ક:

શાંત અને આરામદાયક સ્થળ શોધનારાઓ માટે, મોતીઝીલ પાર્ક એક ઉત્તમ સ્થળ છે. એક સમયે નવાબોનો આનંદદાયક બગીચો, મોતીઝીલ પાર્ક હવે એક સુંદર મનોરંજન ક્ષેત્ર તરીકે સેવા આપે છે. આ ઉદ્યાન ઘોડાની નાળના આકારના તળાવની આસપાસ બનેલું છે, અને લીલીછમ હરિયાળી અને શાંત પાણી એક શાંત વાતાવરણ બનાવે છે. તળાવ પર બોટની સવારી આસપાસના સૌંદર્યનો એક અનોખો દૃષ્ટિકોણ આપે છે અને તમામ

ઉંમરના મુલાકાતીઓ માટે એક આનંદદાયક અનુભવ છે.

કાઠગોલા મહેલ:

મુર્શિદાબાદના ખજાનામાં કાઠગોલા મહેલ એક બીજું રત્ન છે. જૈન વેપારીઓ લક્ષ્મીપત સિંહ દુગર અને દિગંબર જૈન દ્વારા બંધાયેલો આ મહેલ યુરોપિયન અને બંગાળી સ્થાપત્ય શૈલીનું ઉત્કૃષ્ટ મિશ્રણ છે. મહેલ સંકુલમાં સુંદર બગીચા, ફુવારાઓ અને એક મંદિરનો સમાવેશ થાય છે. મહેલની અંદરનું જટિલ લાકડાનું કામ, આરસપહાણની મૂર્તિઓ અને ભીંતચિત્રો તેના સર્જકોની વૈભવ અને કલાત્મક સંવેદનશીલતાને પ્રતિબિંબિત કરે છે.

મુર્શિદાબાદ સિલ્ક:

મુર્શિદાબાદ તેના રેશમ ઉધોગ માટે પણ પ્રખ્યાત છે. સ્થાનિક રેશમ વણાટ કેન્દ્રોની મુલાકાત રેશમ વણાટની પરંપરાગત કળા વિશે સમજ આપે છે. મુર્શિદાબાદ સિલ્ક સાડીઓના નાજુક અને જટિલ પેટર્ન વણકરોની કુશળતા અને કારીગરીની સાક્ષી આપે છે. મુર્શિદાબાદ રેશમનો ટુકડો ઘરે લઇ જવો એ શહેરના વારસાનો ટુકડો તમારી સાથે લઇ જવા જેવું છે. મુર્શિદાબાદી સિલ્ક સાડીઓ ખરીદવા માટે દૂર દૂરથી મહિલાઓ આવે છે. મુર્શિદાબાદ એક એવું શહેર છે જે ઇતિહાસ, સંસ્કૃતિ અને કુદરતી સૌંદર્યનું સુંદર મિશ્રણ કરે છે.

અરવિંદ ઘોષ

તેના ભવ્ય મહેલો, મસ્જિદો અને બગીયા તેના ભવ્ય ભૂતકાળના પુરાવા છે. શહેરનું શાંત વાતાવરણ અને સમૃદ્ધ વારસો તેને બંગાળના ઇતિહાસની ભવ્યતાનું અન્વેષણ કરવા માંગતા લોકો માટે એક સંપૂર્ણ સ્થળ બનાવે છે. ભલે તમે ઇતિહાસના શોખીન હોવ, પ્રકૃતિ પ્રેમી હોવ, અથવા ફક્ત શાંતિપૂર્ણ એકાંતની શોધમાં હોવ, મુર્શિદાબાદ એક અવિસ્મરણીય અનુભવનું વચન આપે છે. મુર્શિદાબાદ સિલ્ક શુદ્ધ રેશમની પ્રાચીન પરંપરાને વિવિધ પ્રકારની કારીગરી અને ડિઝાઇન સાથે જાળવી રાખે છે, જે તેને કપડામાં હોવી જ જોઈએ તેવી વસ્તુ બનાવે છે.

'બા' જૂથની દરેક મહિલાને સાડી ભેટમાં આપવા માંગતી હતી. તે મુજબ, વિવિધ ઉત્પાદન કેન્દ્રોમાંથી ઘણી સાડીઓ ખરીદવામાં આવી. સ્વરાંજલિને બા, ફાલ્ગુનીબેન, મામીજી, તેની માતા માલતીબેન અને અલબત્ત પાર્થ પાસેથી સાડીઓ મળી હતી.

લગભગ રાતના ૮ વાગ્યા હતા; તેઓ ક્રૂઝ પર પાછા આવ્યા. મામાજીએ એટેન્ડન્ટને તેમનો હમો અને ટિપ્સ ચૂકવી દીધી. બધા થાકી ગયા હતા. બધાએ પાર્થના પ્રેસિડેન્શિયલ સ્યુટમાં જવાનું નક્કી કર્યું. સ્વરાંજલિએ તેમને તેના સંકેતની રાહ જોવા વિનંતી કરી. તે દોડીને પોતાના સ્યુટ તરફ ગઈ અને ઝડપથી રૂમ ગોઠવ્યો અને તેને વ્યવસ્થિત કર્યો; તે બહાર આવી અને પાર્થને તેમને તેમના સ્યુટમાં લાવવાનો ઈશારો કર્યો.

તેઓ બધા તેમના ભવ્ય પ્રેસિડેન્શિયલ સ્યુટમાં આવ્યા; આ તે ક્રુઝમાં ઉપલબ્ધ શ્રેષ્ઠ સ્યુટ હતો. તે ઇજિપ્શીયન શૈલીમાં સુંદર રીતે શણગારવામાં આવ્યું હતું. ક્રુઝ લાઇનરમાં સવાર પ્રેસિડેન્શિયલ સ્યુટ પ્રાચીન ઇજિપ્શીયન ભવ્યતા અને આધુનિક વૈભવીતાનું વાતાવરણ ફેલાવે છે. આ ભવ્ય સ્વર્ગમાં પ્રવેશતાની સાથે જ, તમને તરત જ જટિલ રીતે શણગારેલી લાઇટ્સની ગરમ, સોનેરી ચમક દ્વારા સ્વાગત કરવામાં આવે છે, જે એક સમયે ફારુનના હોલને પ્રકાશિત કરતી ટમટમતી મશાલોની યાદ અપાવે છે. નાઇલ નદી ઉપર રાત્રિના આકાશના અદ્ભુત ભીંતચિત્રથી શણગારેલી છત, એમ્બેડેડ LED તારાઓથી ઝળહળે છે, જે એક મોહક, અજાણી દુનિયાનું વાતાવરણ બનાવે છે.

આ સ્યુટની દિવાલો સમૃદ્ધ, ઊંડા રંગના કાપડ અને પ્રાચીન ઇજિપ્શીયન પૌરાણિક કથાઓના દ્રશ્યો દર્શાવતી ટેપેસ્ટ્રીથી સજ્જ છે. કમળના ફૂલો, અંક અને સ્કારબ્સના ચિત્રલિપિ અને રૂપરેખાઓ કાળજીપૂર્વક ભરતકામ કરવામાં આવ્યા છે, જે પ્રમાણિકતા અને આકર્ષણમાં વધારો કરે છે. નરમ, આસપાસના રંગો અને એક્સેન્ટ લાઇટ્સનું મિશ્રણ, લાઇટિંગ, આ વિગતોને પ્રકાશિત કરે છે, સૌમ્ય પડછાયાઓ નાખે છે જે દ્રશ્યોને જીવંત બનાવે છે.

સ્યુટની મધ્યમાં એક ભવ્ય ચાર-પોસ્ટરવાળો પલંગ છે, જેનો છત્ર સોનાના ભરતકામવાળા પડદાથી લપેટાયેલો છે જે ક્લિયોપેટ્રાના ચેમ્બરની ભવ્યતાને

ઉજાગર કરે છે. આ પલંગ પોતે જ એક માસ્ટરપીસ છે, જેમાં શ્યામ મહોગનીમાંથી જટિલ રીતે કોતરવામાં આવેલ હેડબોર્ડ છે, જે પ્રાચીન ઇજિપ્તના દેવી-દેવતાઓને દર્શાવે છે. આ ગાદલું, સુંવાળું અને આકર્ષક, વાદળી અને સોનાના શાહી રંગોમાં વૈભવી ઇજિપ્તીયન સુતરાઉ કાપડથી શણગારેલું છે, જે અજોડ આરામની રાત્રિ સુનિશ્ચિત કરે છે.

પલંગની બાજુમાં, ઊંડા શાહી વાદળી મખમલમાં સજ્જ આલીશાન ખુરશીઓ આરામ માટે એક આરામદાયક સ્થળ પ્રદાન કરે છે. તેમની વચ્ચે એક નીચું, પોલિશ્ડ ઇબોની ટેબલ છે, જેની ઉપર એક સોનેરી ટ્રે છે જેમાં ઉત્તમ ઇજિપ્તીયન ચા અને સ્વાદિષ્ટ વાનગીઓનો સંગ્રહ છે. આ સ્યુટનું ફર્નિચર ક્લાસિક અને સમકાલીન શૈલીઓનું સુમેળભર્યું મિશ્રણ છે, જેમાં પ્રાચીન કલાકૃતિઓની રેખાઓ અને વળાંકોનો પડઘો પડે છે, છતાં આધુનિક કાર્યક્ષમતા અને આરામ પ્રદાન કરે છે.

સ્યુટના એક ખૂણામાં સમૃદ્ધ, ઘેરા લાકડામાંથી કોતરવામાં આવેલ લેખન ડેસ્ક છે, જે મધર-ઓફ-મોતી ડિઝાઇનથી જડાયેલ છે. એક ભવ્ય, ઊંચી પીઠવાળી ખુરશી તમને બેસીને તમારા વિચારો લખવા માટે આમંત્રણ આપે છે, કદાચ સ્યુટની એક દિવાલ પર બેઠેલી મોટી, ફ્લોર-ટુ-સીલિંગ બારીઓમાંથી નદીના દૃશ્યથી પ્રેરિત. આ બારીઓ ખાનગી બાલ્કનીમાં ખુલે છે, જે શાંત પાણી અને

પસાર થતા લેન્ડસ્કેપ્સના મનોહર દૃશ્યો પ્રદાન કરે છે, જે શાંતિ અને વૈભવીની ભાવનામાં વધારો કરે છે.

એન્-સ્યુટ બાથરૂમ આરામનું અભયારણ્ય છે, તેની દિવાલો અને ફ્લોર સુંવાળા, સોનેરી રંગના આરસપહાણથી શણગારેલા છે. બારી નીચે એક ઊંડો સ્નાન ટબ છે, જે તમને અનંત ક્ષિતિજ તરફ નજર નાખતી વખતે સ્નાન કરવાની મંજૂરી આપે છે. ચમકતા સોનામાં બનેલા ફિટિંગ, ભૂતકાળના યુગની ભવ્યતાને પ્રતિબિંબિત કરે છે, જ્યારે આધુનિક સુવિધાઓ દરેક આરામની ખાતરી આપે છે. પોલિશ્ડ માર્બલ કાઉન્ટરટોપમાં ગોઠવાયેલા ટ્વીન બેસિન, સોનાથી ફ્રેમ કરેલા મોટા, પ્રકાશિત અરીસા દ્વારા પૂરક છે, જે રાજવીતાનો સ્પર્શ ઉમેરે છે.

પ્રેસિડેન્શિયલ સ્યુટના દરેક ભાગને પ્રાચીન ભવ્યતા અને આધુનિક વૈભવીતાનું એક સરળ મિશ્રણ પૂરું પાડવા માટે ખૂબ જ કાળજીપૂર્વક બનાવવામાં આવ્યો છે. સમૃદ્ધ રીતે શણગારેલી દિવાલો અને ફર્નિચરથી લઇને વિચારપૂર્વક ડિઝાઇન કરેલી લાઇટિંગ અને વૈભવી પથારી સુધી, દરેક વિગતો એક અવિસ્મરણીય અનુભવમાં ફાળો આપે છે, જે તમને શાંત પાણીમાં સફર કરતી વખતે પ્રાચીન ઇજિપ્તના હૃદયમાં લઇ જાય છે. આ સ્યુટ ફક્ત રહેવાનું સ્થળ નથી, પરંતુ સમયની સફર છે, જે તમને પ્રાચીન સભ્યતાના વૈભવ અને રહસ્યમાં ઘેરી

અરવિંદ ઘોષ

લે છે. બધાએ મામાજી તરફ જોયું. તેણે બધી વ્યવસ્થા કરી હતી.

ક્રુઝ લાઇનરના પ્રેસિડેન્શિયલ સ્યુટમાં પીરસવામાં આવેલું ભવ્ય શાકાહારી કોન્ટિનેન્ટલ ડિનર એક ઉત્કૃષ્ટ રાંધણ સફર હતી, જે ઇન્દ્રિયોને આનંદિત કરવા માટે ખૂબ જ કાળજીપૂર્વક રચાયેલ હતી. શ્રેષ્ઠ પોર્સેલેઇન, ક્રિસ્ટલ અને ચાંદીના વાસણોથી સુયોજિત ટેબલ, નરમ, આસપાસના પ્રકાશ હેઠળ ચમકતું હતું જે સ્યુટના ભવ્ય ઇજિપ્તીયન શણગારને વધારે છે. દરેક કોર્સ એક ઉત્તમ કૃતિ હતી, જે દસ ભાગ્યશાળી મહેમાનો માટે યાદગાર ભોજનનો અનુભવ સુનિશ્ચિત કરતી હતી.

પહેલો કોર્સ: એપેટાઇઝર્સ

મિશ્રિત કેનેપ્સ

પોલિશ્ડ ચાંદીના ટ્રે પર સ્વાદિષ્ટ શાકાહારી કેનેપ્સનો સંગ્રહ રજૂ કરવામાં આવ્યો હતો. આ નાના સ્વાદવાળી વાનગીઓમાં રાઈ બ્રેડ પર હર્બ-ઇન્ફ્યુઝ્ડ ક્રીમ ચીઝ અને ચાઇવ્સના ટુકડા સાથે નાના બ્રુશેટાનો સમાવેશ થતો હતો, જેના ઉપર સૂર્યમાં સૂકા ટામેટાં, તુલસી અને જૂના બાલ્સેમિક વિનેગરનો છંટકાવ કરવામાં આવ્યો હતો. દરેક કેનેપે સ્વાદનો છલોછલ ભરાવો હતો, જે સુંદર રીતે ગોઠવાયેલ હતો જેથી આંખ અને તાળવું બંનેને આનંદ થાય.

કેપ્રેસ સલાડ સ્કીવર્સ:

તાજા ચેરી ટામેટાં, ક્રીમી મોઝેરેલા બોલ્સ અને સુગંધિત તુલસીના પાનને ભવ્ય વાંસના સ્કીવર્સ પર બાંધવામાં આવ્યા હતા, એક્સ્ટ્રા વર્જિન ઓલિવ તેલ અને દરિયાઈ મીઠું છાંટવામાં આવ્યું હતું. જીવંત રંગો અને સરળ છતાં શુદ્ધ સ્વાદોએ ભોજનની શરૂઆત તાજગીભરી બનાવી.

બીજો કોર્સ: સૂપ અને બ્રેડ

શેકેલા લાલ મરચા અને ટામેટા સૂપ:

નાજુક, સફેદ પોર્સેલેઇન બાઉલમાં પીરસવામાં આવતો, શેકેલા લાલ મરી અને ટામેટાંનો સૂપ મીઠી મરી અને પાકેલા ટામેટાંનું મખમલી મિશ્રણ હતું, જેમાં તુલસીનો સ્પર્શ અને ક્રીમનો છંટકાવ ઉમેરવામાં આવ્યો હતો. દરેક ચમચી એક આરામદાયક અને સમૃદ્ધ સ્વાદ આપે છે, જે બીજા કોર્સ માટે યોગ્ય છે.

કારીગર બ્રેડ ટોપલી:

સૂપ સાથે તાજી બેક કરેલી બ્રેડનો સંગ્રહ પણ હતો. ટોપલીમાં ક્રસ્ટી બેગુએટ્સ, સોફ્ટ સિયાબટ્ટા અને સુગંધિત રોઝમેરી ફોકાસીયા હતા, જે બધા ક્રીમી વ્હીપ્ડ બટર અને ત્રણ સ્વાદવાળા ઓલિવ તેલ સાથે પીરસવામાં આવતા હતા.

ત્રીજો કોર્સ: મુખ્ય વાનગીઓ

શેકેલા શાકભાજીનું મિશ્રણ:

મુખ્ય વાનગીનું કેન્દ્રબિંદુ, સંપૂર્ણ રીતે રાંધેલું શાકભાજીનું મિશ્રણ હતું. ફ્લેકી પફ પેસ્ટ્રીમાં પીળા અને લાલ કેપ્સિકમ, ઘંટડી મરચાં અને મશરૂમ જેવા શેકેલા શાકભાજીનો સમાવેશ થતો હતો, જે પર સમૃદ્ધ મશરૂમ ડકસેલ્સનું સ્તર હતું. આ મિક્સ ટ્રફલ મેશ્ડ પોટેટો, સ્ટીમ્ડ એસ્પારાગસ અને બાલ્સેમિક રિડક્શન સોસ સાથે પીરસવામાં આવ્યું હતું.

મશરૂમથી ભરેલું અલુબોખારા:

જેઓ હાર્દિક છતાં હળવા વિકલ્પ પસંદ કરે છે, તેમના માટે સ્ટફ્ડ અલુબોખારા મશરૂમ્સ એક વિજય હતા. મોટા, માંસલ મશરૂમ્સને પાલક, સ્પ્રિંગ ઓનિયન અને પાઈન નટ્સના સ્વાદિષ્ટ મિશ્રણથી ભરવામાં આવ્યા હતા, અને પછી સોનેરી થાય ત્યાં સુધી શેકવામાં આવ્યા હતા. આ વાનગીમાં બાસમતી ચોખાનો પુલાવ, શેકેલા બેબી ગાજર અને વટાણાનો સમાવેશ થતો હતો, જેનાથી રંગ અને ક્રન્ચી ઉમેરાતી હતી.

ચોથો કોર્સ: મીઠાઈ

ક્રીમ રાજભોગ:

ક્રીમ રાજભોગ એ ટેક્સચરનો એક સિમ્ફની હતો, જેમાં સંપૂર્ણ રીતે કેરેમલાઇઝ્ડ ખાંડનો પોપડો હતો જે ચમચીની નીચે આનંદથી વિખેરાઈને નીચે સુંવાળી, ક્રીમી કસ્ટાર્ડ દેખાઈ આવતી હતી. દરેક પીરસવાને તાજા રાસબેરી અને ફુદીનાના ટુકડાથી

શણગારવામાં આવ્યું હતું, જે સમૃદ્ધ મીઠાઈમાં તેજનો સ્પર્શ ઉમેરતું હતું.

ચોકલેટ ફોન્ડન્ટ:

ચોકલેટ પ્રેમીઓ માટે એક આનંદદાયક પસંદગી, ચોકલેટ ફોન્ડન્ટ એક પીગળેલું અજાયબી હતું. આ સમૃદ્ધ, ડાર્ક ચોકલેટ કેકને કાપવામાં આવી ત્યારે, તેમાં વહેતું, ચીકણું કેન્દ્ર દેખાયું જે તેની સાથે વેનીલા બીન આઇસ્ક્રીમ અને રાસ્પબેરી કુલીસના ઝરમર સાથે સુંદર રીતે જોડાયેલું હતું.

સહાય અને પીણાં:

ભોજન દરમ્યાન, મહેમાનોએ કાળજીપૂર્વક પસંદ કરેલા મોકટેલનો આનંદ માણ્યો, જેમાં એપેટાઇઝર અને સૂપ માટે ક્રિસ્પ, તાજગી આપનારા સફરજનના રસનો સમાવેશ થયો, ત્યારબાદ મુખ્ય વાનગીઓને પૂરક બનાવવા માટે મજબૂત, સંપૂર્ણ બોડીવાળા એવોકાડો મિશ્રણનો સમાવેશ થયો. મીઠાઇને નાજુક મોસ્કાટો ડી'અસ્ટી સાથે જોડી દેવામાં આવી હતી, તેની હળવી મીઠાશ ક્રીમ રાજભોગ અને ચોકલેટ ફોન્ડન્ટના સમૃદ્ધ સ્વાદને સંતુલિત કરે છે.

ભોજનના સમાપન માટે, વિવિધ પ્રકારની સ્વાદિષ્ટ કોફી અને ઉત્તમ ચા પીરસવામાં આવી હતી, સાથે પેટિટ ફોર્સ અને ચોકલેટ ટ્રફલ્સની થાળી પણ પીરસવામાં આવી હતી, જે એક ભવ્ય ભોજન સમારંભનો સંપૂર્ણ અંત લાવે છે. રાત્રિભોજનનો

દરેક કોર્સ રાંધણ કલાત્મકતાનો પુરાવો હતો, જેણે સાંજને અજોડ વૈભવી વાતાવરણમાં ઉત્તમ ભોજનનો અવિસ્મરણીય ઉજવણી બનાવી. દેવાંગભાઇએ મેનેજરને તેમના સ્ટાફ સભ્યોમાં વહેંચવા માટે મોટી રકમ આપી. રાત્રિભોજન પછી તેઓ બધા વિખેરાઇ ગયા અને પોતપોતાના ગુફા તરફ આગળ વધ્યા.

બધા સભ્યો તેમના વ્યસ્ત પ્રવાસથી કંટાળી ગયા હતા. તે બધા વિરામ લેવા માંગતા હતા. કોઇએ પોતાની ઘડિયાળો જોવાની તસ્દી લીધી નહીં. પાર્થ સ્વરાંજલિને પલંગ પરથી ઊઠવા દેવા તૈયાર નહોતો. ખૂબ સમજાવટથી સ્વરાંજલિ ફ્રેશ થવા માટે પથારીમાંથી નીચે આવી શકી. બીજા દિવસે તેઓ મોડા ઉઠ્યા, નાસ્તો મોડો કર્યો અને બપોરનું ભોજન ખૂબ મોડું કર્યું. બપોરની ઊંઘ પછી, બધા નવી ક્રિયા માટે ફ્રેશ હતા. સ્વરાંજલિએ એક પ્રસ્તાવ રજૂ કર્યો. "ડેક પર ગરબા કેમ ન ગોઠવાય?"

ડેક પર ગરબા:

એવું કહેવાય છે કે જો ત્રણ ગુજરાતીઓ થોડા સમય માટે ભેગા થાય, તો તેઓ પોતે જ ગરબા નૃત્ય શરૂ કરશે. કોલકાતામાં પણ ઘણા ગુજરાતીઓ છે. તેથી ક્રુઝ પર કેટલાક ગુજરાતીઓ મુસાફરી કરી રહ્યા છે કે કેમ તે શોધવામાં કોઇ નુકસાન નથી. તારણહાર મામાજી મેનેજરના રૂમમાં

ગયા. થોડી વાર પછી જાહેરાત થઈ: ધ્યાન આપો; સાંજે છ વાગ્યે અડધા કલાક પછી સ્વિમિંગ પુલની આસપાસ ગરબા નૃત્ય થશે. ભાગ લેવા માંગતા લોકોને શક્ય તેટલી વહેલી તકે સ્વિમિંગ પૂલની નજીક આવવા વિનંતી છે. શ્રેષ્ઠ પ્રદર્શન કરનારને ક્રૂઝ મેનેજમેન્ટ દ્વારા સન્માનિત કરવામાં આવશે. વૈભવી ક્રૂઝ લાઇનરના ડેક પર ગરબા પૂજન સમારોહ પૂર્ણ થયો ત્યારે સાંજની હવા દરિયાઈ પવન સાથે સુગંધિત અને તાજગીભરી હતી. રોશનીથી સજેલા સ્વિમિંગ પુલની આસપાસ, ભવ્ય ગરબા નૃત્ય કાર્યક્રમ માટે સ્ટેજ તૈયાર કરવામાં આવ્યો હતો. ડેકને જીવંત સજાવટ, પરંપરાગત રંગોળી ડિઝાઇન અને ચમકતી પરી લાઇટોથી શણગારવામાં આવ્યું હતું, જે સહભાગીઓ અને દર્શકો બંને પર ઉત્સવની ચમક ફેલાવી રહ્યું હતું.

ઔપચારિક ગરબા (દેવી શક્તિ) પૂજન પૂરું થતાં, ડેક પર એક ઉત્સુકતાનો માહોલ છવાઈ ગયો. ફાલ્ગુની પાઠકનો મધુર અવાજ વાતાવરણમાં છવાઈ ગયો, તેના પ્રતિષ્ઠિત ગીતો તરત જ ઓળખી શકાયા અને બધા દ્વારા પ્રિય બન્યા. "મૈંને પાયલ હૈ છંકયી" ના શરૂઆતના શબ્દોએ દર્શકોમાં ઉત્સાહની લહેર ફેલાવી દીધી. પૂલ પાસે ઉભેલા ડીજેએ ખાતરી કરી કે સંગીત મોટેથી અને સ્પષ્ટ હોય, જે દરેકને ઉજવણીમાં ખેંચી લે. કોઈને અંદાજ નહોતો કે ઘણા બધા ગુજરાતીઓ કોસ્ચ્યુમ પહેરીને આવ્યા હશે. ચારેય પણ તૈયાર હતા.

અરવિંદ ઘોષ

રંગબેરંગી ચણિયા ચોળી અને કેડીયુ પહેરેલા પચાસ ઉત્સાહી મુસાફરોએ પૂલની આસપાસ એક મોટું વર્તુળ બનાવ્યું. સ્ત્રીઓના સ્કર્ટ ફરતા ફરતા સુંદર રીતે ફરતા હતા, જે રંગ અને લયનો એક મંત્રમુગ્ધ કરનારો નજારો બનાવે છે. પુરુષોના પોશાક, એટલા જ જીવંત, ઉત્સવના મૂડને પૂરક બનાવતા હતા. સહભાગીઓએ પરંપરાગત ગરબા સ્ટેપ્સથી શરૂઆત કરી, તેમની ગતિવિધિઓ ઢોલના તાલ અને રાતભર ગૂંજતી તાળીઓના ગડગડાટ સાથે સંપૂર્ણ સુમેળમાં હતી.

ફાલ્ગુની પાઠકનો અવાજ ટૂંક સમયમાં કીર્તિદાન ગઢવી અને ગીતા રબારી જેવા અન્ય જાણીતા ગુજરાતી ગાયકો સાથે જોડાયો. તેમના ગીતો, જેમાં ભાવનાત્મક "ઓઘનીઓધુ" થી લઇને ઉત્સાહી "રાધા ને શ્યામ માલી જાયે" સુધીનો સમાવેશ થાય છે, એ સંગીતમય ટેપેસ્ટ્રી બનાવી જે દરેકને ગુજરાતના હૃદય સુધી લઇ ગઈ. દરેક ગીત નર્તકોમાં નવી શક્તિનો સંચાર કરતું હોય તેવું લાગતું હતું, તેમના પગલાં વધુ જટિલ અને આનંદદાયક બનતા જતા હતા.

પૂલની આસપાસ, અન્ય મુસાફરો આનંદથી જોઇ રહ્યા હતા, તેમના ચહેરા સ્મિતથી ચમકી રહ્યા હતા અને તેમના હાથ પ્રોત્સાહિત કરવા તાળીઓ પાડી રહ્યા હતા. કેટલાક લોકો જૂથોમાં ઉભા રહ્યા, સંગીતના તાલે ઝૂમી રહ્યા, જ્યારે કેટલાક લોકોએ આ જીવંત દ્રશ્યને તેમના ફોનમાં કેદ કર્યું.

વાતાવરણ વિધુત હતું, ગરબા નૃત્યની ચેપી ઉર્જાથી ભરેલું હતું.

જેમ જેમ સાંજ પડતી ગઈ તેમ તેમ સંગીતનો ટેમ્પો વધતો ગયો, અને નર્તકોનો ઉત્સાહ પણ વધતો ગયો. વર્તુળ સંપૂર્ણ સુમેળમાં વિસ્તર્યું અને સંકોચાયું, નર્તકોના પગ લગભગ કૃત્રિમ ઊંઘની ચોકસાઈ સાથે હલનચલન કરી રહ્યા હતા. જટિલ રચનાઓ બનાવવામાં આવી અને દોષરહિત રીતે અમલમાં મૂકવામાં આવી ત્યારે હાસ્ય અને ઉલ્લાસ ગુંજી ઉઠ્યો. મુસાફરોમાં મિત્રતા સ્પષ્ટ દેખાતી હતી, દરેકે સાંજના જીવંત મોઝેકમાં ફાળો આપ્યો.

રાત્રિનું મુખ્ય આકર્ષણ ત્યારે બન્યું જ્યારે ક્રુઝ મેનેજમેન્ટે શ્રેષ્ઠ પ્રદર્શનકાર માટે એક નાની સ્પર્ધાની જાહેરાત કરી. નર્તકોએ પોતાનું સર્વસ્વ આપી દીધું હોવાથી, તેમની ગતિવિધિઓ વધુ ઉત્સાહી અને વિસ્તૃત બનતી ગઈ હોવાથી ઉત્સાહ સ્પષ્ટપણે જોવા મળતો હતો. ભીડનો ઉત્સાહ વધુ વધતો ગયો, જેનાથી ઉત્સવનો ઉત્સાહ વધતો ગયો.

અંતે, "વલમ આવો ને" ગીતના ઉત્સાહજનક પ્રદર્શન પછી, ક્રુઝ ડિરેક્ટર વિજેતાની જાહેરાત કરવા માટે આગળ આવ્યા. ખુશી અને પરસેવાથી ચમકતી એક યુવતીને રાત્રિની શ્રેષ્ઠ કલાકાર જાહેર કરવામાં આવી. તેણીને સુંદર રીતે બનાવેલી ટ્રોફી અને ફૂલોના ગુલદસ્તાથી સન્માનિત કરવામાં આવી, તેના સાથી મુસાફરો તાળીઓ પાડી રહ્યા હતા

અરવિંદ ઘોષ

અને પ્રશંસામાં ઉત્સાહિત થયા હતા. વિજેતા માટે પૂરક રાત્રિભોજનની જાહેરાત કરવામાં આવી હતી.

ક્રુઝ લાઇનરના સ્વિમિંગ પુલની આસપાસ ગરબા નૃત્ય કાર્યક્રમ ખૂબ જ સફળ રહ્યો, તે રાત તેજસ્વી રંગો, આનંદી સંગીત અને ઉત્સાહી નૃત્યથી ભરેલી હતી જે બધાને યાદ રહેશે. જેમ જેમ ફાલ્ગુની પાઠકના ગીતોના અંતિમ સૂર રાતમાં ઝાંખા પડતા ગયા, મુસાફરો વિખેરાઈ ગયા, તેમના હૃદય ઉત્સવના આનંદથી ભરાઈ ગયા જે ફક્ત ગરબા નૃત્ય જ લાવી શકે છે.

પાર્થ, સ્વરાંજલિ, કાવ્યા અને ભાવિક પણ થાકેલા હતા. જોકે વરિષ્ઠ વિધાર્થીઓએ થોડા સમય માટે ગરબામાં ભાગ લીધો હતો, તેઓ એટલા થાકેલા નહોતા. બધાએ ખૂબ જ હળવું રાત્રિભોજન લીધું. ક્રુઝ તેના આગામી ગંતવ્ય 'બોધગયા' ની નજીક આવી રહ્યું હતું. તે મધ્યરાત્રિએ ત્યાં પહોંચશે અને દિવસ માટે લંગર કરશે.

ક્રુઝ લાઇનરના વૈભવી કેબિનના નાના પોર્થોલમાંથી સવારનો પહેલો પ્રકાશ ઝબકતા જ સ્વરાંજલિ સંતોષના નિસાસા સાથે જાગી ગઈ. વહાણનો હળવો હલનચલન અને સમુદ્રના મોજાઓનો શાંત ગુંજારવ તેના હનીમૂન માટે એક સંપૂર્ણ પૃષ્ઠભૂમિ હતો. પાર્થ જાગી ન જાય તે માટે શાંતિથી, તે પથારીમાંથી ઊઠી અને બાથરૂમ તરફ ગઈ.

ગરમ પાણી તેના પર વહેતું હતું, ઊંઘના અવશેષોને ધોઈ નાખતું હતું અને તેને તાજગીની લાગણીથી ભરી દેતું હતું. જ્યારે તે શાવર નીચે ઉભી હતી, ત્યારે તેનું મન છેલ્લા કેટલાક દિવસોની ઘટનાઓ, હાસ્ય, વહેંચાયેલા રહસ્યો, તારાઓ નીચે ફુસફુસાતા વચનો તરફ ભટકતું હતું. તે એક સ્વપ્ન સાકાર થયું, અને પાર્થ સાથેની આ સુંદર સફર માટે તેણીને ઊંડી કૃતજ્ઞતાનો અનુભવ થયો.

સ્નાન કર્યા પછી, સ્વરાંજલિએ પોતાને એક આલીશાન, સફેદ ટુવાલમાં લપેટી લીધી. તેણીએ તેના જાડા, વાંકડિયા વાળમાંથી વધારાનું પાણી નિચોવી નાખ્યું, જેનાથી તે તેના ખભાની આસપાસ ભીના અને જંગલી રહ્યા. તેણીએ અરીસામાં પોતાના પ્રતિબિંબ તરફ નજર કરી, તેના ગાલ ઉત્સાહ અને ખુશીથી છલકાઈ ગયા.

બાથરૂમમાંથી બહાર નીકળતાં તેણે જોયું કે પાર્થ હજુ પણ શાંતિથી સૂઈ રહ્યો છે, તેનો ચહેરો શાંત અને સુંદર હતો. એક-બે મિનિટ માટે તે આસપાસના વાતાવરણનો આનંદ માણવા માંગતી હતી: સૂતેલા પાર્થને થોડો વધુ સમય જોવા માંગતી હતી. થોડા અઠવાડિયા પહેલા તે આ સુંદર માણસને ઓળખતી નહોતી. આજે તે તેનું જીવન છે. એક રમતિયાળ વિચાર તેને સૂઝ્યો અને તે પલંગ પર પગ મૂકીને ગઈ, તેની આંખોમાં તોફાન ચમકી રહ્યું હતું. તેની બાજુમાં ઉભી રહીને, તેણીએ હળવેથી માથું હલાવ્યું, તેના વાળમાંથી પાણીના

નાના ટીપા હવામાં ઉડતા રહ્યા. તે પાર્થના ચહેરા પર હળવેથી પડ્યા, અને તે હલવા લાગ્યો, તેની આંખો ખુલી ગઈ.

પાણીને ઝબકાવતા, પાર્થે તેની સામેના દ્રષ્ટિકોણ પર ધ્યાન કેન્દ્રિત કર્યું. સ્વરાંજલિ, તેના વાળ ભીના, ગૂંચવાયેલા પ્રભામંડળ જેવા, તેની આંખો પ્રેમ અને મનોરંજનથી ભરેલી. તે હસ્યા વગર રહી શક્યો નહીં. "શુભ સવાર, સુંદર," તેણે ગણગણાટ કર્યો, તેનો અવાજ ઊંઘથી કર્કશ હતો.

સ્વરાંજલિ હળવેથી હસ્યા, પાર્થના કાનમાં એ અવાજ કોઈ સૂર જેવો ગુંજી રહ્યો. "ગુડ મોર્નિંગ, સ્લીપીહેડ," તેણીએ જવાબ આપ્યો, તેનો સ્વર ચીડવતો હતો. તે નજીક ઝૂકી, તેના ફૂલોના શેમ્પૂની સુગંધ હવામાં ફેલાઈ ગઈ. પાર્થે હાથ લંબાવીને તેનું કાંડું પકડ્યું, તેની પકડ નરમ પણ મજબૂત હતી. એક ઝડપી ગતિએ, તેણે તેણીને પલંગ પર નીચે ખેંચી અને તે ખુશ હાંફીને તેના પર પડી.

તેના વાળ પડદાની જેમ તેમની આસપાસ છવાયેલા હતા, જેનાથી તે બંને માટે એક ખાનગી દુનિયા બની ગઈ. પાર્થે તેની તરફ ઉપર જોયું ત્યારે તેની આંખો પ્રેમથી ચમકી ગઈ. "તું દેવદૂત જેવો લાગે છે," તેણે ધીમેથી કહ્યું, તેના ચહેરા પરથી ભીના વાળ દૂર કર્યા. "મારા માટે એક દેવદૂત મોકલવામાં આવ્યો છે."

તેના શબ્દો સાંભળીને સ્વરાંજલિનું હૃદય ધડકી ઊઠ્યું. તેણીને આ માણસ માટે હૂંફ અને પ્રેમનો અનુભવ થયો, જે તેનું બધું બની ગયો હતો. "અને તું, મારા પ્રેમ, ચમકતા બખ્તરમાં મારો શૂરવીર છે," તેણીએ તેના ચહેરાની રેખાઓ શોધીને, તેની આંગળીઓથી ફફડાટથી કહ્યું.

પાર્થે તેના પર પોતાનો હાથ મજબૂત કર્યો, તેમના ચહેરા એટલા નજીક હતા કે તે તેના હોઠ પર તેનો શ્વાસ અનુભવી શકતી હતી. "હું તમને ક્યારેય જવા દેવા માંગતો નથી," તેણે કહ્યું, તેનો અવાજ નિષ્ઠાથી ભરેલો હતો.

એક ક્ષણ માટે, તેઓ એમ જ રહ્યા, એકબીજાના આલિંગનમાં લપેટાયેલા, બહારની દુનિયા ભૂલી ગયા. પછી, તેની આંખમાં રમતિયાળ ચમક સાથે, સ્વરાંજલિ તેના હાથમાંથી છટકી ગઈ અને મુક્ત થઈ ગઈ. તે ઉભી થઈ, તેનો ટુવાલ તેની સાથે ચોંટી ગયો, અને એક ડગલું પાછળ હટી ગઈ.

"જો તમે કરી શકો તો મને પકડો," તેણીએ પડકાર ફેંક્યો, તેના હોઠ પર એક તોફાની સ્મિત રમતું હતું.

નાના કેબિનમાં ગુંજતો અવાજ સાંભળીને પાર્થ હસ્યો. "તમે ચાલુ છો," તેણે કહ્યું, નવી ઉર્જા સાથે પથારીમાંથી બહાર આવ્યો.

અરવિંદ ઘોષ

અને તેથી, દિવસની શરૂઆત હાસ્ય અને પ્રેમ સાથે થઈ, તેમના અવિસ્મરણીય હનીમૂન પર બીજા દિવસની સંપૂર્ણ શરૂઆત.

તેમને ખ્યાલ આવ્યો કે વહાણ આગળ વધી રહ્યું નથી. તેઓ સ્યુટમાંથી બહાર આવ્યા અને જોયું કે તે ઊભું હતું. "ઓહ! "આપણે ગયા પહોંચી ગયા છીએ." પાર્થે કહ્યું. ઉતાવળે તેઓ પોશાક પહેરીને બીજા જૂથના સભ્યો પાસે આવ્યા. તેઓએ જોયું કે જૂથ ડાઇનિંગ ટેબલ પર બેઠું હતું અને નાસ્તા માટે તેમની રાહ જોઈ રહ્યું હતું.

સ્વરાંજલિ અને પાર્થ ડાઇનિંગ ટેબલ તરફ ગયા. ગ્રુપના સભ્યો ઉત્સાહથી વાતો કરી રહ્યા હતા અને નાસ્તાની રાહ જોઈ રહ્યા હતા. સવારનો સૂર્યપ્રકાશ મોટી બારીઓમાંથી પસાર થઈને સુંદર રીતે ગોઠવેલા ટેબલ પર ગરમ ચમક ફેલાવી રહ્યો હતો. તાજા તૈયાર કરેલા ખોરાકની સુગંધ હવામાં ફેલાઈ ગઈ, જે સ્વાદિષ્ટ ભોજનનું વચન આપતી હતી. જેમ જેમ તેઓ જૂથમાં જોડાયા, સ્વરાંજલિએ ખુશખુશાલ સ્મિત સાથે બધાનું સ્વાગત કર્યું. "સુપ્રભાત! મને આશા છે કે તમે બધા ભૂખ્યા હશો કારણ કે આપણી આગળ મિજબાની છે." ક્રુઝ લાઇનરના સર્વરો, દોષરહિત પોશાક પહેરીને, પરંપરાગત ગુજરાતી નાસ્તાની વાનગીઓનો સંગ્રહ લાવ્યા, દરેક વાનગી છેલ્લી વાનગી કરતાં વધુ આકર્ષક હતી.

સૌથી પહેલા રુંવાટીદાર, સોનેરી ઢોકળા આવ્યા. આ બાફેલા ચણાના લોટના કેકને સરસવના દાણા, કઢી પત્તા અને તાજા છીણેલા નારિયેળથી સજાવવામાં આવ્યા હતા, અને તેને તીખી લીલી ચટણી અને મીઠી આમલીની ચટણી સાથે પીરસવામાં આવ્યા હતા. સ્વરાંજલિએ ખાતરી કરી કે દરેકને ઉદારતાથી ભાગ મળે, કારણ કે તે જાણીને કે તેના કેટલા મિત્રો આ સ્વાદિષ્ટ વાનગીને પસંદ કરે છે. એક ક્ષણ માટે તેને તેની મિત્ર સંગીતાની યાદ આવી.

આગળ પીરસવામાં આવતી વાનગી ખાંડવી હતી, ચણાના લોટ અને દહીંમાંથી બનાવેલા નાજુક રોલ્સ, જે સરસવ અને તલના બીજના મિશ્રણથી શણગારેલા હતા. તેમની રેશમી રચના અને હળવો મસાલેદાર સ્વાદ તરત જ લોકપ્રિય બન્યો. ઘઉંના લોટ અને મેથીના પાનમાંથી બનેલા પાતળા ફ્લેટબ્રેડ, થેપલા, સાથે અથાણાં અને દહીંનો ઉપયોગ કરવામાં આવતો હતો. આ તેમની વૈવિધ્યતા અને આરામદાયક સ્વાદને કારણે જૂથમાં પ્રિય હતા. ત્યારબાદ સેવા આપનારાઓએ દૂધી અને મસાલાવાળા લોટમાંથી બનાવેલા મુઠિયા, બાફેલા અને હળવા તળેલા ડમ્પલિંગ બહાર પાડ્યા. તેમની અનોખી રચના અને સ્વાદ તેમનાથી અજાણ લોકો માટે એક આનંદદાયક આશ્ચર્ય હતા. તેની સાથે ચોખા અને મસૂરના ખીરામાંથી બનાવેલા હેન્ડવો, સ્વાદિષ્ટ કેક પણ

હતા, જે બાહ્ય રીતે કડક અને આંતરિક રીતે નરમ હતા.

ટેબલની મધ્યમાં પોહાનો એક મોટો બાઉલ મૂકવામાં આવ્યો હતો, જે મગફળી, કઢી પત્તા અને તાજા લીંબુના ટુકડાથી સજાવેલો હતો. હળવા અને રુંવાટીવાળું ચપટા ભાતની વાનગી, તેના સૂક્ષ્મ મસાલાઓ સાથે, આ વાનગીમાં એક તાજગીભર્યો ઉમેરો હતો. ફાફડા અને જલેબી, એક ઉત્તમ મિશ્રણ, ભોજન સમારંભ પૂર્ણ કરી રહ્યા હતા. ચણાના લોટમાંથી બનેલો ક્રન્ચી, સ્વાદિષ્ટ ફાફડો મીઠી, ચાસણી જેવી જલેબી સાથે સંપૂર્ણ રીતે જોડાય છે, જે સ્વાદનું સુમેળભર્યું સંતુલન બનાવે છે.

જેમ જેમ જૂથ ભવ્ય ભોજનમાં ડૂબકી લગાવતું ગયું, તેમ તેમ હાસ્ય અને વાતચીત મુક્તપણે વહેતી થઈ. ક્રુઝ લાઇનરના સર્વર્સ સાથે દેખરેખ રાખતી સ્વરાંજલિએ ખાતરી કરી કે દરેકને જે જોઈએ છે તે મળે અને ખોરાક ઝડપથી ભરાઈ જાય. તે ટેબલો વચ્ચે સુંદર રીતે આગળ વધી રહી હતી, બધા નાસ્તાનો આનંદ માણી રહ્યા હતા તે જોઈને તેની આંખો ખુશીથી ઝબકી રહી હતી.

બા જ્યાં બેઠી હતી તે ટેબલના માથા પાસે બેઠેલા પાર્થે સ્વરાંજલિ સાથે જાણીતું સ્મિત આપ્યું. "તમે તમારી જાતને પાછળ છોડી દીધી છે," તેણે ઢોકળાનો સ્વાદ માણતા પ્રશંસા કરી. "આ અત્યાર સુધીનો સૌથી સારો નાસ્તો છે."

આ જૂથે તેમની લાગણીઓનો પડઘો પાડ્યો, સ્વાદિષ્ટ ભોજન અને દરેક વાનગી પાછળની વિચારશીલતા માટે તેમની પ્રશંસા વ્યક્ત કરી. અસલી સ્વાદ અને મિત્રોની મિત્રતાના મિશ્રણે ભોજનને એક અવિસ્મરણીય અનુભવ બનાવ્યો. જેમ જેમ તેઓએ નાસ્તાનો છેલ્લો ભાગ માણ્યો, તેમનો મૂડ સંતોષ અને ખુશીનો હતો, તેમની અદ્ભુત યાત્રાના બીજા દિવસની સંપૂર્ણ શરૂઆત.

એક જાહેરાત આવી, બધાને ડેકના પહેલા માળે આવેલા ક્રૂઝ લાઇનરના એસેમ્બલી હોલમાં ભેગા થવાનું કહેવામાં આવ્યું. મુસાફરો શહેરની શોધખોળ કરવા માટે ઉતરે તે પહેલાં, બ્રીફિંગ આપવામાં આવશે. બધા બ્રીફિંગ એરિયામાં ભેગા થયા. તે ખૂબ મોટો બેન્ક્વેટ હોલ હતો. વક્તાએ બોધગયા શહેરનું મહત્વ વર્ણવ્યું. તેમણે પાવર પોઇન્ટ સ્લાઇડ્સનો ઉપયોગ કરીને ઝીણવટભર્યું વર્ણન આપ્યું. તેમણે પોતાની વાર્તા નીચે મુજબ આપી:

સ્લાઇડ એક: બોધગયા: જ્ઞાન પ્રાપ્તિનું પવિત્ર સ્થાન

ભારતના બિહાર રાજ્યમાં આવેલું એક નાનું શહેર, બોધગયા, વિશ્વના સૌથી આદરણીય તીર્થસ્થળોમાંનું એક છે. અહીં સિદ્ધાર્થ ગૌતમ, જે પાછળથી બુદ્ધ તરીકે જાણીતા થયા, તેમને ૨,૫૦૦ વર્ષ પહેલાં બોધિ વૃક્ષ નીચે જ્ઞાન પ્રાપ્ત થયું હતું. આ પવિત્ર

અરવિંદ ઘોષ

સ્થળ અસંખ્ય યાત્રાળુઓ અને મુલાકાતીઓને આકર્ષે છે જેઓ આ પવિત્ર સ્થળના ગહન આધ્યાત્મિક વારસા અને શાંત વાતાવરણ સાથે જોડાવા માંગે છે.

સ્લાઇડ બે: બોધિ વૃક્ષ:

બોધગયાના હૃદયમાં મહાબોધિ મંદિર સંકુલ આવેલું છે, જે યુનેસ્કોની વિશ્વ ધરોહર સ્થળ છે, અને તેની જમીનમાં સુપ્રસિદ્ધ બોધિ વૃક્ષ (ફિકસ રિલિજીઓસા) આવેલું છે. આ વૃક્ષ મૂળ બોધિ વૃક્ષનું સીધું વંશજ છે, જેના નીચે બુદ્ધે ધ્યાન કર્યું હતું અને જ્ઞાન પ્રાપ્ત કર્યું હતું. વર્તમાન બોધિ વૃક્ષ, જેને "બો વૃક્ષ" અથવા "બોધિ વૃક્ષ" તરીકે પણ ઓળખવામાં આવે છે, તે વિશ્વભરના બૌદ્ધો દ્વારા પૂજનીય છે. બોધિ વૃક્ષ એક પ્રાચીન, ફેલાયેલું વૃક્ષ છે જે હૃદય આકારના પાંદડાઓનો ગાઢ છત્ર ધરાવે છે. તે મૌર્ય કાળની પથ્થરની રેલિંગથી ઘેરાયેલું છે, જે બુદ્ધના જીવનના દ્રશ્યો દર્શાવતી જટિલ કોતરણીથી શણગારેલું છે. યાત્રાળુઓ ઘણીવાર તેની છાયા નીચે બેસે છે, ધ્યાન કરે છે અથવા ફક્ત શાંત વાતાવરણને શોષી લે છે, સદીઓ પહેલા અહીં બનેલી યાદગાર ઘટના સાથે ઊંડો જોડાણ અનુભવે છે.

સ્લાઇડ ત્રણ: મહાબોધિ મંદિર:

બોધિ વૃક્ષની બાજુમાં મહાબોધિ મંદિર આવેલું છે, જે ભારતની સૌથી જૂની ઇંટની રચનાઓમાંની એક

છે અને ભારતીય સ્થાપત્યની શ્રેષ્ઠ કૃતિ છે. મંદિરનો ઉંચો શિખર, લગભગ 55 મીટર ઉંચો છે, તેને એક વિશાળ, સોનાનો ઢોળ ચડાવેલો અંતિમ મુગટ પહેરાવવામાં આવ્યો છે. આ મંદિર ઉત્કૃષ્ટ કોતરણી અને શિલ્પોથી શણગારેલું છે જે બુદ્ધની જ્ઞાન પ્રાપ્તિ સુધીની યાત્રાની વાર્તા વર્ણવે છે. મંદિરની અંદર, મુખ્ય ગર્ભગૃહમાં "ભૂમિસ્પર્શ મુદ્રા" (પૃથ્વી સ્પર્શી મુદ્રા) માં બુદ્ધની એક મોટી સોનાની પ્રતિમા છે, જે તેમના જ્ઞાન પ્રાપ્તિના ક્ષણનું પ્રતીક છે. આ પ્રતિમા શાંતિ અને શાંતિની ભાવના પ્રગટ કરે છે, જે યાત્રાળુઓને ચિંતન અને શ્રદ્ધાની સ્થિતિમાં ખેંચે છે.

સ્લાઇડ ચાર: વજાસન (હીરા સિંહાસન)

મહાબોધિ મંદિર સંકુલમાં, બોધિ વૃક્ષની નીચે, વજાસન અથવા ડાયમંડ સિંહાસન આવેલું છે. આ પથ્થરનો સ્લેબ એ જ સ્થળને ચિહ્નિત કરે છે જ્યાં બુદ્ધ 49 દિવસ સુધી ધ્યાન કરી રહ્યા હતા અને જ્ઞાન પ્રાપ્ત કર્યું હતું. વજાસનને બોધગયામાં સૌથી પવિત્ર સ્થળ માનવામાં આવે છે, અને વિશ્વભરના યાત્રાળુઓ આ પવિત્ર સ્થળ પર શ્રદ્ધાંજલિ આપવા અને ધ્યાન કરવા આવે છે.

સ્લાઇડ પાંચ: અનિમેષ લોચના ચૈત્ય:

મહાબોધિ મંદિરની ઉત્તરે અનિમેષ લોચના ચૈત્ય આવેલું છે, જે એક નાનું મંદિર છે જે તે સ્થળને ચિહ્નિત કરે છે જ્યાં બુદ્ધે તેમના જ્ઞાન પ્રાપ્તિ પછી

અરવિંદ ઘોષ

બીજા અઠવાડિયામાં વિતાવ્યો હતો. એવું માનવામાં આવે છે કે તેઓ અહીં કૃતજ્ઞતા અને આદરમાં બોધિ વૃક્ષ તરફ આંખ મીંચીને જોતા ઉભા હતા. "અનિમેશ લોયના" નામનો અર્થ "ઝબકતી આંખો" થાય છે, જે બુદ્ધના ધ્યાન દરમિયાન તેમને આશ્રય આપનાર વૃક્ષ પ્રત્યેના ઊંડા ચિંતન અને કૃતજ્ઞતાનું પ્રતીક છે.

સ્લાઇડ છ: રત્નાગર ચૈત્ય:

મહાબોધિ મંદિર સંકુલની અંદર રત્નાગર ચૈત્ય અથવા રત્ન ગૃહ એક મહત્વપૂર્ણ સ્થળ છે. તે તે સ્થાનને ચિહ્નિત કરે છે જ્યાં બુદ્ધે ત્રીજો અઠવાડિયું ધ્યાનમાં વિતાવ્યું હતું, તેમણે જે ગહન સત્યો સાકાર કર્યા હતા તેના પર ચિંતન કર્યું હતું. આ મંદિર જટિલ કોતરણી અને મૂર્તિઓથી શણગારેલું છે, જે બુદ્ધના જીવનના વિવિધ દ્રશ્યો અને તેમના જ્ઞાનપ્રાપ્તિના માર્ગને દર્શાવે છે.

સ્લાઇડ સાત: મુચાલિંડા તળાવ:

મહાબોધિ મંદિર સંકુલની દક્ષિણે મુચાલિંડા તળાવ આવેલું છે, જેનું નામ સર્પ રાજા મુચાલિંડાના નામ પરથી રાખવામાં આવ્યું છે. દંતકથા અનુસાર, જ્ઞાન પ્રાપ્તિ પછી છઠ્ઠા અઠવાડિયા દરમિયાન, બુદ્ધ આ તળાવની બાજુમાં ધ્યાન કરી રહ્યા હતા ત્યારે એક મોટું તોફાન આવ્યું. મુચાલિન્દ, સર્પ રાજા, તળાવમાંથી બહાર આવ્યો અને બુદ્ધની આસપાસ ફર્યો, અને પોતાના ફૂદડા વડે તેમને તત્વોથી

બચાવ્યા. આ ઘટના દર્શાવતી એક પ્રતિમા તળાવના કિનારે ઉભી છે, જે મુલાકાતીઓને બુદ્ધના શાંત સંયમ અને તેમને મળેલા દૈવી રક્ષણની યાદ અપાવે છે.

સ્લાઇડ આઠ: ચક્રમણ માર્ગ:

ચક્રમણ માર્ગ, જેને રત્ન પદયાત્રા તરીકે પણ ઓળખવામાં આવે છે, તે માર્ગ છે જ્યાં બુદ્ધ તેમના જ્ઞાન પ્રાપ્તિ પછીના ચોથા અઠવાડિયા દરમિયાન આગળ પાછળ ચાલ્યા હતા. આ પગદંડી કમળથી સજ્જ છે, જે બુદ્ધના ઉપદેશો સાથે સંકળાયેલી શુદ્ધતા અને આધ્યાત્મિક ઉન્નતિનું પ્રતીક છે. યાત્રાળુઓ ઘણીવાર આ માર્ગ પર ચાલે છે, બુદ્ધની યાત્રા અને તેમણે મેળવેલી ગહન આંતરદૃષ્ટિ પર ચિંતન કરે છે.

સ્લાઇડ નવ: મહાન બુદ્ધ પ્રતિમા:

મહાબોધિ મંદિર સંકુલથી થોડે દૂર મહાન બુદ્ધ પ્રતિમા છે, જે ધ્યાન મુદ્રામાં બેઠેલી બુદ્ધની 25 મીટર ઊંચી વિશાળ પ્રતિમા છે. રેતીના પથ્થર અને લાલ ગ્રેનાઇટથી બનેલી આ પ્રભાવશાળી પ્રતિમાનું ૧૯૮૯માં પ્રતિષ્ઠા કરવામાં આવી હતી અને ત્યારથી તે બોધગયામાં એક પ્રતિષ્ઠિત સીમાચિહ્ન બની ગઈ છે. સુંદર લેન્ડસ્કેપવાળા બગીચાઓ અને બુદ્ધના શિષ્યોની નાની મૂર્તિઓથી ઘેરાયેલું, મહાન બુદ્ધ પ્રતિમા બુદ્ધના ઉપદેશોના કાયમી વારસાનો પુરાવો છે.

સ્લાઇડ ટેન: વિવિધ મઠો:

બોધગયામાં વિવિધ દેશોના બૌદ્ધ સમુદાયો દ્વારા બાંધવામાં આવેલા અસંખ્ય મઠો અને મંદિરો છે, જે આ પવિત્ર સ્થળના વૈશ્વિક મહત્વને પ્રતિબિંબિત કરે છે. આ મઠો બૌદ્ધ ધર્મના વૈવિધ્યસભર સાંસ્કૃતિક અભિવ્યક્તિઓની ઝલક આપે છે.

થાઈ મઠ, તિબેટીયન મઠ, જાપાની નિપ્પોન્ઝાન મ્યોહોજી મંદિર અને ભૂટાની મઠ બોધગયામાં આંતરરાષ્ટ્રીય હાજરીના થોડા ઉદાહરણો છે. દરેક મઠની પોતાની અનોખી સ્થાપત્ય શૈલી અને આધ્યાત્મિક વાતાવરણ હોય છે, જે મુલાકાતીઓને સમૃદ્ધ અને વૈવિધ્યસભર અનુભવ પ્રદાન કરે છે.

સ્લાઇડ અગિયાર: ફાલ્ગુ નદીનું રહસ્ય:

પ્રાચીન ગયા શહેરમાંથી વહેતી ફાલ્ગુ નદી પૌરાણિક અને ઐતિહાસિક મહત્વથી ભરેલી છે. આ નદી, ભલે ઘણીવાર સપાટી પર સૂકી દેખાય છે, તે એક ઊંડો આધ્યાત્મિક સાર ધરાવે છે, જેમાં દૈવી અને નશ્વર ક્ષેત્રોને ગૂંથતી વાર્તાઓ છે.

ફાલ્ગુ નદી બોધગયા નજીકની ટેકરીઓમાંથી નીકળે છે અને ગયાના મેદાનોમાંથી પસાર થાય છે અને પછી પુનપુન નદીમાં ભળી જાય છે. ફાલ્ગુ નદીની એક અનોખી લાક્ષણિકતા તેનો દેખાવ છે; વર્ષના મોટાભાગના ભાગોમાં, નદીનો પટ રેતાળ અને સૂકો રહે છે, અને પાણી સપાટી નીચે વહેતું

રહે છે. આ ઘટનાએ ભૂસ્તરશાસ્ત્રીઓ અને ભક્તોને બંનેને આકર્ષિત કર્યા છે.

સ્લાઇડ બાર: પૌરાણિક મહત્વ:

ફાલ્ગુ નદી માત્ર એક ભૌગોલિક અસ્તિત્વ નથી પરંતુ હિન્દુ પૌરાણિક કથાઓમાં એક મહત્વપૂર્ણ તત્વ છે. તે ખાસ કરીને મહાકાવ્ય રામાયણ અને ભગવાન રામ અને સીતાને લગતી વાર્તા સાથેના જોડાણ માટે પ્રખ્યાત છે.

સ્લાઇડ તેર: રામ-સીતાની વાર્તા:

રામાયણ અનુસાર, ૧૪ વર્ષના વનવાસ દરમિયાન, ભગવાન રામ, તેમની પત્ની સીતા અને તેમના ભાઈ લક્ષ્મણ ભારતના વિવિધ ભાગોમાં ગયા હતા. તેમની યાત્રાનો એક મહત્વપૂર્ણ પ્રસંગ ગયામાં બન્યો. હિન્દુ પરંપરા 'પિંડ દાન' કરવાના મહત્વ પર ભાર મૂકે છે - જે મૃતકોના આત્માઓની શાંતિ માટે એક ધાર્મિક વિધિ છે. ભગવાન રામે ફાલ્ગુ નદીના કિનારે તેમના મૃત પિતા રાજા દશરથ માટે આ વિધિ કરવાનું નક્કી કર્યું.

તૈયારીઓ ચાલી રહી હતી, ત્યારે ભગવાન રામ સીતાને નદી કિનારે છોડીને જરૂરી વસ્તુઓ લેવા ગયા. તેણી રાહ જોઈ રહી હતી તેમ, દશરથનો આત્મા પ્રગટ થયો, ધાર્મિક વિધિ શરૂ થવાની આતુરતાથી. ભગવાન રામની ગેરહાજરીમાં, સીતાને મુશ્કેલીનો સામનો કરવો પડ્યો. રાજા દશરથનો આત્મા આગ્રહી અને બેચેન હોવાથી, સીતાએ

ઉપલબ્ધ સામગ્રી, મુઠ્ઠીભર રેતી અને નજીકના વડના ઝાડ, જેને અક્ષયવત વૃક્ષ તરીકે પણ ઓળખવામાં આવે છે, તેના ફળોનો ઉપયોગ કરીને જાતે ધાર્મિક વિધિ કરવાનું નક્કી કર્યું.

જ્યારે ભગવાન રામ પાછા ફર્યા અને તેમને આ વિધિ વિશે ખબર પડી, ત્યારે તેમને પરંપરાગત વસ્તુઓ વિના આયોજિત વિધિની પ્રામાણિકતા પર શંકા ગઈ. સીતાના વર્ણનની પુષ્ટિ કરવા માટે, તેણે સાક્ષીઓ માંગ્યા. ફાલ્ગુ નદી, એક ગાય, એક બ્રાહ્મણ પૂજારી અને વડનું ઝાડ હાજર હતા. જોકે, સીતાને નિરાશા થઈ, ફક્ત વડના ઝાડે જ તેની વાર્તાને ટેકો આપ્યો. બીજાઓની મૌન કે બેઈમાનીથી ગુસ્સે થઈને, તેણીએ તેમને શાપ આપ્યો.

સ્લાઇડ ચૌદ: શ્રાપ અને તેના પરિણામો:

સીતાના શાપના લાંબા ગાળાના પરિણામો હતા:

1. ફાલ્ગુ નદી: તેણીએ નદીને સપાટી પર સુકાઈ જવાનો શ્રાપ આપ્યો, જેનાથી સમજાવ્યું કે ભૂગર્ભમાં પાણી વહેતું હોવા છતાં ફાલ્ગુ નદી સૂકી નદીના પટ તરીકે કેમ દેખાય છે.

2. ગાય: તેણીએ ગાયને શ્રાપ આપ્યો કે તેને સતત વાગોળવું પડશે.

3. બ્રાહ્મણ: તેણીએ બ્રાહ્મણને શ્રાપ આપ્યો કે તેને જે મળ્યું તેનાથી ક્યારેય સંતુષ્ટ ન થાઓ.

સ્લાઇડ પંદર: ધાર્મિક અને સાંસ્કૃતિક મહત્વ

ફાલ્ગુ નદી અને અક્ષયવટ વૃક્ષનું ધાર્મિક મહત્વ ખૂબ જ છે. ભક્તો તેમના પૂર્વજો માટે પિંડદાન કરવા ગયા આવે છે, કારણ કે તેઓ માને છે કે અહીં કરવામાં આવતી ધાર્મિક વિધિઓ, ખાસ કરીને ફાલ્ગુ નદીના કિનારે, અજોડ પવિત્રતા ધરાવે છે અને મૃતકોના આત્માઓને શાંતિ આપે છે.

સ્લાઇડ સોળ: આધુનિક સમયની ગયા અને ફાલ્ગુ નદી:

આજે, ગયા એક ધમધમતું શહેર છે, અને ફાલ્ગુ નદી હજુ પણ ગહન ધાર્મિક પ્રવૃત્તિઓનું સ્થળ છે. યાત્રાળુઓ, ખાસ કરીને શુભ સમયગાળા દરમિયાન, પૂર્વજોના સંસ્કાર કરવા માટે ભેગા થાય છે. આ નદી, તેની અનોખી લાક્ષણિકતાઓ અને સમૃદ્ધ પૌરાણિક પૃષ્ઠભૂમિ સાથે, હિન્દુ સંસ્કૃતિની સ્થાયી શ્રદ્ધા અને પરંપરાઓનો પુરાવો છે.

સારમાં, ફાલ્ગુ નદી ફક્ત એક કુદરતી જળપ્રવાહ જ નથી; તે ભક્તોને તેમના પૂર્વજો અને પરમાત્મા સાથે જોડતી એક આધ્યાત્મિક જીવનરેખા છે, જે ભક્તિ, ફરજ અને દૈવી હસ્તક્ષેપની વાર્તાઓથી ભરેલી છે.

છેલ્લી સ્લાઇડ: નિષ્કર્ષ:

બોધગયા ફક્ત એક ઐતિહાસિક સ્થળ જ નથી; તે બુદ્ધના જ્ઞાનપ્રાપ્તિની પરિવર્તનશીલ શક્તિનો જીવંત પુરાવો છે. પવિત્ર બોધિ વૃક્ષ, ભવ્ય મહાબોધિ

અરવિંદ ઘોષ

મંદિર અને સંકુલની અંદર આવેલા વિવિધ મંદિરો અને સ્મારકો એક શાંત અને ચિંતનશીલ વાતાવરણ બનાવે છે જે મુલાકાતીઓને તેમની પોતાની આધ્યાત્મિક યાત્રા શરૂ કરવા માટે પ્રેરણા આપે છે. જેમ જેમ યાત્રાળુઓ બોધિ વૃક્ષ નીચે ધ્યાન કરે છે, ચક્રમણ માર્ગ પર ચાલે છે, અથવા વજ્રાસનમાં પ્રાર્થના કરે છે, તેમ તેમ તેઓ બુદ્ધના ગહન વારસા અને તેમના ઉપદેશોના શાશ્વત શાણપણ સાથે જોડાય છે. બોધગયા જ્ઞાનનો દીવાદાંડી બની રહે છે, જે વિશ્વના ખૂણે ખૂણેથી સાધકોને તેની પવિત્ર અને પરિવર્તનશીલ હાજરીનો અનુભવ કરાવવા માટે આકર્ષે છે.

વાર્તાકારે કહેવાનું ચાલુ રાખ્યું કે, મુર્શિદાબાદની જેમ રસ્તા પર છ બસો રાહ જોતી હશે. તેણે કહ્યું, "કૃપા કરીને તમારી બેઠકો બદલશો નહીં. એક કલાક માટે બસ શહેરમાંથી પસાર થશે અને તમને સૂકી ફાલ્ગુ નદીનો પટ બતાવશે. પછી તે બોધિ વૃક્ષ પર રોકાશે. બાદમાં તે બુદ્ધની પ્રતિમા પાસે જશે. તમે બધા ફક્ત બે જ જગ્યાએ ઉતરશો. બસમાં તમારી સીટ પરથી તમે જે અન્ય સ્થળોનું અવલોકન કરો છો. બુદ્ધની મહાન પ્રતિમાની બહાર ફૂડ પેકેટ પીરસવામાં આવશે. દરેક મુસાફરને મિનરલ વોટરની બોટલ આપવામાં આવશે. જરૂર પડશે તો વધારાની બોટલ આપવામાં આવશે."

તે મુજબ, બધા મુસાફરો ફ્રુઝમાંથી ઉતરી ગયા અને બસ તરફ આગળ વધ્યા. પાર્થ અને સ્વરાંજલિ બસની પાછળ બેઠા હતા અને બાકીના આગળના ભાગમાં બેઠા હતા.

ગયા શહેરનો એક આનંદદાયક બસ પ્રવાસ:

આધ્યાત્મિક મહત્વ અને ઐતિહાસિક આકર્ષણથી ભરપૂર શહેર ગયાએ તેના મુલાકાતીઓનું ખુલ્લા હાથે સ્વાગત કર્યું કારણ કે તેઓ એક અવિસ્મરણીય બસ પ્રવાસ પર નીકળ્યા હતા. દિવસ તેજસ્વી હતો, આકાશ તેજસ્વી નીલમ હતું, અને બસ શહેરના કેન્દ્રથી રવાના થતાં જ હવા ઉત્સાહથી ગુંજી ઉઠી હતી. આ પ્રવાસ ગયામાં એક સમૃદ્ધ પ્રવાસનું વચન આપે છે, જેમાં પૂજનીય બોધિ વૃક્ષ અને ભવ્ય મહાન બુદ્ધ પ્રતિમા પર ખાસ રોકાણ કરવામાં આવ્યું હતું.

બસ ગયાના ધમધમતા રસ્તાઓમાંથી પસાર થઇ, જે શહેરના જીવંત જીવનની ઝલક રજૂ કરતી હતી. માર્ગદર્શકે ગયાના સમૃદ્ધ ભૂતકાળની રસપ્રદ વાર્તાઓ વર્ણવી; હિન્દુઓ અને બૌદ્ધો બંને માટે એક મુખ્ય તીર્થસ્થાન તરીકે તેના મહત્વ પર પ્રકાશ પાડ્યો. જેમ જેમ બસ આગળ વધતી ગઇ, મુસાફરોએ પરંપરાગત અને આધુનિક સ્થાપત્યના મિશ્રણ, જીવંત બજારો અને શહેરના લેન્ડસ્કેપને વ્યાખ્યાયિત કરતા શાંત નદી કિનારાઓની પ્રશંસા કરી.

અરવિંદ ઘોષ

પહેલું મુખ્ય પડાવ બોધિ વૃક્ષ હતું, એક પવિત્ર અંજીરનું વૃક્ષ, જેની નીચે સિદ્ધાર્થ ગૌતમને જ્ઞાન પ્રાપ્ત થયું હતું અને તેઓ બુદ્ધ બન્યા હતા. જેમ જેમ બસ મહાબોધિ મંદિર સંકુલ પાસે પહોંચી, તેમ તેમ વાતાવરણ શાંત થતું ગયું, અને વાતાવરણમાં શ્રદ્ધાની ભાવના છવાઈ ગઈ. મુસાફરો ઉતર્યા અને બોધિ વૃક્ષ તરફ ચાલ્યા, પાંદડાઓના ખડખડાટનો અવાજ અને યાત્રાળુઓના મૃદુ ગણગણાટથી શાંત વાતાવરણ સર્જાયું. પ્રાચીન વૃક્ષનું દૃશ્ય, તેના વિશાળ છત્ર અને મૂળ જે આકાશને સ્પર્શતા હોય તેવું લાગતું હતું, તે અદ્ભુત હતું. ભક્તો અને મુલાકાતીઓ બંનેએ ધ્યાન, પ્રાર્થના અને આ સ્થળની આસપાસ રહેલી ગહન આધ્યાત્મિક ઊર્જામાં ડૂબકી લગાવવામાં સમય વિતાવ્યો.

બા ઝાડ પાસે ગઈ, બીજાઓ તેની પાછળ ગયા. બધાએ બોધિ વૃક્ષની ફરતે પ્રદક્ષિણા લીધી અને ઝાડની ટોચ પરથી ખરી પડેલા પાંદડા એકઠા કર્યા. તેઓ ત્યાં અન્ય ભક્તો સાથે થોડો સમય બેઠા, અને પછી મંદિરની શોધખોળ કરી.

બોધિ વૃક્ષમાં ચિંતનનો એક કલાક વિતાવ્યા પછી, પ્રવાસ ગયાના સૌથી પ્રતિષ્ઠિત સ્થળોમાંના એક, મહાન બુદ્ધ પ્રતિમા સુધી ચાલુ રહ્યો. પ્રભાવશાળી ૮૦ ફૂટ ઊંચાઈ પર ઉભી રહેલી આ પ્રતિમામાં શાંતિ અને ભવ્યતાની ભાવના પ્રસરી ગઈ. તેમાં બુદ્ધને બેઠેલા ધ્યાન મુદ્રામાં દર્શાવવામાં આવ્યા હતા, તેમની શાંત અભિવ્યક્તિ શાંતિ અને જ્ઞાનના

સારનું પ્રતિબિંબ પાડે છે. પ્રતિમાની આસપાસ લીલાછમ બગીચાઓ અને સારી રીતે સુશોભિત રસ્તાઓ મુલાકાતીઓને આરામ કરવા અને ચિંતન કરવા માટે એક સંપૂર્ણ વાતાવરણ પૂરું પાડતા હતા. બધી જગ્યાએ, કાવ્યા અને ભાવિકે કેમેરા પર્સન તરીકે કામ કર્યું.

પ્રતિમા સ્થળ પર બપોરનું ભોજન ખૂબ જ આનંદદાયક રહ્યું. પ્રવાસ આયોજકોએ ખૂબ જ વિચારપૂર્વક દરેક માટે લંચ પેકેટની વ્યવસ્થા કરી હતી, જેમાં સ્થાનિક સ્વાદિષ્ટ વાનગીઓનો સમાવેશ થતો હતો. મુલાકાતીઓ લૉન પર ફેલાયેલા હતા, સુંદર વાતાવરણ વચ્ચે ભોજનનો આનંદ માણતા હતા. જ્યારે તેઓ પોતાના અનુભવો શેર કરતા અને સહિયારી યાત્રામાં બંધાતા ત્યારે હાસ્ય અને વાતચીતના અવાજો વાતાવરણમાં ગુંજી ઉઠતા. ભોજનના સ્વાદ, શાંત વાતાવરણ સાથે મળીને, એક યાદગાર અને તાજગીભર્યું લંચ બ્રેક બનાવ્યું.

બપોરનો સૂર્ય આથમવા લાગ્યો, અને લેન્ડસ્કેપ પર સોનેરી રંગ છવાઈ ગયો, બસ પ્રવાસ ફરી શરૂ થયો. પરત ફરવાની યાત્રા ગયાના દિવસના અનુભવો, દૃશ્યો અને આધ્યાત્મિક આભાના ચિંતનથી ભરેલી હતી. ગાઈડે શહેર વિશે રસપ્રદ વાતો અને ઓછી જાણીતી હકીકતો શેર કરવાનું ચાલુ રાખ્યું, દરેકને વ્યસ્ત રાખ્યા અને મનોરંજન આપ્યું.

આ પ્રવાસ શહેરના કેન્દ્રમાં જેટી નજીક પાછો પૂરો થયો, પરંતુ તે દિવસની યાદો મુલાકાતીઓના મન અને હૃદયમાં રહી. બોધિ વૃક્ષ અને મહાન બુધ્ધ પ્રતિમાની મુલાકાતે એક અમીટ છાપ છોડી દીધી હતી, જે દરેકને ગયાના કાલાતીત આધ્યાત્મિક વારસા અને તેના શાંતિ અને જ્ઞાનના કાયમી સંદેશની યાદ અપાવે છે. બસની મુસાફરી, સહિયારી ક્ષણો અને સમૃધ્ધ અનુભવોએ ગયા શહેરની મુલાકાતને તેમની મુસાફરી ડાયરીઓમાં એક પ્રિય પ્રકરણ બનાવ્યું. ગયા શહેરની છ કલાકની ફળદાયી મુલાકાત પછી, તેઓ બધા તેમના ક્રુઝ લાઇનર પર પાછા ફર્યા. બા ખૂબ થાકી ગયા હતા. કાવ્યા અને સ્વરાંજલિ બાને તેના સ્યુટમાં લઈ ગયા. તેણી થોડો આરામ કરવા માંગતી હતી.

ક્રુઝ લાઇનર પર જાદુની એક મોહક સાંજ:

સમયપત્રક મુજબ, મુસાફરોને કિંગ્સ રેસ્ટોરન્ટમાં ભેગા થવા વિનંતી કરવામાં આવી હતી. નાસ્તા અને પીણાં સાથે મેજિક શો હશે. મુસાફરોનો ધસારો વધ્યો અને થોડીવારમાં જ હોલ ભરાઈ ગયો.

જેમ જેમ સૂર્ય ક્ષિતિજની નીચે ડૂબી રહ્યો હતો, નદીના ચમકતા પાણીમાં સોનેરી ચમક ફેલાવી રહ્યો હતો, તેમ તેમ વૈભવી ક્રુઝ લાઇનરમાં હવામાં અપેક્ષાઓ ગુંજી ઉઠી. સાંજે એક જાદુઈ મેજિક શોનું વચન આપવામાં આવ્યું હતું, જેની બધા

મુસાફરો આતુરતાથી રાહ જોતા હતા. ભવ્ય બોલરૂમને સુંદર રીતે એક રહસ્યમય અજાયબી ભૂમિમાં રૂપાંતરિત કરવામાં આવ્યું હતું, જે ચમકતી રોશની અને અલૌકિક પડદાથી શણગારવામાં આવ્યું હતું, જે ભ્રમ અને અજાયબીઓની એક મોહક રાત્રિ માટે સંપૂર્ણ મંચ ગોઠવે છે.

મહેમાનોએ પોતાની જગ્યાઓ લીધી, આંખો ઉત્સાહ અને જિજ્ઞાસાથી ચમકી રહી હતી. વાતાવરણ વીજળી જેવું હતું, શાંત સુસવાટા અને આતુર ગપસપથી ભરેલું હતું. શોની શરૂઆત ખૂબ જ ઉત્સાહ સાથે થઇ જ્યારે પહેલા જાદુગર સ્ટેજ પર ઉતર્યા, તેમણે એક ચમકતા પોશાકમાં સજ્જ થઈને સ્પોટલાઇટ હેઠળ ચમકતા હતા. હાથના હલનચલન અને લાકડીના એક ફટકાથી, તેમણે હવામાંથી રંગબેરંગી સ્કાર્ફ બનાવ્યા, દરેક છેલ્લા કરતા વધુ જીવંત, પ્રેક્ષકોને આશ્ચર્યચકિત કરી દીધા.

આગળ, એક ભવ્ય મહિલા જાદુગરે તેની મનોહર ગતિવિધિઓ અને અશક્ય લાગતા પરાક્રમોથી બધાને મોહિત કર્યા. તેણીએ ચાંદીનો ગોળો ઉડાડ્યો, તેને સરળતાથી તેની આસપાસ તરતો બનાવ્યો, દરેક નાજુક સ્પર્શથી ગુરુત્વાકર્ષણને અવગણીને. જ્યારે તેણીએ પ્રેક્ષકોમાંથી એક બાળકને હૂપમાંથી પસાર થવા માટે આમંત્રણ આપ્યું, ત્યારે રૂમમાં આશ્ચર્યના હાંફળાફાંફળા અવાજો ગુંજી ઉઠ્યા, અને સાબિત કર્યું કે કોઈ છુપાયેલા વાયર કે યુક્તિઓ નથી. બાળકના હાસ્ય

અને પહોળી આંખોવાળા આશ્ચર્યે પ્રદર્શનમાં જાદુનો એક વધારાનો પડ ઉમેર્યો.

રાત અદ્ભુત કૃત્યોની શ્રેણી સાથે ચાલુ રહી, દરેક છેલ્લા કરતા વધુ આશ્ચર્યજનક. હાથની કુશળ હિલચાલમાં કાર્ડ્સ દેખાયા અને અદૃશ્ય થઈ ગયા, સિક્કા ગાયબ થઈ ગયા અને અણધાર્યા સ્થળોએ ફરી દેખાયા, અને વસ્તુઓ સ્ટેજ પર ટેલિપોર્ટ થઈ રહી હોય તેવું લાગતું હતું. જાદુગરોની કુશળ હાથની ચાલાકી અને તેમના યુક્તિઓના સરળ અમલથી પ્રેક્ષકો મંત્રમુગ્ધ થઈ ગયા, દરેક કૃતિ સાથે તેમની તાળીઓનો ગડગડાટ વધુને વધુ વધતો ગયો. વિરામ હતો. નાસ્તો અને પીણાં પીરસવામાં આવ્યા હતા.

પછી તે સાંજનું મુખ્ય આકર્ષણ હતું, હિપ્નોટિઝમનું એક મંત્રમુગ્ધ કરનારું કાર્ય. સ્ટેજની લાઇટ ઝાંખી પડી ગઈ, અને ભીડ પર શાંતિ છવાઈ ગઈ, કારણ કે હિપ્નોટિસ્ટ, એક ઊંચા માણસ, જેની આંખો તીક્ષ્ણ હતી અને જે શાંત અવાજ હતો, તે મધ્ય સ્ટેજ પર આવ્યો. તેમણે સૂચનની શક્તિ અને અર્ધજાગ્રત મનના અજાયબીઓ સમજાવ્યા, જેનાથી અદ્ભુત પ્રદર્શન માટેનો માર્ગ મોકળો થયો.

નાટકીય હાવભાવ સાથે, હિપ્નોટિસ્ટે પ્રેક્ષકોમાંથી એક સ્વયંસેવકને આમંત્રણ આપ્યું. એક બહાદુર મહિલા, તેના ઉત્સાહ અને થોડી ગભરાટના સંકેત સાથે, આગળ વધી. હિપ્નોટિસ્ટ ધીમેથી બોલ્યા,

તેણીને હળવાશની સ્થિતિમાં લઈ ગયા. પ્રેક્ષકોએ તેના પાંપણ ફફડતા અને પછી ધીમેથી ધ્રુજતા તેના શરીરને બંધ કરતા જોયા, કારણ કે તે હિપ્નોટિસ્ટના શાંત અવાજને વશ થઈ ગઈ.

થોડી જ ક્ષણોમાં, તે સ્ત્રી સંપૂર્ણપણે તેના મોહમાં આવી ગઈ. હિપ્નોટિસ્ટે તેણીને સરળ કાર્યો કરવા કહ્યું, અને પ્રેક્ષકોને આશ્ચર્ય થયું કે તેણીએ સહેલાઈથી તેનું પાલન કર્યું. તેણી નૃત્યનર્તિકાની જેમ નાયતી હતી, તેણીની હિલચાલ સુંદર અને પ્રવાહી હતી. તેણીએ એક સુરીલા અવાજમાં ગાયું, જે તેણીએ પહેલાં ક્યારેય ગાયું ન હોવાનો દાવો કર્યો હતો. પ્રેક્ષકો મોહિત થઈ ગયા, આવા અસાધારણ દૃશ્ય સામે તેમનો અવિશ્વાસ અટકી ગયો.

પછી હિપ્નોટિસ્ટ ધીમેધીમે તેણીને સમાધિમાંથી બહાર લાવ્યો, અને જ્યારે તે જાગી, ત્યારે તેણીએ આશ્ચર્યથી આસપાસ જોયું, તેણીએ હમણાં જ કરેલા ચમત્કારોથી અજાણ. પ્રેક્ષકો તાળીઓના ગડગડાટથી ગુંજી ઉઠ્યા, હિપ્નોટિસ્ટ અને બહાદુર સ્વયંસેવક બંને માટે ઉભા થઈને તાળીઓ પાડી. મેજિક શોનો અંત ભવ્ય ભ્રમના અંતિમ અભિનય સાથે થયો, સ્ટેજ પરથી જાદુગરનું અદ્રશ્ય થઈ જતું એક અભિનય જેણે બધાને હાંફી જવા દીધા અને આનંદથી ઉલ્લાસિત કરી દીધા. જાદુગર હોલની છેલ્લી સીટ પર બેઠો મળ્યો. બધાએ તેને ત્યાં જોવા માટે લગભગ બૂમ પાડી. મહેમાનો કિંગ્સ

અરવિંદ ઘોષ

રેસ્ટોરન્ટમાંથી બહાર નીકળતા જ, તેમના મન સાંજના મોહથી ભરાઈ ગયા. ક્રૂઝ લાઇનર પરનો મેજિક શો એક અસાધારણ રાત્રિની સફર હતો જ્યાં અશક્ય શક્ય બન્યું, અને સપના અને વાસ્તવિકતા ઝાંખા પડી ગયા.

બા આરામ કરી રહ્યા હતા. તે મેજિક શોમાં ગઈ નહોતી. દેવાંગભાઈ તેની સાથે હતા. માતા અને પુત્ર છેલ્લા અઢી અઠવાડિયા દરમિયાન બનેલી ઘટનાઓ વિશે વાત કરી રહ્યા હતા. તે લગભગ એક સ્વપ્ન સાકાર થવા જેવું હતું. તેઓ જાણતા હતા કે પાર્થ એક છોકરો રત્ન છે. અને સ્વરાંજલિ એક દેવદૂત છે.

બાએ પોતાના દીકરાને કહ્યું, "આ છોકરીની સંભાળ રાખવાની જવાબદારી આપણી રહેશે. તેણીને કોઈપણ રીતે દુઃખ ન થવું જોઈએ. આપણે તેના માટે ભારતીય શાસ્ત્રીય સંગીતમાં પીએચડી પૂર્ણ કરવા માટે તકો અને સુવિધાઓ ઊભી કરવી પડશે. મેં તેના જેવી બહુમુખી પ્રતિભા ધરાવતી છોકરી ક્યારેય જોઈ નથી. પાર્થના યોગ્ય સમર્થનથી તે એક દિવસ અમારી કંપનીને વધુ ઊંચાઈ પર લઈ જશે. થોડા વર્ષોમાં સ્વરાંજલિ પાર્થને ભારત પાછા આવવા માટે મનાવી લેશે. ફક્ત તે જ ચમત્કાર કરી શકે છે અને બીજું કોઈ નહીં.

બાએ સ્વરાંજલિને તેમની કંપનીના ડિરેક્ટર બનાવવા બદલ તેમના પુત્રની ઉદારતાની પ્રશંસા કરી. હવે તે કંપનીમાં નિર્ણય લેવાની શક્તિ સાથે આર્થિક રીતે સ્વતંત્ર હશે.

બધા ગ્રુપ મેમ્બર્સ અચાનક ખૂબ જ મજાના મેળા સાથે રૂમમાં પ્રવેશ્યા. બધાએ કહ્યું કે બા અને પપ્પા મેજિકનો શો કેટલો મિસ કરતા હતા. પણ તેમને ખબર નહોતી કે બાને ઘણા સમય પછી પોતાના દીકરાનો સાથ કેટલો ગમ્યો હશે. ભવ્ય રાત્રિભોજન પછી, તેઓએ એકબીજાને 'શુભ રાત્રિ' કહીને વિદાય લીધી. ક્રૂઝ લાઇનર વારાણસીથી તેમની આગામી મુલાકાતનું અડધું અંતર પાર કરી ચૂક્યું હતું.

પાર્થ બેડ પર સ્વરાંજલિના વોશરૂમમાંથી બહાર આવવાની રાહ જોઈ રહ્યો હતો. પાર્થ પલંગ પર સૂતો હતો, તેની નજર વોશરૂમના પ્રકાશના હળવા પ્રકાશ પર પડી રહી હતી. વહેતા પાણીનો અવાજ બંધ થઈ ગયો, અને થોડીવાર પછી, સ્વરાંજલિ બહાર આવી, તેના ભીના વાળ તેની પીઠ પર ઢળતા હતા. તે તેના સાદા નાઈટવેરમાં શાંત અને સુંદર દેખાતી હતી, તેનો ચહેરો દિવસના ઉત્સાહની યાદોથી ચમકતો હતો. તે પલંગ પાસે ગઈ, તેના પગલાં હળવા અને સુંદર હતા. તેની બાજુમાં બેઠી, તેણીએ તેને થાકેલું પણ પ્રેમાળ સ્મિત આપ્યું. પાર્થે હાથ લંબાવીને હળવેથી તેનો હાથ પકડ્યો, તેની આંગળીઓ તેની આંગળીઓ સાથે ગૂંથાઈ ગઈ.

"આજનો દિવસ અદ્ભુત હતો," તેણે પોતાના કોમળ અવાજમાં કહ્યું.

સ્વરાંજલિએ માથું હલાવ્યું, તેની આંખો ચમકી. "તે હતું. ગયા ખૂબ જ આધ્યાત્મિક હતું, અને મેજિક શો... અમે જોયેલા કેટલાક યુક્તિઓ પર મને હજુ પણ વિશ્વાસ નથી થઇ રહ્યો!"

પાર્થ હળવેથી હસ્યો. "મને ખબર છે, ખરું ને? પણ તમને ખબર છે ખરો જાદુ શું છે?" તે થોભી ગયો, તેની નજર વધુ તીવ્ર બની. "આવી જ ક્ષણો છે, તમારી સાથે."

સ્વરાંજલિએ નીચે જોયું ત્યારે તેના ગાલ થોડા લાલ થઇ ગયા, તેના હોઠ પર શરમાળ સ્મિત રમતું હતું. "પાર્થ, તું ખૂબ જ રોમેન્ટિક તોફાની છો."

તેણે તેનો હાથ તેના હોઠ પર ઉંચો કર્યો, તેને હળવેથી ચુંબન કર્યું. "એ ફક્ત તારા માટે છે, સ્વરાંજલિ." તમે દરેક વસ્તુને ખાસ અનુભવ કરાવો છો."

તેઓ થોડીવાર માટે આરામદાયક મૌન બેઠા, ફક્ત એકબીજાની હાજરીનો આનંદ માણતા. પાર્થે તેના અંગૂઠાથી તેની હથેળી પર હળવા વર્તુળો બનાવ્યા, તેની આંખો તેના ચહેરા પરથી ક્યારેય હટી નહીં.

"તમને મેળવીને હું ખૂબ ભાગ્યશાળી અનુભવું છું," તેણે ગણગણાટ કર્યો, તેનો અવાજ નિષ્ઠાથી ભરેલો હતો.

સ્વરાંજલિ તેના ખભા પર માથું રાખીને નજીક આવી. "અને હું, તું," તેણીએ ધીમેથી જવાબ આપ્યો. "ચાલો, દરેક ક્ષણની કદર કરીએ, પાર્થ."

તેણે પોતાનો હાથ તેની આસપાસ વીંટાળ્યો, તેણીને નજીક ખેંચી. "હંમેશા," તેણે ફફડાટથી કહ્યું, તેના હોઠ પર ચુંબન કર્યું. ભરાયેલા અને સંતોષિત હૃદય સાથે, તેઓ આખરે તેમના પ્રેમની હૂંફમાં લપેટાઈને સૂઈ ગયા.

વારાણસી અને કાશી વિશ્વંત દર્શન અને પ્રવાસ

ક્રુઝ લાઇનર "નદી ગંગા વિલાસ" બીજા દિવસે વહેલી સવારે વારાણસીના પાણીમાં પ્રવેશ્યું. તે જહાજનો દરેક મુસાફર વારાણસી આકાશ રેખા જોવા માટે રાહ જોઈ રહ્યો હતો. વારાણસીના પવિત્ર પાણીમાં ક્રુઝ પ્રવેશતાની સાથે જ વાતાવરણમાં વિસ્મય અને શ્રદ્ધાની એક સ્પષ્ટ લાગણી છવાઈ ગઈ. પૃથ્વી પરના સૌથી જૂના સતત વસવાટ કરતા સ્થળોમાંનું એક, આ શહેર મુસાફરોનું સ્વાગત તેના પ્રખ્યાત ઘાટોના મનોહર દૃશ્ય સાથે કરતું હતું, જે દરેક ઘાટ ઇતિહાસ, આધ્યાત્મિકતા અને જીવંત સ્થાનિક સંસ્કૃતિથી ભરપૂર હતા.

સૌને મોહિત કરનારું પહેલું દૃશ્ય હતું પ્રતિષ્ઠિત દશાશ્વમેધ ઘાટ. દંતકથા છે કે ભગવાન બ્રહ્માએ

અરવિંદ ઘોષ

ભગવાન શિવના સ્વાગત માટે અહીં દસ ઘોડાઓની બલિદાનની ભવ્ય વિધિ કરી હતી. ઘાટ જીવનથી ગુંજી ઉઠ્યો: પુજારીઓ ઝીણવટભરી ધાર્મિક વિધિઓ કરી રહ્યા છે, ભક્તો પવિત્ર ગંગામાં પવિત્ર ડૂબકી લગાવી રહ્યા છે, અને પ્રવાસીઓ વિસ્મયથી આ દ્રશ્યને કેદ કરી રહ્યા છે. ધૂપની સુગંધ અને મંત્રોના જાપથી હવા ગાઢ બની ગઈ હતી, જેનાથી ઊંડા આધ્યાત્મિકતાનું વાતાવરણ સર્જાયું હતું.

આગળ મણિકર્ણિકા ઘાટ હતો, જે હિન્દુ અગ્નિસંસ્કાર માટેના સૌથી મહત્ત્વપૂર્ણ સ્થળોમાંનું એક હતું. અહીં, જીવન અને મૃત્યુનું ચક્ર વાસ્તવિકતામાં રમાયું. સદીઓથી જેમ પવિત્ર અગ્નિ સતત સળગતા રહ્યા છે, ત્યાં મૃતદેહોને એક ગંભીર છતાં સ્વીકૃત વિધિ સાથે અગ્નિદાહ આપવામાં આવતો હતો. ઉદાસીન પ્રવૃત્તિઓ છતાં, લોકોમાં એક શાંત સ્વીકૃતિ હતી, જે અસ્તિત્વના ચક્રીય સ્વભાવમાં હિન્દુ માન્યતા પર ભાર મૂકે છે.

જેમ જેમ ક્રૂઝ આગળ વધ્યું, મુસાફરોએ હરિશ્ચંદ્ર ઘાટ જોયો, જે સુપ્રસિદ્ધ રાજા હરિશ્ચંદ્રના નામ પરથી રાખવામાં આવેલ બીજો એક મુખ્ય સ્મશાન ઘાટ હતો, જેમણે સત્ય અને દાન પ્રત્યેની તેમની પ્રતિબધ્ધતાને જાળવી રાખવા માટે અહીં ડોમ (સ્મશાનભૂમિના સંભાળ રાખનાર) તરીકે કામ કર્યું હોવાનું કહેવાય છે. કર્તવ્ય અને સત્ય પ્રત્યેની તેમની અતૂટ નિષ્ઠાની વાર્તાઓ ઘાટના મૂળમાં

કોતરાઈ ગઈ હતી, જે આ સ્થળના આધ્યાત્મિક વજનમાં વધારો કરતી હતી.

આસી ઘાટ ઘાટની હારમાળાના દક્ષિણ છેડાને ચિહ્નિત કરતો હતો. વિદ્વાનો, વિદ્યાર્થીઓ અને પ્રવાસીઓ બંને માટેનું કેન્દ્ર, તે યોગ ઉત્સાહીઓ અને શાંત સવારની આરતીઓમાં સાંત્વના મેળવવા માંગતા લોકો માટે એકત્રીકરણનું સ્થળ હતું. લોકો પગથિયાં પર યોગનો અભ્યાસ કરતા હતા, તેમના સ્વરૂપો ઉગતા સૂર્ય સામે ચિત્રિત કરતા હતા. શાંત પાણીમાં સવારના કિરમજી રંગો પ્રતિબિંબિત થતા હતા, જે એક મનોહર અને ધ્યાનમય વાતાવરણનું સર્જન કરતા હતા.

ભગવાન શિવને સમર્પિત તેજસ્વી રંગથી રંગાયેલા મંદિર સાથેનો કેદાર ઘાટ તેના જીવંત રંગોથી અલગ દેખાતો હતો. તે દક્ષિણ ભારતીય યાત્રાળુઓમાં પ્રિય હતું, જે તેના સ્નાન ક્ષેત્રના શુદ્ધ પાણી માટે જાણીતું હતું, જે રામેશ્વરમમાં પવિત્ર ગંગા જેવું માનવામાં આવે છે. ધાર્મિક વિધિઓમાં ડૂબકી લગાવતા લોકોથી ઘાટ ભરેલો હતો, તેમની શ્રદ્ધાએ સ્થળને એક શક્તિશાળી આધ્યાત્મિક ઉર્જાથી ભરી દીધું.

નજીકમાં શાંત અને ઓછી ભીડવાળો શિવલા ઘાટ હતો, જે તેની મનોહર સુંદરતા અને નેપાળી રાજાના ભવ્ય મહેલ માટે જાણીતો હતો. આ ઘાટ ભીડ વચ્ચે શાંતિનો ક્ષણ પ્રદાન કરતો હતો, બાળકો રમતા હતા અને સ્થાનિક લોકો મુલાકાતીઓની

અરવિંદ ઘોષ

ભીડથી પ્રભાવિત થયા વિના તેમના રોજિંદા કાર્યોમાં વ્યસ્ત રહેતા હતા.

ત્યારબાદ ક્રૂઝ મુસાફરોને પંચગંગા ઘાટ પર લાવ્યું, જ્યાં પાંચ પવિત્ર નદીઓ ભેગા થાય છે તેવું માનવામાં આવે છે. આ ઘાટ શ્રદ્ધાળુઓના હૃદયમાં એક ખાસ સ્થાન ધરાવે છે, જેઓ દૈવી સંગમથી આશીર્વાદ મેળવવા માટે આવતા હતા. મુઘલ અને હિન્દુ સ્થાપત્યના અનોખા મિશ્રણ સાથે, પ્રાચીન આલમગીર મસ્જિદ વારાણસીની સમૃદ્ધ અને વૈવિધ્યસભર સાંસ્કૃતિક ટેપેસ્ટ્રીની યાદ અપાવે છે.

અંતે, ક્રૂઝ તુલસી ઘાટ પર પહોંચ્યું, જેનું નામ આદરણીય કવિ-સંત તુલસીદાસના નામ પરથી રાખવામાં આવ્યું છે જેમણે અહીં રામચરિતમાનસની રચના કરી હતી. તેમના શ્લોકોના પાઠથી ઘાટ ગુંજી ઉઠ્યો, અને અહીં કરવામાં આવતી સાંજની આરતી ભક્તિ અને પ્રકાશનો નજારો હતો.

જેમ જેમ ક્રૂઝ વારાણસીના રહસ્યમય ઘાટો પર આગળ-પાછળ ફરતું હતું, મુસાફરો ભક્તિ, સંસ્કૃતિ અને કાલાતીત પરંપરાઓના જીવંત વાતાવરણમાં ડૂબી ગયા હતા. ઘાટના દૃશ્યો, અવાજો અને આધ્યાત્મિક આભાએ તેમના હૃદય પર એક અમીટ છાપ છોડી દીધી, જેનાથી વારાણસીની તેમની મુલાકાત હંમેશા માટે એક યાદગાર યાદ બની રહેશે. બધા સભ્યોએ હાથ જોડીને માતા ગંગાની પૂજા કરી અને બધા માટે શુભકામનાઓ પાઠવી.

બહુ ઓછા મુસાફરોએ નાસ્તો કર્યો. અન્ય લોકોએ ભગવાન વિશ્વનાથના દર્શન થાય ત્યાં સુધી ઉપવાસ રાખ્યા. જેટીથી, તેઓ ત્રણ પૈડાવાળા વાહનો લીધા. દર્શનની ટિકિટ પહેલેથી જ તેમની પાસે હતી. બા સિવાય, બધાને ચોક્કસ અંતર ચાલીને જવું પડ્યું. બા વ્હીલચેર પર હતા. અઠવાડિયાનો દિવસ હોવાથી, ભીડ મધ્યમ હતી.

દર્શન

સવારના સૂર્યએ વારાણસી પર પોતાનો સૌમ્ય પ્રકાશ પાડ્યો, પ્રાચીન શહેરને નરમ, સોનેરી પ્રકાશથી શણગાર્યું. બા, પાર્થ, સ્વરાંજલિ અને તેમનો બાકીનો પરિવાર પ્રખ્યાત કાશી વિશ્વનાથ કોરિડોરના પ્રવેશદ્વાર પર ઉભા હતા, જે એક પહોળો અને સુંદર રીતે પાકો રસ્તો હતો જે સીધો પૂજ્ય કાશી વિશ્વનાથ મંદિર તરફ દોરી જતો હતો. આ પવિત્ર મંદિરના પ્રમુખ દેવતા ભગવાન શિવના આશીર્વાદ મેળવવા માટે વિશ્વના ખૂણે ખૂણેથી દર્શનાર્થીઓ એકઠા થયા હતા, ત્યારે વાતાવરણ અપેક્ષા અને ભક્તિના આભાથી ભરેલું હતું.

જેવા તેઓ કોરિડોરમાં પ્રવેશ્યા, પરિવાર તરત જ તેની ભવ્યતાથી પ્રભાવિત થઇ ગયો. પહોળો બુલવર્ડ લીલાછમ બગીચાઓ અને જટિલ રીતે ડિઝાઇન કરાયેલા બેન્ચોથી સજ્જ હતો, જે શાંત અને સ્વાગતભર્યું વાતાવરણ પૂરું પાડતો હતો. વિવિધ દેવતાઓ અને હિન્દુ પૌરાણિક કથાઓના અગ્રણી વ્યક્તિઓની ભવ્ય મૂર્તિઓ માર્ગને

શણગારેલી હતી; દરેક મૂર્તિઓ ખૂબ જ કાળજીપૂર્વક બનાવવામાં આવી હતી જે દૈવી કૃપાની આભા પ્રગટાવતી હતી. કોરિડોરની દિવાલોને જટિલ કોતરણી અને સુંદર ભીંતચિત્રોથી શણગારવામાં આવી હતી જેમાં વારાણસીના આધ્યાત્મિક ઇતિહાસના સમૃદ્ધ ટેપેસ્ટ્રીના દ્રશ્યો દર્શાવવામાં આવ્યા હતા.

બા, તેમના વર્ષોના શાણપણ અને ઊંડા આધ્યાત્મિક જોડાણ સાથે, ધીમે ધીમે આગળ વધતા, તેમની આંખો દરેક વિગતોને શોષી લેતી. પાર્થ અને સ્વરાંજલિ તેની બાજુમાં ચાલ્યા, તેના હાથ હળવેથી પકડીને, ખાતરી કરી કે તે આરામદાયક અને આરામદાયક છે. પરિવારના નાના સભ્યો કોરિડોરનું પ્રતિનિધિત્વ કરતી પરંપરા અને આધુનિકતાના અખંડ મિશ્રણથી આશ્ચર્યચકિત થઈ ગયા. તે શહેરના પ્રાચીન વારસાને સંપૂર્ણ શ્રદ્ધાંજલિ હતી, સાથે સાથે યાત્રાળુઓ અને પ્રવાસીઓ બંને માટે આરામદાયક અને સુલભ માર્ગ પૂરો પાડતી હતી.

જેમ જેમ તેઓ મંદિરની નજીક ગયા, તેમ તેમ કાશી વિશ્વનાથ મંદિરનો સુવર્ણ ગુંબજ નજરે પડ્યો, જે સૂર્યપ્રકાશમાં તેજસ્વી રીતે ઝળહળતો હતો. આ ગુંબજ, એક અદ્ભુત દૃશ્ય, ૧૮મી સદીમાં રાણી અહલ્યાબાઈ હોલકર તરફથી ઉદાર દાન હતું. તેની ચમકતી સપાટી સૂર્યના કિરણોને પ્રતિબિંબિત કરતી હતી, જેનાથી એક અલૌકિક

ચમક ઉત્પન્ન થતી હતી જે આખા વિસ્તારને પ્રકાશિત કરતી હોય તેવું લાગતું હતું. પરિવાર એક ક્ષણ માટે થોભ્યો, તેમની નજર ભવ્ય ગુંબજ પર ટકેલી હતી, રાણીના શાશ્વત યોગદાન માટે ઊંડી શ્રદ્ધા અને કૃતજ્ઞતાની લાગણી અનુભવી રહ્યા હતા.

મંદિર સંકુલનું પ્રવેશદ્વાર પોતે જ એક અજાયબી હતું. જટિલ કોતરણીવાળા સ્તંભો અને સુશોભિત કમાનો ભક્તોનું સ્વાગત કરતા હતા, તેમને પવિત્ર પરિસરમાં લઈ જતા હતા. મોટી સંખ્યામાં મુલાકાતીઓ હોવા છતાં, દર્શન પ્રક્રિયા નોંધપાત્ર રીતે સરળ અને સુવ્યવસ્થિત હતી. સ્વયંસેવકો અને મંદિરના કર્મચારીઓએ ભક્તોને ઉષ્મા અને કાર્યક્ષમતા સાથે માર્ગદર્શન આપ્યું, જેથી દરેકને શાંતિપૂર્ણ અને પરિપૂર્ણ અનુભવ મળે. મંત્રોના મધુર મંત્રોચ્ચાર અને મંદિરના ઘંટના મૃદુ અવાજથી હવા ભરાઈ ગઈ હતી, જેનાથી એક ઊંડો આધ્યાત્મિક વાતાવરણ સર્જાયું હતું.

મંદિર સંકુલની અંદર, પરિવારને ગર્ભગૃહ તરફ લઈ જવામાં આવ્યો, જ્યાં ભગવાન વિશ્વનાથનું જ્યોતિર્લિંગ સ્થાપિત હતું. ધૂપ અને ફૂલોની સુગંધ હવામાં પ્રસરી ગઈ, જે એકસાથે ગવાયેલા ભક્તિ ગીતોના અવાજ સાથે ભળી ગઈ. વાતાવરણ ભક્તિથી ભરેલું હતું, કારણ કે સેંકડો ભક્તો, નાના અને મોટા, હાથ જોડીને અને આંખો બંધ કરીને, પરમાત્મા સાથેના આધ્યાત્મિક સંવાદમાં ખોવાઈ ગયા હતા.

અરવિંદ ઘોષ

બા, પાર્થ અને સ્વરાંજલિ શ્રદ્ધા અને અપેક્ષાની ભાવના સાથે આગળ વધ્યા. જેમ જેમ તેઓ ગર્ભગૃહની નજીક પહોંચ્યા, પવિત્ર જ્યોતિર્લિંગના દર્શને તેમના શ્વાસ થંભી ગયા. તાજા ફૂલોના માળાથી શણગારેલા અને અભિષેકમાં તેના પર રેડવામાં આવેલા પવિત્ર જળથી ચમકતા, આ લિંગમાંથી એક શક્તિશાળી આધ્યાત્મિક ઉર્જા પ્રસરી રહી હતી જે હાજર દરેકને ઘેરી લેતી હોય તેવું લાગતું હતું. બા પ્રાર્થનામાં માથું નમાવતી વખતે, તેમના હોઠ બાળપણમાં શીખેલા પ્રાચીન સ્તોત્રો શાંતિથી બોલતા હતા ત્યારે તેમની આંખો ભક્તિના આંસુઓથી ભરાઇ ગઈ.

પાર્થ અને સ્વરાંજલિ તેની બાજુમાં ઉભા હતા, તેમના હાથ ઊંડા આદરથી જોડાયા હતા. પાર્થ માટે, તે તેના વારસા અને આધ્યાત્મિકતા સાથે ઊંડા જોડાણનો ક્ષણ હતો. પોતાના પ્રિય પરિવાર સાથે આ પવિત્ર અનુભવ શેર કરવા બદલ તેમના મનમાં કૃતજ્ઞતાનો ઉછાળો આવ્યો. સ્વરાંજલિ પણ ખૂબ જ પ્રભાવિત થઇ ગઈ. તેણીએ આંખો બંધ કરી અને પ્રાર્થના કરી, અને શાંતિ અને તૃપ્તિની ઊંડી અનુભૂતિ અનુભવી.

દર્શન પ્રક્રિયા સુંદર રીતે સંચાલિત કરવામાં આવી હતી, જેના કારણે દરેક ભક્તને ઉતાવળ કર્યા વિના પ્રાર્થના કરવા માટે પૂરતો સમય મળ્યો. પરિવારે જોયું કે પુજારીઓ ચોકસાઈ અને ભક્તિ સાથે વિસ્તૃત ધાર્મિક વિધિઓ કરી રહ્યા હતા, તેમના

મંત્રો ગર્ભગૃહમાં ગુંજી રહ્યા હતા, જે તે ક્ષણના આધ્યાત્મિક ઉત્સાહમાં વધારો કરી રહ્યા હતા. આરતીના દીવાઓની ઝળહળતી જ્વાળાઓ ભક્તોના ચહેરા પર પ્રકાશ પાડતી હતી, એક ગરમ, દિવ્ય તેજ ફેલાવતી હતી જે તેમના વિશ્વાસના આંતરિક પ્રકાશને પ્રતિબિંબિત કરતી હોય તેવું લાગતું હતું.

દર્શન કર્યા પછી, પરિવાર મંદિર સંકુલના એક શાંત ખૂણામાં ગયો, જ્યાં તેઓ બેસીને તેમણે હમણાં જ જોયેલા ગહન અનુભવને ગ્રહણ કરી શક્યા. બાનો ચહેરો શાંત સ્મિતથી ચમકતો હતો, તેમનું હૃદય ભગવાન વિશ્વનાથના દિવ્ય આશીર્વાદથી ભરેલું હતું. તેણીએ ધીમેથી વાત કરી, મંદિરની તેની અગાઉની મુલાકાતો અને વર્ષો દરમિયાન તેણે જોયેલા ફેરફારોની વાર્તાઓ શેર કરી. તેમના શબ્દો કૃતજ્ઞતા અને આનંદથી ભરેલા હતા, કારણ કે તેમણે વ્યક્ત કર્યું કે કેવી રીતે નવા કોરિડોરની ભવ્યતાએ મંદિરના પ્રાચીન આકર્ષણને ઘટાડ્યા વિના આધ્યાત્મિક અનુભવને વધાર્યો છે.

પાર્થ અને સ્વરાંજલિએ ધ્યાનથી સાંભળ્યું, તેમના હૃદય ગર્વ અને પોતાના વારસા પ્રત્યેના પ્રેમથી છલકાઈ ગયા. તેમને સમજાયું કે આ યાત્રા ફક્ત કોઈ પવિત્ર સ્થળની મુલાકાત નથી, પરંતુ આત્માની યાત્રા છે, તેમના મૂળ સાથે એક ઊંડો જોડાણ છે અને તેમની શ્રદ્ધાની પુષ્ટિ છે. બાની વાર્તાઓ અને આ સ્થળની દૈવી ઉર્જાથી પ્રેરિત થઈને, પરિવારના

અરવિંદ ઘોષ

નાના સભ્યોએ તેમની આધ્યાત્મિક પરંપરાઓને જાળવી રાખવા અને તેનું પાલન કરવાની મૌન પ્રતિજ્ઞા લીધી.

મંદિર છોડવાની તૈયારીમાં હતા ત્યારે, પરિવારે ભવ્ય સોનેરી ગુંબજ, સુંદર રીતે શણગારેલા ગર્ભગૃહ અને તેમની આસપાસના જીવંત વાતાવરણ પર એક છેલ્લી નજર નાખી. તેઓ જાણતા હતા કે આ એક એવી ક્ષણ હતી જેને તેઓ હંમેશા માટે પોતાના હૃદયમાં રાખશે, એક પવિત્ર સ્મૃતિ જે તેમને જીવનની સફરમાં પ્રેરણા અને માર્ગદર્શન આપશે.

કાશી વિશ્વનાથ કોરિડોરનો અનુભવ અને ભગવાન વિશ્વનાથના દર્શન ખરેખર જીવનભરની સિદ્ધિ હતી. આ એક એવી યાત્રા હતી જે ભૌતિક ક્ષેત્રની બહાર ગઈ, તેમના આત્માના ઊંડા ખૂણાઓને સ્પર્શી ગઈ અને તેમને શાંતિ, પરિપૂર્ણતા અને દૈવી જોડાણની ભાવના આપી. જેમ જેમ તેઓ મંદિરમાંથી બહાર નીકળ્યા અને વારાણસીની ધમધમતી શેરીઓમાં પાછા ફર્યા, તેમ તેમ તેઓ ભગવાન વિશ્વનાથના આશીર્વાદ પોતાની સાથે લઈ ગયા, તેમના હૃદય શ્રદ્ધા અને ભક્તિની નવી ભાવનાથી ભરાઈ ગયા.

તેઓ તેમના ક્રુઝ શિપ પર પાછા આવ્યા. મંદિરમાં આપવામાં આવેલા પ્રસાદથી તેમણે ઉપવાસ તોડ્યો. તેઓ બધાએ બપોરના ભારે ભોજનનું ટાળ્યું. તેઓ બધા થાકી ગયા હતા. તેઓ સાંજે

વિશ્વ પ્રસિદ્ધ ગંગા આરતી જોવા માંગતા હતા. તેઓ તેમના કેબિનની બાલ્કનીમાંથી અથવા ડેકની ઉપરથી તે જોઇ શકે છે. આરતી સાંજે છ વાગ્યે શરૂ થતી. પણ વ્યવસ્થા પણ જોવી જોઇએ. તેઓએ એક ઝડપી ઊંઘ લેવાનું નક્કી કર્યું. મામાજીએ દરેક સ્યુટને જાગવાની ચેતવણી આપવાની જવાબદારી લીધી. લગભગ એક કલાક પછી, મામાજીએ ફોન કર્યો અને તેમને ડેકની ટોચ પર ભેગા થવા કહ્યું. બાને તેમના સ્યુટની બાલ્કનીમાં બેસવાનું કહેવામાં આવ્યું.

વારાણસી ગંગા આરતી:

વારાણસીમાં રાત્રે ગંગા નદી પર ફરવાથી ખરેખર જાદુઈ અનુભવ મળે છે. જ્યારે હોડી શાંત પાણી પર હળવેથી આગળ વધે છે, ત્યારે તમે સૌ પ્રથમ જે ધ્યાન આપો છો તે શાંત શાંતિ છે, જે ફક્ત નદીના ક્યારેક ક્યારેક ગણગણાટ અને ઘાટો પરથી દૂર દૂર સુધી આવતા ગીતો દ્વારા જ જોવા મળે છે. પાણી પર ચંદ્રપ્રકાશનું પ્રતિબિંબ એક ચાંદી જેવો રસ્તો બનાવે છે, જે તમને આ પ્રાચીન શહેરના હૃદયમાંથી પસાર કરે છે.

દિવસ દરમિયાન જીવનશૈલીથી ધમધમતા ઘાટ રાત્રે એક અલગ જ આભા ધારણ કરે છે. દીવાઓ અને મશાલોમાંથી નીકળતી નરમ રોશની ગરમ, સોનેરી ચમક ફેલાવે છે, જે પગથિયાં અને માળખાઓને

રહસ્યમય પ્રકાશથી પ્રકાશિત કરે છે. ઘાટ પરની જટિલ કોતરણી આંશિક રીતે દેખાય છે, અને તેમની વિગતો સૌમ્ય પ્રકાશ દ્વારા પ્રકાશિત થાય છે. દૂર દૂર, તમે નદીમાં તરતા દીવાઓ (તેલના દીવા) ના ઝાંખા ઝબકારા જોઈ શકો છો, તેમની નાની જ્વાળાઓ પ્રકાશનો એક મંત્રમુગ્ધ કરનારો માર્ગ બનાવે છે. ક્યારેક ક્યારેક, નજીકના મંદિરોમાંથી વાગતા ઘંટના અવાજ, હોડી પર પાણીના હળવેથી ટપકા સાથે ભળી જાય છે, જે એક સુખદ સૂર ઉત્પન્ન કરે છે. આકાશરેખા પ્રાચીન મંદિરો અને ઇમારતોના સિલુએટ્સથી પથરાયેલી છે, તેમના શિખરો રાત્રિના આકાશ સુધી પહોંચે છે. હવા ધૂપ અને નદીના ઠંડા પવનના મિશ્રણથી ભરેલી છે, જે દિવસની ગરમી સામે તાજગીભર્યો વિરોધાભાસ આપે છે.

જેમ જેમ તમે તરતા રહો છો, તેમ તેમ વારાણસી શહેર રહસ્ય અને શ્રદ્ધાના પડદામાં ઢંકાયેલું, દૃષ્ટિની બહાર અને બહાર સરકતું લાગે છે. ગંગા નદી પર રાત્રિ ક્રૂઝની શાંતિ શાંતિની ઊંડી અનુભૂતિ પ્રદાન કરે છે, જે આ પવિત્ર નદી અને તેના કિનારે વસેલા શહેરની શાશ્વત સુંદરતાનું પ્રતિબિંબ અને પ્રશંસા કરવાની મંજૂરી આપે છે. આ શાંતિ વચ્ચે, ગંગા આરતી વિધિ થાય છે, જે અનુભવમાં એક મંત્રમુગ્ધ કરનારું પરિમાણ ઉમેરે છે.

દશાશ્વમેધ ઘાટ પાસે હોડી લંગર કરે છે, જ્યાં આરતી થાય છે. પરંપરાગત પોશાક પહેરેલા

પૂજારીઓ ઉંચા પ્લેટફોર્મ પર ઊભા રહે છે, તેઓ બહુવિધ જ્વાળાઓવાળા મોટા પિત્તળના દીવા (દીપમ) પકડી રાખે છે. શંખના અવાજ અને ઘંટડીઓના અવાજ સાથે, મંત્રોના લયબધ્ધ જાપથી હવા ભરાઈ જાય છે.

પૂજારીઓ દીવાઓને સુમેળભર્યા પેટર્નમાં ખસેડે છે, તેમની હિલચાલ પ્રવાહી અને મનોહર છે, જે પ્રકાશનો મનમોહક નૃત્ય બનાવે છે. દીપમાળાઓની જ્વાળાઓ એકસાથે ઝૂલે છે, જે પાણીમાંથી પ્રતિબિંબિત થતી ગરમ, સોનેરી ચમક ફેલાવે છે, જે મોહક વાતાવરણમાં વધારો કરે છે. નદીના ઠંડા પવન સાથે ભળીને ધૂપની સુગંધ હવામાં ફેલાય છે. જેમ જેમ આરતી પરાકાષ્ઠાએ પહોંચે છે, તેમ તેમ ભક્તો દ્વારા નદી પર તરતા અસંખ્ય દીવાના પ્રકાશથી આકાશ પ્રકાશિત થાય છે. આ નાની, ટમટમતી લાઈટો પાણી પર એક ઝળહળતો રસ્તો બનાવે છે, જે દૈવીને પ્રાર્થના અને આશાઓ અર્પણ કરવાનું પ્રતીક છે. પ્રવાહ સાથે ધીમે ધીમે ફરતા આ તરતા દીવાઓનું દૃશ્ય, શ્રધ્ધા અને ભક્તિનું દ્રશ્ય પ્રતિનિધિત્વ કરે છે, જે રાત્રિના આધ્યાત્મિક વાતાવરણમાં વધારો કરે છે.

હોડીમાંથી નિહાળવામાં આવેલા આ પવિત્ર સમારોહથી વારાણસીની દિવ્ય અને કાલાતીત પરંપરાઓ સાથે જોડાણની લાગણીમાં વધારો થયો.

શાંત નદી, રહસ્યમય રાત્રિ અને ગંગા આરતીના શક્તિશાળી ધાર્મિક વિધિઓના મિશ્રણથી શાંતિ,

શ્રદ્ધા અને સુંદરતાની કાયમી છાપ છોડીને એક અવિસ્મરણીય અનુભવ થયો. પાર્થ અને સ્વરાંજલિ બંનેના પરિવારના બધા સભ્યો ખૂબ જ સંતુષ્ટ હતા. બીજા દિવસે બનારસ-કાશી બસ પ્રવાસ હશે જયાં તમે શહેરની મુલાકાત લઈ શકશો અને અમુક મંદિરો અને પ્રખ્યાત બનારસ હિન્દુ યુનિવર્સિટીની મુલાકાત લઈ શકશો.

એક મનોહર વારાણસી શહેર પ્રવાસ:

પ્રકાશનું શહેર વારાણસી, તેના જીવંત રંગો, અવાજો અને આધ્યાત્મિક ઉર્જા સાથે તમારું સ્વાગત કરે છે. આ પ્રાચીન શહેરમાં ચાર કલાકના પ્રવાસ પર નીકળો ત્યારે, તેના ઘણા પ્રખ્યાત મંદિરોમાં પ્રતિબિંબિત થતી સંસ્કૃતિ અને ભક્તિની સમૃદ્ધ ટેપેસ્ટ્રીથી મોહિત થવાની તૈયારી કરો.

શરૂઆતનું સ્થાન: દુર્ગા મંદિર:

તમારી યાત્રા દુર્ગા મંદિરથી શરૂ થાય છે, જેને મંકી ટેમ્પલ તરીકે પણ ઓળખવામાં આવે છે કારણ કે તેની આસપાસ અસંખ્ય વાંદરાઓ રહે છે. આ મંદિર, જે આકર્ષક લાલ રંગમાં રંગાયેલું છે, તે દેવી દુર્ગાને સમર્પિત છે અને ૧૮મી સદીનું છે. જેમ જેમ તમે નજીક આવો છો, મંદિરના શિખર (શિખર) ના ટાવર ઉપર જટિલ કોતરણીથી શણગારેલા છે. અંદર, ગર્ભગૃહમાં દુર્ગાની એક સુંદર મૂર્તિ છે, જે ભક્તોની પ્રાર્થનાના પડઘાથી ઘેરાયેલી છે. ધૂપની

સુગંધ અને ઘંટના અવાજોથી હવા ગાઢ બની ગઈ છે, જે એક શાંત વાતાવરણ બનાવે છે.

આગામી સ્ટોપ: તુલસી માનસ મંદિર:

ટૂંકી ડ્રાઇવથી તમે તુલસી માનસ મંદિર તરફ લઈ જશો, જે ૧૯૬૪માં બનેલ સફેદ માર્બલનો અજાયબી છે. આ મંદિર ખૂબ જ મહત્ત્વપૂર્ણ છે કારણ કે તે તે સ્થાનને ચિહ્નિત કરે છે જ્યાં પૂજ્ય કવિ-સંત તુલસીદાસે મહાકાવ્ય રામચરિતમાનસ લખ્યું હતું. દિવાલો પર મહાકાવ્યના શ્લોકો કોતરેલા છે, જે હિન્દી લિપિમાં સુંદર રીતે કોતરેલા છે. શાંત બગીચાઓ અને મંદિરનું શાંતિપૂર્ણ વાતાવરણ ચિંતન અને ચિંતન માટે એક સંપૂર્ણ વાતાવરણ પૂરું પાડે છે.

આગળ વધવું: સંકટ મોચન હનુમાન મંદિર:

તમારું આગામી સ્થળ સંકટ મોચન હનુમાન મંદિર છે, જે ભગવાન હનુમાનને સમર્પિત છે, જે અવરોધો દૂર કરવા અને ઇચ્છાઓ પૂર્ણ કરવા માટે જાણીતા વાંદરાના દેવ છે. જેમ જેમ તમે પ્રવેશ કરો છો, તેમ તેમ ભક્તો હનુમાન ચાલીસાનો પાઠ કરતા અને ગલગોટા અને મીઠાઈઓના માળા અર્પણ કરતા દૃશ્ય દ્વારા તમારું સ્વાગત કરવામાં આવે છે. મંદિર જીવંત છે, આશીર્વાદ મેળવવા માંગતા ભક્તોની ઉર્જાથી ભરેલું છે. મંદિરના પરિસરમાં વાંદરાઓ મજા માણે છે, જે આધ્યાત્મિક વાતાવરણમાં રમતિયાળ સ્પર્શ ઉમેરે છે.

આગળ: ભારત માતા મંદિર:

તમારા પ્રવાસમાં એક અનોખો સ્ટોપ ભારત માતા મંદિર છે, જે કોઈ દેવતાને નહીં, પરંતુ ભારત માતાને સમર્પિત છે. ૧૯૩૬માં મહાત્મા ગાંધી દ્વારા ઉદ્ઘાટન કરાયેલ આ મંદિરમાં આરસપહાણમાંથી કોતરવામાં આવેલ ભારતનો એક અદ્ભુત રાહત નકશો છે. આ નકશો, જેમાં પર્વતો, મેદાનો અને મહાસાગરોનું વિગતવાર ચિત્રણ શામેલ છે, તે એકતા અને દેશભક્તિના પ્રતીક તરીકે સેવા આપે છે. મંદિરની સ્થાપત્ય અને હેતુ લાક્ષણિક ધાર્મિક રચનાઓથી તાજગીભર્યું વિચલન રજૂ કરે છે.

ઉપાંત્ય સ્ટોપ: અન્નપૂર્ણા દેવી મંદિર:

આગળ, તમે અન્નપૂર્ણા દેવી મંદિરની મુલાકાત લો, જે ખોરાક અને પોષણની દેવીને સમર્પિત છે. કાશી વિશ્વનાથ મંદિરની નજીક આવેલું આ મંદિર દૈવી કૃપા અને વિપુલતાનું મૂર્ત સ્વરૂપ છે. સોનાના આભૂષણોથી શણગારેલી અન્નપૂર્ણા દેવીની મૂર્તિ ઉદારતા અને હૂંફની ભાવના ફેલાવે છે. ભક્તોનું માનવું છે કે અહીં પૂજા કરવાથી જીવનમાં ક્યારેય અછતનો સામનો કરવો પડશે નહીં.

અંતિમ મુકામ: નવું વિશ્વનાથ મંદિર (બિરલા મંદિર)

તમારા પ્રવાસને પૂર્ણ કરીને, તમે બનારસ હિન્દુ યુનિવર્સિટી (BHU) ના વિશાળ કેમ્પસમાં સ્થિત નવા વિશ્વનાથ મંદિરમાં પહોંચો છો. બિરલા મંદિર

તરીકે પણ ઓળખાતું, આ ભવ્ય માળખું સફેદ આરસપહાણથી બનેલું છે અને તેમાં 77 મીટર ઉંચાઇ સુધી પહોંચતી પ્રભાવશાળી શિખર છે, જે તેને વિશ્વના સૌથી ઊંચા મંદિરોમાંનું એક બનાવે છે. આ મંદિર ભગવાન શિવને સમર્પિત છે, અને તેની ડિઝાઇન કાશી વિશ્વનાથ મંદિરમાંથી પ્રેરણા લે છે. મંદિરની સ્થાપત્ય ભવ્યતા સાથે જોડાયેલું શાંત અને વિશાળ વાતાવરણ, તેને તમારા વારાણસીના પ્રવાસ માટે યોગ્ય અંત બનાવે છે.

જેમ જેમ તમે તમારો પ્રવાસ પૂર્ણ કરો છો, તેમ તેમ વારાણસીનો આધ્યાત્મિક સાર તમારા હૃદયમાં છવાઇ જાય છે, જે શહેરની કાલાતીત ભક્તિ અને સમૃદ્ધ સાંસ્કૃતિક વારસાની યાદ અપાવે છે. તેના પ્રખ્યાત મંદિરોમાંથી પસાર થતી આ ચાર કલાકની યાત્રા, દરેક મંદિર પોતાના અનોખા આકર્ષણ અને મહત્વ સાથે, વારાણસીના આત્માની ઊંડી ઝલક આપે છે, જે તમને કાયમ માટે યાદ રાખવા જેવી યાદો છોડી જાય છે.

બનારસ હિન્દુ યુનિવર્સિટી (BHU) એ ભારતના ઉત્તર પ્રદેશના વારાણસીમાં સ્થિત એક પ્રતિષ્ઠિત સંસ્થા છે. ૧૯૧૬માં પ્રખ્યાત રાષ્ટ્રવાદી નેતા પંડિત મદન મોહન માલવિયા દ્વારા સ્થાપિત, BHU એશિયાની સૌથી મોટી રહેણાંક યુનિવર્સિટીઓમાંની એક છે, જે ૧,૩૦૦ એકરના લીલાછમ કેમ્પસમાં ફેલાયેલી છે. તે શિક્ષણ, સંશોધન અને સાંસ્કૃતિક વિકાસમાં શ્રેષ્ઠતા પ્રત્યેની

પ્રતિબદ્ધતા માટે પ્રખ્યાત છે. યુનિવર્સિટીમાં વિજ્ઞાન, ઇજનેરી, કલા અને સામાજિક વિજ્ઞાન સહિત વિવિધ ફેકલ્ટીઓ છે, જે ભારત અને વિશ્વભરના વિધાર્થીઓને આકર્ષે છે. આ કેમ્પસમાં ન્યુ વિશ્વનાથ મંદિર અને ભારત કલા ભવન જેવી પ્રતિષ્ઠિત રચનાઓ આવેલી છે, જે ભારતીય કલા અને કલાકૃતિઓનો વિશાળ સંગ્રહ ધરાવતું સંગ્રહાલય છે. BHU ના પરંપરાગત મૂલ્યો અને આધુનિક શિક્ષણનું મિશ્રણ સર્વાંગી વિકાસ અને શિક્ષણના વાતાવરણને પ્રોત્સાહન આપવાનું ચાલુ રાખે છે.

સાત દિવસની વૈભવી નદી ક્રૂઝ ટૂર સમાપ્ત થઈ

સાતમો પ્રકરણ
ઘરે પાછા

ત્રણેય પરિવારો પાસે એરપોર્ટ પર પોતાની કાર હતી. ડેવ્સે બે ગાડીઓ બોલાવી. તેઓ પોતપોતાના ઘરે પહોંચી ગયા. સાંજે, કેટલાક સંબંધીઓ આવ્યા જે લગ્નમાં હાજર રહી શક્યા ન હતા. સ્વરાંજલિને જોઇને તેઓ ખૂબ ખુશ થયા, તેમને મોંઘી ભેટો આપીને આશીર્વાદ આપ્યા અને ચાલ્યા ગયા. આગામી પાંચ દિવસ ખૂબ જ ધમાલભર્યા રહ્યા. દેવાંગભાઇ તેમના દીકરા અને પુત્રવધૂને તેમની મુખ્ય દુકાને લઇ ગયા. ત્યાં તેમણે બીજી બધી દુકાનોમાંથી તેમના વરિષ્ઠ કર્મચારીઓને તેમના દીકરા અને સ્વરાંજલિનો પરિચય કરાવવા માટે બોલાવ્યા. તેમણે તેમના માટે એક નાની પાર્ટીનું આયોજન કર્યું હતું. તેમણે તેમના નવા ડિરેક્ટર સ્વરાંજલિના હસ્તે બોનસ ચેકનું વિતરણ કર્યું. જુનિયર્સને સીધા તેમના બેંક ખાતા દ્વારા બોનસ મળશે. થોડા સમય પછી, નવું યુગલ ઘરે પાછું આવ્યું.

બીજા દિવસે, મામાજીએ પાર્થ અને સ્વરાંજલિને

પાર્થના માતાપિતા અને બા સાથે તેમના ઘરે બપોરના ભોજન માટે આમંત્રણ આપ્યું. પાર્થ પહેલી વાર મામાજીના ઘરે જઇ રહ્યો હતો. મામાજીએ તેમની બહેન અને સાળા (સ્વરાંજલીના માતાપિતા) ને પણ આમંત્રણ આપ્યું. મામાજીનું ઘર ઘણું મોટું હતું. ફરી એક વાર મેળાવડો થયો. તેમણે બપોરના ભોજનનો આનંદ માણ્યો. સ્વરાંજલિ થોડા સમય માટે તેના માતાપિતાના ઘરે જવા માંગતી હતી. બધા સંમત થયા. સ્વરાંજલિએ સંગીતાને ત્યાં બોલાવી. તેણી આવવા સંમત થઈ. જ્યારે તે તેના માતાપિતા અને પાર્થ સાથે ઘરે પહોંચી, ત્યારે સંગીતા પહેલેથી જ તેમનું સ્વાગત કરવા માટે ત્યાં હાજર હતી. સ્વરાંજલિએ સંગીતાને ગળે લગાવી. તેઓ તેના રૂમમાં ગયા જે તેના હૃદયની ખૂબ નજીક હતો. તેણીએ સંગીતાને પોતાનું ટેડી રીંછ ભેટમાં આપ્યું. તે ખૂબ જ સુંદર સાથી હતો. તેઓ ભૂતકાળની ઘણી બધી વાતો કરતા હતા અને કહેવા માટે ઘણું બધું હતું. પણ સમયની મર્યાદા હતી. પાર્થ તેમની સાથે જોડાયો અને થોડીવાર પછી તેણે ઘડિયાળ બતાવી અને પ્રસ્થાન માટે સંકેત આપ્યો. પાર્થે સંગીતા સાથે હાથ મિલાવ્યા, સંગીતાએ સ્વરાંજલિને ગળે લગાવી અને બધા વડીલોના આશીર્વાદ લઈને પોતપોતાના ગંતવ્ય સ્થાને

જવા રવાના થયા.

સ્વરાંજલિનો અમેરિકાનો વિઝા આવી ગયો. તે દસ વર્ષ માટે આપવામાં આવ્યું હતું. બીજા દિવસે તેમને જવાની ફરજ પડી. અમદાવાદથી, તેમણે મુંબઇ જવું પડશે અને પછી ત્યાંથી અમેરિકા જવું પડશે. આજે કોઇ ખુશ નહોતું. તેમના ઘરમાં નીરસતા હતી. બા સૌથી વધુ બેચેન હતા. તેણીને નજીકના ભવિષ્યમાં પાર્થ ફરી જોવાની ખાતરી નહોતી. પણ તે જાણીને ખૂબ ખુશ થઇ કે સ્વરાંજલિ ટૂંક સમયમાં તેની પરીક્ષા માટે પાછી આવશે અને તેની સાથે રહેશે.

બપોરના અને રાત્રિભોજનના બંને સમયે, કોઇએ મુક્તપણે વાત કરી નહીં. સ્વરાંજલિને પણ તેમને નાખુશ જોઇને દુઃખ થયું. તેણીએ તેમને ઉત્સાહિત કરવાનો શ્રેષ્ઠ પ્રયાસ કર્યો. બધા સ્મિત નકલી અને છુપાયેલા હતા. પણ તે મદદ કરી શકી નહીં. તેણીએ પાર્થને તે રાત્રે શક્ય તેટલા લાંબા સમય સુધી તેમની સાથે રહેવાનો સંકેત આપ્યો. તે તેના રૂમમાં ગઇ અને સામાન પેક કરવા લાગી. થોડી વાર પછી પાર્થ આવ્યો. તેની આંખો ભીની હતી. તે તેની નજીક આવી અને તેના સાડી પલ્લુથી તેના આંસુ લૂછ્યા. તેણે તેણીને કડક રીતે ગળે લગાવી અને કહ્યું, "કૃપા કરીને તેમની

અરવિંદ ઘોષ

યોગ્ય રીતે સંભાળ રાખજો." પછી તેણે સ્વરાંજલિને તેમના પેકિંગમાં મદદ કરી. ઘણું મોડું થઈ ગયું હતું. કાલે સવારે દસ વાગ્યા સુધીમાં તેમને અમેરિકા જવા રવાના થવાનું હતું. તેઓ રાત માટે નિવૃત્ત થયા.

પ્રસ્થાનનો દિવસ હતો. લગભગ ચાર અઠવાડિયા વીતી ગયા. પાર્થ અમેરિકાથી આવ્યો, તેને તેની પસંદગીની છોકરી મળી, લગ્ન કર્યા અને તેની નવી દુલ્હન સાથે પાછો જઈ રહ્યો હતો. આ ચાર અઠવાડિયા તેમના જીવનના સૌથી વ્યસ્ત હતા. તેઓ શ્રેષ્ઠ પણ હતા. પાર્થના પિતા, પાર્થની માતા અને બા આ દંપતીને વિદાય આપવા એરપોર્ટ સુધી સાથે ગયા. બા ને કાબુમાં રાખવા મુશ્કેલ હતું. કારમાં સ્વરાંજલિ તેની બાજુમાં હતી અને બીજી બાજુ પાર્થ હતો. બંનેએ બાના હાથ પકડી લીધા. સ્વરાંજલિના માતા-પિતા, મામાજી અને અન્ય લોકો પણ પાર્થ અને સ્વરાંજલિને વિદાય આપવા આવ્યા.

શુભ યાત્રા:

તેઓ સરદાર વલ્લભભાઈ પટેલ આંતરરાષ્ટ્રીય વિમાનમથક પહોંચ્યા. પાર્થ અને સ્વરાંજલિએ વડીલોના ચરણ સ્પર્શ કરવા માટે નમન કર્યું અને જુનિયરો સાથે અભિવાદન કર્યું, તેમની ટ્રોલીઓ લીધી, વિદાય લીધી અને ટર્મિનસની

અંદર ગયા. તેઓએ થોડીવાર એકબીજાને હાથ હલાવ્યો અને પછી તેઓ અંદર જવાના હતા. અચાનક સ્વરાંજલિએ પાર્થને રાહ જોવા કહ્યું અને બા તરફ દોડી ગઈ. તેણીએ બાને ગળે લગાવી અને ફફડાટથી કહ્યું, "બા, હું જલ્દી આવીશ. તમારા પૌત્રની ચિંતા ના કરો. હું તેનું ધ્યાન રાખીશ. તેણીએ બાના ગાલ પર ચુંબન કર્યું અને પાર્થ પાસે દોડી ગઈ અને ડામરની અંદર ગઈ. બાએ તેમના સ્વાસ્થ્ય માટે સર્વશક્તિમાનને પ્રાર્થના કરી. તે ખૂબ રડી રહી હતી પણ ખુશ, સંતુષ્ટ અને સંતુષ્ટ હતી.

અરવિંદ ઘોષ

ઉપસંહાર

આ હનીમૂન બીજા કોઈથી અલગ હતું. ફક્ત નવદંપતીઓને બદલે, આખો પરિવાર એક વૈભવી ક્રૂઝ પર દંપતી સાથે જોડાયો, જેનાથી કૌટુંબિક બંધન અને વ્યક્તિગત ગોપનીયતાનું મિશ્રણ બન્યું. આ દંપતીએ સંપૂર્ણ સ્વતંત્રતાનો આનંદ માણ્યો, તેમની ગોપનીયતા માટે ખાસ વ્યવસ્થા કરવામાં આવી, જ્યારે પરિવારે સાથે મળીને પર્યટન સ્થળોની શોધખોળ કરી. તેઓએ સુંદર સ્થળોની મુલાકાત લીધી, મુસાફરીના આનંદને પ્રિયજનોની હૂંફ સાથે મિશ્રિત કર્યો. આ એક અનોખો અનુભવ હતો, જ્યાં દંપતીની રોમેન્ટિક યાત્રા કૌટુંબિક ઉજવણીઓ સાથે જોડાયેલી હતી, જેના કારણે તે દરેક વ્યક્તિ માટે એક યાદગાર અને વિશિષ્ટ હનીમૂન સ્થળ બન્યું.

કોલકાતાથી સાત દિવસના વૈભવી નદી ક્રૂઝ પર નીકળો, જે ઇતિહાસ, આધ્યાત્મિકતા અને સાંસ્કૃતિક વારસાની સફર છે. તમારા સાહસની શરૂઆત કોલકાતાથી થાય છે, જ્યાં તમે ભવ્ય ક્રૂઝ શિપ પર ચઢો છો, જ્યાં ક્રૂના ઉષ્માભર્યા આતિથ્ય દ્વારા સ્વાગત કરવામાં આવે છે. પહેલું સ્થળ બેલુર મઠ છે, જે હુગલી નદીના કિનારે આવેલું એક શાંત અને મનોહર સ્થળ છે, જ્યાં રામકૃષ્ણ મિશન

આવેલું છે. આગળ, તમે પ્રતિષ્ઠિત દક્ષિણેશ્વર કાલી મંદિરની મુલાકાત લો, જે તેના અદભુત સ્થાપત્ય અને આધ્યાત્મિક વાતાવરણ માટે જાણીતું છે. ત્યારબાદ ક્રૂઝ ડાયમંડ હાર્બર તરફ રવાના થાય છે, જે હુગલી અને રૂપનારાયણ નદીઓના સંગમ પર એક મનોહર શહેર છે, જે મનોહર દૃશ્યો અને શાંતિપૂર્ણ એકાંત પ્રદાન કરે છે.

જેમ જેમ મુસાફરી ચાલુ રહે છે, તેમ તેમ તમે મુર્શિદાબાદ પહોંચ્યો છો, જ્યાં ભવ્ય હજારદુઆરી મહેલ તમારી રાહ જુએ છે. આ ભવ્ય મહેલ, તેના હજાર દરવાજાઓ સાથે, બંગાળના નવાબોની વૈભવ અને ઐતિહાસિક મહત્વ દર્શાવે છે. મહેલ અને તેની આસપાસના વિસ્તારની શોધખોળ કર્યા પછી, ક્રૂઝ બોધગયા તરફ આગળ વધે છે. બોધગયામાં, તમે પવિત્ર મહાબોધિ મંદિરની મુલાકાત લો છો, જ્યાં ભગવાન બુદ્ધને જ્ઞાન પ્રાપ્ત થયું હતું. મંદિરનો શાંત વાતાવરણ અને બોધિ વૃક્ષ ચિંતન અને ધ્યાન માટે એક સંપૂર્ણ વાતાવરણ પૂરું પાડે છે.

અંતિમ મુકામ વારાણસીનું પવિત્ર શહેર છે. અહીં, તમે ઘાટોની આધ્યાત્મિક ઉર્જાનો અનુભવ કરો છો, મંત્રમુગ્ધ કરતી ગંગા આરતીના સાક્ષી બનો છો, અને ઇતિહાસથી ભરપૂર પ્રાચીન મંદિરો અને સાંકડી ગલીઓનું અન્વેષણ કરો છો. ત્યારબાદ ક્રૂઝ કોલકાતા પાછું ફરે છે, અને એક અઠવાડિયાના અવિસ્મરણીય અનુભવોનો અંત લાવે છે. આ નદી યાત્રા આરામ, સાંસ્કૃતિક શોધખોળ અને

આધ્યાત્મિક સંવર્ધનનું મિશ્રણ પ્રદાન કરે છે, જે કાયમ માટે યાદગાર યાદો બનાવે છે. તેઓ સીધા કોલકાતા એરપોર્ટ ગયા અને અમદાવાદ માટે ફ્લાઇટ પકડી.

લેખક વિશે

અરવિંદ ઘોષ

અરવિંદો ઘોષ એક બહુમુખી વ્યક્તિત્વ. આંકડાશાસ્ત્રમાં બી.એસસી, એમ.એસસી, એમ.ફિલ, પીએચડી અને અર્થશાસ્ત્રમાં પીએચડી કર્યા પછી, ડૉ. અરવિંદો ઘોષે લગભગ 35 વર્ષ સુધી મહારાષ્ટ્ર ગવર્મેન્ટ કોલેજમાં આંકડાશાસ્ત્રના અંડરગ્રેજયુએટ અને પોસ્ટ ગ્રેજયુએટ બંને વિદ્યાર્થીઓને ભણાવ્યા. નિવૃત્તિ પછી, તેઓ ભારતભરની વિવિધ મેનેજમેન્ટ સંસ્થાઓમાં આચાર્ય તરીકે જોડાયા. તેમના પ્રથમ કવિતા પુસ્તક "લિલી ઓન ધ નોર્ધન સ્કાય" ને ઉકિયોટો પબ્લિશિંગ તરફથી એવોર્ડ મળ્યો, અને ત્યારબાદ ફ્રેન્ચ, જર્મન, સ્પેનિશ અને અરબી ભાષાઓમાં અનુવાદિત થયો. તેઓ ઉકિયોટો પ્રકાશકના કાવ્યસંગ્રહોના નિયમિત યોગદાનકર્તા છે. તેમાં "ફેરી એન્ડ ધ ક્વીન", "યંગેસ્ટ ફ્રીડમ ફાઇટર બાજી રાઉત", "મેક અ વિશ", "પિકી મેહરા બીકમ એસ્ટ્રોનોટ", "યુદ્ધ શાસ્ત્ર", "નાગોઆ બીચ", "યુનિટી ઇન ડાયવર્સિટી: યુનિફિકેશન ઓફ જર્મની", "જનજાતી ટેલ્સ" વગેરે નોંધપાત્ર છે. "વિવિધતામાં એકતા" શબ્દનો જર્મન

અરવિંદ ઘોષ

ભાષામાં અનુવાદ થયો છે. તાજેતરમાં તેમનું એકલ કાલ્પનિક પુસ્તક "બિમલદાદી'સ ડ્રીમ્સ" ઉકિયોટો પબ્લિશિંગ દ્વારા પ્રકાશિત થયું છે, જેને માત્ર 'વર્ષનું શ્રેષ્ઠ કાલ્પનિક પુસ્તક' તરીકે પુરસ્કાર આપવામાં આવ્યો નથી, પરંતુ તેને ઓડિયો બુકમાં પણ રૂપાંતરિત કરવામાં આવ્યું છે. બિમલદાદીનું સ્વપ્ન હવે ત્રણ વધુ ભાષાઓમાં ઉપલબ્ધ છે, એટલે કે, ઇટાલિયન, ટર્કિશ અને નેપાળી ભાષાઓ. સાથે સાથે તેમણે એક્રેલિક, વારલી અને મધુબની ચિત્રો બનાવવામાં પણ પોતાને રોક્યા. ડૉ. અરવિંદો ઘોષ વિવિધ ભાષાઓમાં, ખાસ કરીને અંગ્રેજી, બંગાળી, હિન્દી, ગુજરાતી અને મરાઠીમાં કવિતાઓ, ટૂંકી વાર્તાઓ લખે છે. તેમની અન્ય સાહિત્યિક રચનાઓ છે ઇનસાઇટ આઉટસાઇટ; અંગ્રેજીમાં ટૂંકી વાર્તાઓનો સંગ્રહ; બંગાળીમાં ટૂંકી વાર્તાઓનો સંગ્રહ; મેજોડરગોલ્પો; અને બંગાળીમાં કવિતાઓનો સંગ્રહ; છોન્ડો હોલે મોન્ડો કી. તેને મુસાફરી કરવી ગમે છે. તે પ્રવાસવર્ણન લખે છે. ટૂંક સમયમાં, તેમની નવીનતમ સોલો કાલ્પનિક રોમેન્ટિક નવલકથા "મિસ્ટિકલ હનીમૂન" ઉકિયોટો પબ્લિશિંગ દ્વારા પ્રકાશન માટે તૈયાર થઇ રહી છે. અરવિંદ ઘોષ ખૂબ જ સર્જનાત્મક છે; તેમને નકામા પદાર્થોમાંથી કલાકૃતિઓ બનાવવાનું ખૂબ ગમે છે. ભારતીય શાસ્ત્રીય સંગીત સાંભળવું તેમનો શોખ છે. ડૉ. અરવિંદો ઘોષ પણ એક ઉત્સાહી પ્રવાસી છે. ઘણી વાર તેઓ પોતાની વાર્તાઓમાં પોતાના પ્રવાસવર્ણનો સમાવેશ કરે છે. તેમનો બીજો શોખ ફોટોગ્રાફી છે.

www.ingramcontent.com/pod-product-compliance
Lightning Source LLC
LaVergne TN
LVHW091635070526
838199LV00044B/1075
* 9 7 8 9 3 7 0 0 9 0 4 7 7 *